AF759066

ഗ്രീൻ ബുക്സ്

ഐതിഹ്യമാല

രാമപുരത്തു വാര്യരും കഥകളും

കൊട്ടാരത്തിൽ ശങ്കുണ്ണി

കൊല്ലവർഷം 1030 മീനം 23(1855 മാർച്ച് 23)ന്
കോട്ടയത്ത് കോടിമതയിൽ കൊട്ടാരത്തിൽ
വാസുദേവനുണ്ണിയുടെ മകനായി ജനനം.
'വാസുദേവൻ' എന്നതാണ് യഥാർത്ഥ നാമധേയം.
പതിനേഴ് വയസ്സിനു ശേഷം മണർകാട് ശങ്കരവാര്യരിൽനിന്നും
സിദ്ധരൂപം പഠിച്ചു. പിന്നീട് രഘുവംശം, മാഘം, നൈഷധം
തുടങ്ങിയ കാവ്യങ്ങളും, സഹസ്രയോഗം, ഗുണപാഠം,
ചികിത്സാക്രമം, അഷ്ടാംഗ ഹൃദയം മുതലായവയും പഠിച്ചു.
കൊടുങ്ങല്ലൂർ കുഞ്ഞിക്കുട്ടൻ തമ്പുരാന്റെ നിർബന്ധപ്രകാരം
സുഭദ്രഹരണ മണിപ്രവാളം മുപ്പത്തിയാറാം വയസ്സിൽ രചിച്ചു.
'കവിതിലകൻ' എന്ന സ്ഥാനവും മെഡലും 1904ൽ
കൊച്ചിരാജാവിൽനിന്ന് കരസ്ഥമാക്കി.
അതിനുശേഷം എം.ഡി സെമിനാരി ഹൈസ്ക്കൂളിൽ
ആദ്യത്തെ മലയാളം മുൻഷിയായിരുന്നു.
1112 കർക്കടകം ഏഴിന് (1937 ജൂലൈ 22) അന്തരിച്ചു.

ഐതിഹ്യമാല

രാമപുരത്തു വാര്യരും കഥകളും

കൊട്ടാരത്തിൽ ശങ്കുണ്ണി

ഗ്രീൻ ബുക്സ്

green books private limited
gb building, civil lane road, ayyanthole,
thrissur- 680 003, kerala, ph: +91 487-2381066, 2381039
website: www.greenbooksindia.com
e-mail: info@greenbooksindia.com

malayalam
aithihyamala
ramapurathu varyarum kathakalum
(epic)
by
kottarathil sankunni

first green books edition july 2014
reprinted february 2020
copyright reserved

illustrations : gopidas
cover design : rajesh chalode

branches:
thrissur 0487-2422515
thiruvananthapuram 0471-2335301
calicut 0495 4854662
ernakulam 8589095302

isbn : 978-81-8423-329-2

---

no part of this publication may be reproduced,
or transmitted in any form or by any means,
without prior written permission of the publisher.

GBPL/576/2014

ഐതിഹ്യമാല

രാമപുരത്തു വാര്യരും കഥകളും

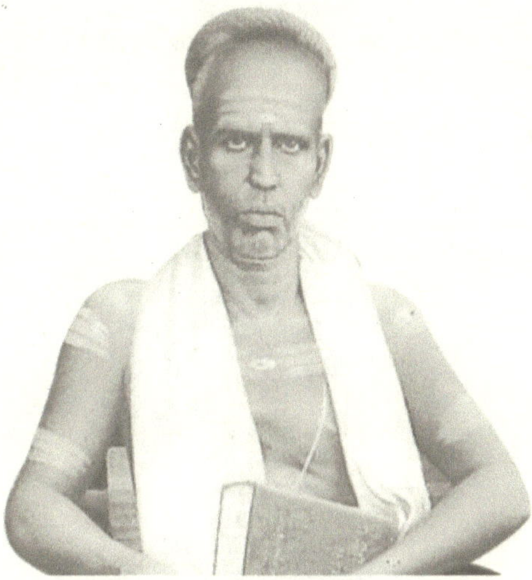

കൊട്ടാരത്തിൽ ശങ്കുണ്ണി

ഗ്രീൻ ബുക്സ്

green books private limited
gb building, civil lane road, ayyanthole,
thrissur- 680 003, kerala, ph: +91 487-2381066, 2381039
website: www.greenbooksindia.com
e-mail: info@greenbooksindia.com

malayalam
aithihyamala
ramapurathu varyarum kathakalum
(epic)
by
kottarathil sankunni

first green books edition july 2014
reprinted february 2020
copyright reserved

illustrations : gopidas
cover design : rajesh chalode

branches:
thrissur 0487-2422515
thiruvananthapuram 0471-2335301
calicut 0495 4854662
ernakulam 8589095302

isbn : 978-81-8423-329-2

---

no part of this publication may be reproduced,
or transmitted in any form or by any means,
without prior written permission of the publisher.

GBPL/576/2014

3

ഐതിഹ്യമാല

രാമപുരത്തു വാര്യരും കഥകളും

ഉള്ളടക്കം

1. കൈപ്പുഴ രാജ്ഞിയും പുളിംകുന്നുദേശവും

വടക്കുംകൂർ രാജവംശത്തിലെ ഒരു ശാഖക്കാർ ഒരുകാലത്ത് ഏറ്റുമാനൂർ താലൂക്കിൽ ചേർന്ന കൈപ്പുഴ എന്ന സ്ഥലത്തു താമസിച്ചിരുന്നു. അവരെ അക്കാലത്തു സാധാരണയായി 'കൈപ്പുഴത്തമ്പുരാക്കന്മാരെ' ന്നാണ് പറഞ്ഞുവന്നിരുന്നത്. അവിടെനിന്ന് ഒരു തമ്പുരാട്ടിയെ ഒരമ്പലപ്പുഴ (*ചെമ്പകശ്ശേരി*)ത്തമ്പുരാൻ സംബന്ധം ചെയ്തു കൊണ്ടുപോയിരുന്നു. അമ്പലപ്പുഴത്തമ്പുരാക്കന്മാർ ബ്രാഹ്മണരായിരുന്നുവല്ലോ. മലയാളബ്രാഹ്മണരിൽ മൂത്തയാൾ മാത്രം സ്വജാതിയിൽ വിവാഹം ചെയ്യുകയും മറ്റുള്ളവരെല്ലാം ബ്രാഹ്മണരിൽ താണ ജാതിക്കാരുടെ സ്ത്രീകളെ സംബന്ധം ചെയ്യുകയുമാണല്ലോ പതിവ്. ഒരു കാലത്ത് അമ്പലപ്പുഴെ ജ്യേഷ്ഠാനുജന്മാരായിട്ടു രണ്ടു തമ്പുരാക്കന്മാരുണ്ടായിരുന്നു. അവരിൽ രണ്ടാമനാണ് കൈപ്പുഴ രാജ്ഞിയെ സംബന്ധം ചെയ്തു കൊണ്ടുപോയത്. എങ്കിലും കുറച്ചുകാലം കഴിഞ്ഞപ്പോൾ അദ്ദേഹത്തിനു മൂപ്പും രാജ്യാധിപത്യവും വർദ്ധിച്ചു. അക്കാലത്ത് ആ തമ്പുരാൻ സ്വരാജ്യത്തിൽ 'പുളിങ്കുന്ന്' എന്ന ദേശം തന്റെ പ്രിയതമയായ രാജ്ഞിക്ക് ഇഷ്ടദാനമായി കൊടുത്തു. അവിടെ ഒരു ഭവനമുണ്ടാക്കിക്കൊടുത്ത് ആ രാജ്ഞിയേയും സന്താനങ്ങളെയും അവിടെ പാർപ്പിച്ചു. ആ തമ്പുരാന്റെ കാലം കഴിഞ്ഞിട്ടും ആ തമ്പുരാട്ടിയും അവിടുത്തെ മക്കളും അവിടെത്തന്നെ താമസിച്ചിരുന്നു. ആ ദേശത്തെ നികുതി പിരിക്കാനുള്ള അധികാരം അവിടേക്കുണ്ടായിരുന്നതു കൂടാതെ അവിടത്തെ ഭർത്താവായിരുന്ന തമ്പുരാൻ അവിടേക്കു ധാരാളം പണം കൊടുക്കുകയും ചെയ്തിരുന്നു. അതിനാൽ അവിടെ വേണ്ടതിനൊന്നും ഒരു ബുദ്ധിമുട്ടുമുണ്ടായിരുന്നില്ല. കുട്ടിപ്പട്ടന്മാർ, ഭൃത്യന്മാർ, പരിചാരികമാർ, കാര്യസ്ഥന്മാർ മുതലായവരും ധാരാളമുണ്ടായിരുന്നു. ശമ്പളം കൊടുക്കാൻ വേണ്ടുന്ന മുതലുണ്ടെന്നു കണ്ടാൽ സേവിക്കാനാളുകൾ ധാരാളമുണ്ടാകുമല്ലോ. അതിനാൽ ആ രാജ്ഞി യഥാപൂർവം വേണ്ടുന്ന പദവികളോടുകൂടിയാണ് അവിടെ താമസിച്ചിരുന്നത്.

ഇങ്ങനെയിരിക്കുന്ന കാലത്താണ് തിരുവിതാംകൂർ മഹാരാജാവ് അമ്പലപ്പുഴ രാജാവുമായി യുദ്ധമാരംഭിച്ചത്. ആ യുദ്ധത്തിൽ അമ്പലപ്പുഴ രാജാവ് പരാജിതനായിത്തീരുമെന്ന് ഏകദേശം തീർച്ചയായപ്പോഴേക്കും, തിരുവിതാംകൂർ മഹാരാജാവിന്റെ സൈന്യം പുളിങ്കുന്നിലേക്കു കൂടി ക്കടന്നു വല്ല ഉപദ്രവവുമുണ്ടാക്കിയേക്കുമോ എന്നു വിചാരിച്ച് രാജ്ഞിക്കു വളരെ പരിഭ്രമവും ഭയവുമുണ്ടായി. 'ഏതായാലും ഇനി ഇവിടുത്തെ ത്താമസം അത്ര ശുഭമായി വരികയില്ല. കഴിയുന്ന വേഗത്തിൽ കൈപ്പു ഴയ്ക്കു പോകണം' എന്നു രാജ്ഞി തീർച്ചപ്പെടുത്തുകയും ആ വിവരം കാര്യസ്ഥന്മാരെ ധരിപ്പിച്ചു വേണ്ടുന്നതെല്ലാം തയ്യാറാക്കുവാൻ ചട്ടം കെട്ടുകയും ചെയ്തു. അക്കാലത്തു പുളിങ്കുന്നിൽ വലിയ ധനവാന്മാ രായ നായന്മാർ മുന്നൂറിൽപ്പരം വീട്ടുകാരുണ്ടായിരുന്നു. ഈ നായന്മാ രല്ലാതെ സാമാന്യംപോലെ ആ ദിക്കിലാരുമുണ്ടായിരുന്നില്ലെന്നു തന്നെ പറയാം. നസ്രാണിമാപ്പിളമാർ നാലോ അഞ്ചോ കുടുംബക്കാരുണ്ടാ യിരുന്നുവെങ്കിലും അവരെല്ലാം അന്നന്നു കൂലിവേല ചെയ്ത് അഹോ വൃത്തി കഴിക്കുന്ന അഗതികളായിരുന്നു. രാജ്ഞിക്കു രാജാധിപത്യം കൂടിയുണ്ടായിരുന്നതിനാൽ അവിടെയുള്ള സകല ജനങ്ങളും രാജ്ഞി യുടെ ആജ്ഞയിലുൾപ്പെട്ടാണ് അവിടെ താമസിച്ചിരുന്നത്. രാജ്ഞി യുടെ ഭർത്താവായ രാജാവ് തീപ്പെട്ടുപോയതിന്റെശേഷവും ആ രാജ പത്നിയെക്കുറിച്ചുള്ള ഭക്തിയും ബഹുമാനവും ആർക്കും കുറഞ്ഞിരു ന്നില്ല. എങ്കിലും രാജ്ഞി യാത്ര നിശ്ചയിച്ചിരിക്കുന്നുവെന്നു കേട്ട പ്പോൾ, അക്കാലംവരെ അവർക്കുവേണ്ടി പ്രാണത്യാഗം ചെയ്വാൻ പോലും തയ്യാറായിരുന്ന ആ നായന്മാരുടെ ഭാവംമാറി. തങ്ങളുടെ രക്ഷാധികാരിണിയായിരുന്ന രാജ്ഞി ദേശംവിട്ടു പോകുന്നുവെന്നു കേട്ടാൽ ഒന്നു ചെന്നു കാണണമെന്നോ തങ്ങളാൽ കഴിയുന്ന സഹായ ങ്ങൾ ചെയ്തുകൊടുക്കണമെന്നോ തോന്നുന്നതു സ്വാഭാവികമാ ണല്ലോ. എന്നാൽ ആ ദിക്കിലുള്ള നായന്മാർക്ക് ആ വക ലൗകിക വിചാരമൊന്നുമുണ്ടായില്ല. അവിടെ കൂടെത്താമസിച്ചിരുന്ന ഭൃത്യന്മാർ പോയി രണ്ടു വഞ്ചികൾ കൊണ്ടുവന്ന് അവിടെയുണ്ടായിരുന്ന ഭരണി പാത്രങ്ങൾ മുതലായ സാമാനങ്ങളെല്ലാം ഒരു വഞ്ചിയിലാക്കി. ഉടനെ പണ്ടങ്ങളും പണവുമായിട്ടുണ്ടായിരുന്നതെല്ലാം എടുത്തുംകൊണ്ടു തന്റെ സന്താനങ്ങളോടുകൂടി രാജ്ഞി മറ്റേ വഞ്ചിയിലും ചെന്നുകേറി. അപ്പോഴേക്കും ഭൃത്യന്മാരും എവിടെയോ പൊയ്ക്കളഞ്ഞു. പരിചാരക ന്മാർ, കുട്ടിപ്പട്ടന്മാർ മുതലായവരും ഭൃത്യന്മാർ പോയ പുറകേ പോയി. കിംബഹുനാ? രാജ്ഞിയും അവിടുത്തെ സന്താനങ്ങളും മാത്രം അവിടെ ശേഷിച്ചു സഹായത്തിനുള്ള ആളുകളും വഞ്ചിക്കാരുമെല്ലാം വരുമെന്ന് വിചാരിച്ച് അവർ വളരെ നേരം ആ വഞ്ചിയിൽ നോക്കിക്കൊണ്ടി രുന്നു. ആരെയും കണ്ടില്ല. നേരം വൈകിത്തുടങ്ങുകയും ചെയ്തു.

അപ്പോൾ രാജ്ഞിക്കു ഭയവും വ്യസനവും വർദ്ധിച്ചുതുടങ്ങി. 'ഈശ്വരാ! ഇവരെല്ലാംകൂടി എന്നെ ചതിക്കുകയായിരിക്കുമോ?' എന്നു പറഞ്ഞ് ആ രാജ്ഞി കുറേശ്ശേ കരഞ്ഞുതുടങ്ങി. അമ്മയുടെ മുഖഭാവം മാറിക്കണ്ടപ്പോൾ മക്കളെല്ലാം കൂട്ടത്തോടെ കരഞ്ഞുതുടങ്ങി. നാലു വയസ്സു മുതൽ പത്തുവയസ്സുവരെ പ്രായമായ മൂന്നാലു കുട്ടികളല്ലാതെ പ്രായം തികഞ്ഞവരായി ആ രാജ്ഞിയുടെ മക്കളിലാരുമുണ്ടായിരുന്നില്ല. രാജ്ഞി ഒരവിധം തന്റെ വ്യസനത്തെ ഉള്ളിലൊതുക്കുകയും കുട്ടികളെ സമാധാനപ്പെടുത്തുകയും ചെയ്തിട്ട് തന്റെ മൂത്ത പുത്രനെ അവിടെ സമീപത്തുണ്ടായിരുന്ന നായർഗൃഹങ്ങളിലെല്ലാം പറഞ്ഞയച്ച് അവരെയൊക്കെ വിളിപ്പിച്ചു. അവരിൽ സ്ത്രീകളാകട്ടെ പുരുഷന്മാരാകട്ടെ യാതൊരുത്തരും വന്നില്ല. എന്നു മാത്രമല്ല, ആ രാജകുമാരൻ ചെന്നു വിളിച്ചിട്ട് അവരാരും മിണ്ടിയതുപോലുമില്ല. പിന്നെ രാജ്ഞി ആ രാജകുമാരനെത്തന്നെ ചില മാപ്പിളവീടുകളിൽ പറഞ്ഞയച്ചു. അവിടെയൊക്കെ ചെന്നു നോക്കീട്ട് ആരെയും കണ്ടതുതന്നെയില്ല. ആ വിവരവും കുമാരൻ മടങ്ങിവന്നു പറഞ്ഞു. അപ്പോൾ രാജ്ഞി താൻ നിസ്സഹായയായിത്തീർന്നുവെന്നു തീർച്ചയാക്കി. രാവിലെ ഊണു കഴിച്ചു വഞ്ചിയിൽ കയറിയ കുട്ടികളെല്ലാം വിശപ്പുകൊണ്ടു ക്ഷീണിച്ചു കരഞ്ഞു തുടങ്ങിയിരിക്കുന്നു. സൂര്യൻ അസ്തമിക്കാറാവുകയും ചെയ്തു. 'ഇനി എന്തൊരു ഗതിയാണീശ്വരാ! ആകപ്പാടെ ആപത്തിലായല്ലോ' എന്നു പറഞ്ഞു രാജ്ഞി വീണ്ടും കരഞ്ഞുതുടങ്ങി. അതു കണ്ടപ്പോൾ കുട്ടികളുടെ കരച്ചിൽ ഒന്നുകൂടി വർദ്ധിച്ചു.

ഇങ്ങനെ അവരെല്ലാവരുംകൂടി കരഞ്ഞുകൊണ്ടിരുന്നപ്പോൾ സ്വൽപം ദൂരെക്കൂടി നാലു മാപ്പിളമാർ കടന്നുപോകുന്നതു കണ്ടിട്ട് രാജ്ഞി തന്റെ പുത്രനെക്കൊണ്ട് അവരെ വിളിപ്പിച്ചു. അവർ അടുത്തു വന്നപ്പോൾ രാജ്ഞിയെ കാണുകയാൽ താണു തൊഴുതുകൊണ്ട് 'ഇപ്പോൾ ഇവിടെയിങ്ങനെയെഴുന്നള്ളിയിരിക്കുന്നതെന്താണ്' എന്നു ചോദിച്ചു. രാജ്ഞി സംഗതികളെല്ലാം പറഞ്ഞ് അവരെ ധരിപ്പിച്ചതിന്റെ ശേഷം 'ഏതുവിധവും നിങ്ങൾ കഴിയുന്നതും വേഗത്തിൽ എന്നെയും എന്റെ കുട്ടികളെയും കൈപ്പുഴെ കൊണ്ടുചെന്നാക്കണം. അതിനു നിങ്ങൾക്ക് എന്തു വേണമെങ്കിലും തരാം' എന്നു പറഞ്ഞു. അതുകേട്ടു മാപ്പിളമാർ 'ഒന്നും കല്പിച്ചു തന്നില്ലെങ്കിലും അവിടെയ്ക്കുവേണ്ടി എന്തും ചെയ്വാൻ അടിയങ്ങൾ തയ്യാറാണ്. വിശേഷിച്ചും ഈ സ്ഥിതിയിൽ അടിയങ്ങളാൽ കഴിയുന്നതു ചെയ്തില്ലെങ്കിൽ പിന്നെ മനുഷ്യരായി ജീവിക്കുന്നതെന്തിനാണ്? അവിടുത്തെച്ചോറാണ് അടിയങ്ങൾ ഇതുവരെ തിന്നിട്ടുള്ളത്. അതു ചത്താലും മറക്കുകയില്ല. എന്നാൽ കല്പിച്ച് ഒരര നാഴിക ക്ഷമിക്കണം. അടിയങ്ങൾ നേരം വെളുത്തപ്പോൾ

കൂലിവേലയ്ക്കു വിടകൊണ്ടതാണ്. ഇന്നു കരിക്കാടി* ആഹരിച്ചിട്ടില്ല. അതിനാൽ ക്ഷണത്തിൽ കുറച്ചു കരിക്കാടിവെള്ളം മോന്തിക്കൊണ്ടു വിടകൊള്ളാം. കല്പിച്ചകാര്യം അടിയങ്ങളേറ്റിരിക്കുന്നു. അതിനു യാതൊരു വ്യത്യാസവും വരുത്തുകയില്ല' എന്നു പറഞ്ഞുപോയി. ഉടനെ അവർ നാലുപേരും ആഹാരവും കഴിച്ചുവന്നു വഞ്ചികളിൽ ഈരണ്ടു പേർ കയറി. വഞ്ചി നീക്കാറായപ്പോൾ ശുദ്ധഹൃദയയായ ആ രാജ്ഞി വ്യസനാക്രാന്തയായി കരഞ്ഞുകൊണ്ട് 'എന്റെ ഈശ്വരാ! ഈ ദിക്കിലുള്ള നായന്മാരെല്ലാം നശിച്ചുപോണേ. മാപ്പിളമാരെല്ലാം സകല ശ്രേയസ്സുകളോടുകൂടി വർദ്ധിച്ചു വരികയും ചെയ്യണേ' എന്നു പറഞ്ഞിട്ട് ആപത്തൊന്നും കൂടാതെ തന്റെ പൂർവഗൃഹത്തിൽ ചെന്നെത്താനായി ഈശ്വരനെ പ്രാർഥിച്ചു.

യാതൊരാപത്തിനുമിടയാകാതെ പിറ്റേ ദിവസം അതിരാവിലെ വഞ്ചികൾ രണ്ടും കൈപ്പുഴക്കടവിലടുത്തു. രാജ്ഞിയും മക്കളും കരയ്ക്കിറങ്ങി; രാജമന്ദിരത്തിലേക്കു പോയി. തലേദിവസം ഭക്ഷണം കഴിക്കാതിരുന്നതിനാൽ അവർക്കു വളരെ ക്ഷീണമുണ്ടായിരുന്നു. അതിനാൽ ഉടനെ അവർ കുറച്ചു ഭക്ഷണം കഴിച്ചു. അപ്പോഴേക്കും വഞ്ചിക്കാരായ മാപ്പിളമാരും കൈപ്പുഴ ഉണ്ടായിരുന്ന ഭൃത്യന്മാരുംകൂടി സാമാനങ്ങളെല്ലാം ചുമന്നു കോയിക്കലാക്കി. രാജ്ഞി ആ മാപ്പിളമാർക്കു കേമമായി ഭക്ഷണം കൊടുപ്പിക്കുകയും അവർ വിചാരിച്ചിരുന്നതിൽ വളരെ അധികം പണവും സമ്മാനങ്ങളും കൊടുത്തു സന്തോഷിപ്പിച്ചയയ്ക്കുകയും ചെയ്തു.

രാജ്ഞി പുളിംകുന്നിൽനിന്നു പോയിട്ട് അധികം താമസിയാതെ തന്നെ തിരുവിതാംകൂർ മഹാരാജാവ് അമ്പലപ്പുഴരാജ്യവും അതോടുകൂടി പുളിംകുന്നും പിടിച്ചടക്കി സ്വരാജ്യത്തോടു ചേർത്തു. ആ രാജ്ഞിയുടെ ശാപവും അനുഗ്രഹവും നിമിത്തം കാലക്രമേണ പുളിംകുന്നിലുണ്ടായിരുന്ന നായർകുടുംബങ്ങളെല്ലാം നശിക്കുകയും മാപ്പിളമാരെല്ലാം വർദ്ധിക്കുകയും ചെയ്തു. ഇപ്പോൾ പുളിംകുന്നെന്ന സ്ഥലത്തു നാലോ അഞ്ചോ നായർ കുടുംബങ്ങൾ മാത്രമേ ഉള്ളൂ. ആ കുടുംബക്കാരെല്ലാം നിത്യവൃത്തിക്കുപോലും വകയില്ലാതെ അഗതികളുമാണ്. അവിടെയിപ്പോൾ നസ്രാണിമാപ്പിളമാരുടെ വീടുകൾ മുന്നൂറിലധികമുണ്ട്. ആ വീട്ടുകാരിൽ മിക്കവരും വലിയ ധനവാന്മാരുമാണ്. പുളിംകുന്നിലുള്ള നായന്മാരുടെ അധഃപതനത്തിനും ആപത്തുകൾക്കും കാരണം കൈപ്പുഴ രാജ്ഞിയുടെ ശാപമാണെന്ന് അടുത്ത കാലത്ത് പാഴൂർ കണിയാരുടെ പ്രശ്നവിധിയുണ്ടായിട്ടുണ്ട്.

---

* ആഹാരം

2. ഒരന്തർജനത്തിന്റെ യുക്തി

സ്ത്രീകൾ വിവേകശൂന്യകളും ദുർമാർഗചാരിണികളും ഭർത്തൃശുശ്രൂഷാവിമുഖകളുമായിപ്പോകുന്നത് അവരുടെ ഭർത്താക്കന്മാരുടെ കൊള്ളരുതായ്കകൊണ്ടാണെന്നാണല്ലോ മഹാന്മാരുടെ അഭിപ്രായം. 'യോഷാദോഷം മൃഷാ യഃ കഥയതി വിദുഷേ ഹന്ത! തസ്മൈ നമസ്തേ' എന്നൊരു മഹദ്വചനമുണ്ടായിട്ടുള്ളതും ഈ അഭിപ്രായത്തിൽനിന്നാണല്ലോ. എന്നാൽ, പുരുഷന്മാർ ദുർമാർഗചാരികളായി ധൂർത്തടിച്ചു നടക്കുന്നത് അവരുടെ ഭാര്യമാരായ സ്ത്രീകളുടെ കൊള്ളരുതായ്കകൊണ്ടാണെന്നും നിസ്സംശയം പറയാവുന്നതാണ്. വാസ്തവം വിചാരിച്ചാൽ നല്ല തന്റേടമുള്ള ഒരു പുരുഷന് തന്റെ ഭാര്യയെ ഭർത്തൃശുശ്രൂഷാനിരതയും പാതിവ്രത്യനിഷ്ഠയുമുള്ളവളുമായിരുത്താൻ എത്രത്തോളം കഴിയുമോ അതിൽ പതിന്മടങ്ങ്, ഒരു സ്ത്രീ നല്ല വൈദഗ്ദ്ധ്യമുള്ളവളാണെങ്കിൽ അവളുടെ ഭർത്താവിനെ ഏകപത്നീവ്രതത്തോടുകൂടി സന്മാർഗത്തിൽ നടത്താൻ കഴിയുമെന്നുള്ളതിനു സംശയമില്ല. ഇനി സ്ത്രീകൾ ദുർമാർഗചാരിണികളും പുരുഷന്മാർ ദുർമാർഗചാരികളുമായിത്തീരുന്നതിന്റെ കാരണം വിശേഷിച്ചു പറയണമെന്നില്ലല്ലോ. ഇതിനു രണ്ടിനും ദൃഷ്ടാന്തം നമ്മുടെ നാട്ടുകാരുടെ ഇടയിൽത്തന്നെ ധാരാളമുള്ളതുകൊണ്ട് ഇതിനു വേറെ തെളിവൊന്നും വേണമെന്നു തോന്നുന്നില്ല. എങ്കിലും ഇതിനു ദൃഷ്ടാന്തമായി കേട്ടിട്ടുള്ള ഒരൈതിഹ്യം ഇവിടെ പറഞ്ഞുകൊള്ളുന്നു.

പണ്ട് ഇടപ്പള്ളിലെ ഒരു വലിയതമ്പുരാൻ അവിടുത്തെ ദേശവഴികളിൽ ഒന്നായ 'കല്ലൂപ്പാറ' എന്ന ദിക്കിൽപ്പോയി താമസിച്ചിരുന്നു. വിവാഹം ചെയ്തിട്ടുണ്ടായിരുന്നു എങ്കിലും കല്ലൂപ്പാറ ഒരു ബാന്ധവമുണ്ടായിരുന്നതിനാൽ അവിടുന്ന് ഇടപ്പള്ളിൽ പോയി താമസിക്കുക പതിവില്ല. വിവാഹസംബന്ധങ്ങളായ ക്രിയകളെല്ലാം കഴിഞ്ഞതിന്റെ ശേഷം അവിടുന്ന് അന്തർജനത്തെ തൊട്ടിട്ടില്ലെന്നല്ല, കാണുകപോലും ഉണ്ടായിട്ടുണ്ടോ എന്നു സംശയമാണ്.

ഇങ്ങനെ കുറച്ചുകാലം കഴിഞ്ഞപ്പോൾ അവിടുത്തെ ബാന്ധവജനങ്ങൾക്കെല്ലാം വളരെ വ്യസനമായിത്തീർന്നു. 'വിവാഹം കഴിച്ചിട്ടു

പത്തുപന്ത്രണ്ടു കൊല്ലമായി. ഇതുവരെ സന്തതിയുണ്ടായിട്ടില്ല. രാജത്വം കൂടിയുള്ള ഒരു വലിയ ബ്രാഹ്മണകുടുംബം സന്തതിയില്ലാതെ നശിച്ചു പോകുന്നതു കഷ്ടമാണല്ലോ. സന്താനാർഥം വല്ല സൽക്കർമങ്ങളും തുടങ്ങണം. അല്ലെങ്കിൽ അവിടുത്തെക്കൊണ്ട് ഒന്നുകൂടി വിവാഹം കഴിപ്പിക്കണം എന്നിങ്ങനെ വിചാരിച്ചു ബന്ധുക്കളായ ചില നമ്പൂരിമാർ കല്ലൂപ്പാറയിലെത്തി വലിയതമ്പുരാനെക്കണ്ടു തങ്ങൾ വന്ന കാര്യം അറിയിച്ചു. ആദ്യം അവിടുന്ന് ഇവർ പറഞ്ഞതൊന്നും അത്ര ആദരിച്ചില്ല. എങ്കിലും നമ്പൂരിമാർ വീണ്ടും നിർബന്ധിക്കുകയാൽ ഒന്നുകൂടി വേളി കഴിക്കാമെന്ന് അവിടുന്ന് സമ്മതിച്ചു. ആദ്യത്തെ അന്തർജനം വന്ധ്യയായതിനാലാണ് സന്തതിയുണ്ടാകാത്തതെന്നായിരുന്നു നമ്പൂരിമാരുടെ വിചാരം. അതിനാലാണ് അവർ രണ്ടാം വിവാഹത്തിന് അത്ര നിർബന്ധിച്ചത്. ഒടുക്കം വലിയ തമ്പുരാൻ 'നാമിനി രണ്ടാമതും വിവാഹം ചെയ്യണമെങ്കിൽ ആദ്യത്തെ അന്തർജനത്തിന്റെ സമ്മതം വേണമല്ലോ.അതിനെങ്ങനെയാണ്? എനിക്ക് അവരോട് ചോദിക്കാൻ കഴികയില്ല' എന്നു പറഞ്ഞു. അപ്പോൾ 'അകായിലെ സമ്മതം ഞങ്ങൾ വാങ്ങിക്കൊള്ളാം. അതിനൊന്നും പ്രയാസമില്ല' എന്നു പറഞ്ഞു, 'എന്നാൽ നമ്മുടെ കാര്യസ്ഥനെക്കൂടി അയയ്ക്കാം. അകായിൽനിന്ന് അനുവദിക്കുന്നപക്ഷം ആ വിവരം കാര്യസ്ഥനോടു പറഞ്ഞയച്ചാൽ ഉടനെ നാം അങ്ങോട്ടു വരാം'എന്നു വലിയ തമ്പുരാനും പറഞ്ഞു. അങ്ങനെ സമ്മതിച്ചു നമ്പൂരിമാരും കാര്യസ്ഥനുംകൂടി പുറപ്പെട്ട് ഇടപ്പള്ളിലെത്തി. ഒരു ദാസി മുഖാന്തരം വിവരം അകായിലെ ധരിപ്പിക്കുകയും അനുവാദം ചോദിക്കുകയും ചെയ്തു. അപ്പോൾ ആ അന്തർജനം 'ഇവിടെ സന്തതിയുണ്ടാകേണ്ടത് അത്യാവശ്യമാണ്. അത് എനിക്കു വളരെ ആഗ്രഹമുള്ള കാര്യവുമാണ്. അതിനാൽ അവിടുന്നു രണ്ടാമതും വിവാഹം കഴിക്കുന്നതിന് എനിക്ക് പൂർണസമ്മതമാണ്. എന്നാൽ, ഒരു കാര്യംകൂടി എനിക്കാഗ്രഹമുണ്ട്. ഇനി വേളി കഴിക്കുന്നെങ്കിലും നല്ലപോലെ ജാതകംനോക്കിവേണം. ഒന്നിങ്ങനെ വന്നു. ഇനി അങ്ങനെ വരരുതല്ലോ. എന്റെ ജാതകംപോലുള്ളവരെ വിവാഹം ചെയ്തതുകൊണ്ടു പ്രയോജനമില്ല. അവിടുന്ന് കല്ലൂപ്പാറ താമസിച്ചാൽ ഇവിടെ സന്തതിയുണ്ടാകണം. അങ്ങനെയുള്ള ജാതകമുണ്ടെങ്കിൽ അതു നോക്കിവേണം ഇനി വിവാഹം കഴിക്കാൻ' എന്നു പറഞ്ഞു. ഇതു കേട്ടപ്പോഴാണ് സംഗതി എല്ലാവർക്കും മനസ്സിലായത്. കാര്യസ്ഥൻ ഉടനെ പോയി കല്ലൂപ്പാറച്ചെന്ന് അകായിൽനിന്ന് പറഞ്ഞതുപോലെ വലിയതമ്പുരാന്റെ അടുക്കൽ അറിയിച്ചു. ഇതു കേട്ടപ്പോൾ വലിയതമ്പുരാന്റെ മനസ്സിൽ ലജ്ജയോ അദ്ഭുതമോ മനസ്താപമോ എന്തെല്ലാമാണുണ്ടായതെന്ന് അവിടേക്കുതന്നെ അറിയാം. ഏതെങ്കിലും ഈ അന്തർജനത്തിന്റെ യുക്തി കേട്ടിട്ടു മാത്രപോലും താമസിയാതെ വലിയ

തമ്പുരാൻ ബോട്ടു കയറി ഇടപ്പള്ളിലെത്തിത്താമസമായി. ആ അന്തർജനത്തിന്റെ ബുദ്ധിഗുണവും ഭർത്തൃശുശ്രൂഷാസാമർത്ഥ്യവും മറ്റും കൊണ്ടു മനസ്സു ലയിച്ചുപോവുകയാൽ പിന്നെ രണ്ടാംവിവാഹത്തിന്റെ പ്രസംഗംപോലും ഉണ്ടായില്ല. കല്ലൂപ്പാറയ്ക്കു പോകണമെന്നുള്ള ആഗ്രഹവും നിലച്ചു. മുറയ്ക്കു ഗൃഹസ്ഥാശ്രമം അനുഷ്ഠിച്ചുകൊണ്ട് ഇടപ്പള്ളിൽത്തന്നെ താമസവുമായി. അങ്ങനെ ഒരു കൊല്ലം കഴിയുന്നതിനു മുമ്പ് അവിടേക്ക് ഒരു പുത്രസന്താനം ഉണ്ടാവുകയും ചെയ്തു. പിന്നെ അവിടുന്ന് ആജീവനാന്തം ആ നിലയിൽത്തന്നെ താമസിച്ചിരുന്നു എന്നും, ആ അന്തർജനത്തിൽനിന്നുതന്നെ അനേകം സന്താനങ്ങൾ അവിടേക്ക് ഉണ്ടായി എന്നും കേട്ടിരിക്കുന്നു. ആ അന്തർജനത്തെപ്പോലെ യുക്തിയുക്തമായി സംഭാഷണം ചെയ്തും ഭക്തിപൂർവം ഭർത്തൃശുശ്രൂഷചെയ്തും പാതിവ്രത്യനിഷ്ഠയോടുകൂടിയിരുന്നു. നമ്മുടെ കേരളീയ സ്ത്രീകളെല്ലാവരും തങ്ങളുടെ ഭർത്താക്കന്മാരെ ദുർമാർഗത്തിൽ വിടാതെ തങ്ങളിൽ ആസക്തചിത്തന്മാരാക്കിത്തീർത്ത് ഭർത്തൃസുഖത്തോടും സൽസന്താനലാഭത്തോടുംകൂടി സുഖമാകുംവണ്ണം വസിക്കട്ടെ.

3. പാഴൂർ പെരുംതൃക്കോവിൽ

ഒരിക്കൽ ഒരു നമ്പൂരി വിവാഹം കഴിക്കണമെന്നു നിശ്ചയിച്ച് ജാതകം നോക്കിക്കാനായി ചില സ്ത്രീജാതകങ്ങളും തന്റെ ജാതകവുംകൊണ്ട് പാഴൂർകണിയാരുടെ അടുക്കൽച്ചെന്നു. കണിയാർ ജാതകങ്ങളെല്ലാം വാങ്ങി ആകപ്പാടെ ഒന്നു നോക്കീട്ട്, തമ്പുരാനിപ്പോൾ വിവാഹത്തിനായി ഉത്സാഹിക്കണമെന്നില്ല; അവിടേക്കിപ്പോൾ വലിയ ഗ്രഹപ്പിഴക്കാലമാണ്. ഒരു കൊല്ലത്തിനകം അവിടുന്ന് തീപ്പെട്ടുപോകുമെന്നാണ് ജാതകംകൊണ്ട് കാണുന്നത്. അതിനാൽ ജാതകം നോക്കണമെങ്കിൽ ഒരു കൊല്ലം കഴിഞ്ഞിട്ടുമതി. ഈ ഗ്രഹപ്പിഴ നീങ്ങിക്കിട്ടണമെങ്കിൽ അതിനു തക്കവണ്ണമുള്ള പുണ്യകർമമെന്തെങ്കിലും ചെയ്യണം. അതത്ര എളുപ്പമല്ലല്ലോ' എന്നു പറഞ്ഞു. ഇതുകേട്ടപ്പോൾ നമ്പൂരിക്കു സാമാന്യത്തിലധികം വ്യസനമുണ്ടായിയെന്നുള്ളതു പറയണമെന്നില്ലല്ലോ. അദ്ദേഹം ഇതിനു മറുപടിയായി ഒന്നും മിണ്ടാതെ ഇറങ്ങിപ്പോയി. അപ്പോഴേക്കും നേരം സന്ധ്യയായിത്തുടങ്ങിയതിനാൽ പുഴയിലിറങ്ങിക്കുളിച്ച് ഒരു നമ്പൂരിയുടെ ഇല്ലത്തുപോയി അത്താഴവും കഴിച്ച് അവിടെക്കിടന്നു.

തന്റെ മരണത്തെക്കുറിച്ചുള്ള വിചാരംനിമിത്തം നമ്പൂരിക്കു രാത്രിയിൽക്കിടന്നിട്ട് ഉറക്കം വന്നില്ല. അദ്ദേഹം അവിടെക്കിടന്നുകൊണ്ട് ഈ ഗ്രഹപ്പിഴ നീങ്ങാനെന്താണു ചെയ്യേണ്ടതെന്ന് വിചാരിച്ചുതുടങ്ങി. അദ്ദേഹം വിചാരിച്ചു വിചാരിച്ച് ഒടുക്കം, ഒരു ക്ഷേത്രം പണിയിച്ചു ശിവപ്രതിഷ്ഠ കഴിപ്പിച്ച് അവിടെ നിത്യനിദാനം, മാസവിശേഷം, ആട്ടവിശേഷം മുതലായവയ്ക്കു വേണ്ടുന്ന മുതൽ കൊടുത്തേക്കാമെന്നു നിശ്ചയിക്കുകയും അതിനുള്ള മുതൽ തന്റെ മനസ്സങ്കല്പംകൊണ്ടു നീക്കിവെയ്ക്കുകയും ചെയ്തു.

പിറ്റേ ദിവസം രാവിലെ അദ്ദേഹം വീണ്ടും കണിയാരുടെ അടുക്കൽച്ചെന്നു തന്റെ ആയുസ്സിനെക്കുറിച്ച് ഒന്നുകൂടി ചിന്തിച്ചു പറയണമെന്നു പറഞ്ഞു. കണിയാർ വീണ്ടും നോക്കിയപ്പോൾ അദ്ദേഹത്തിനു ദീർഘായുര്യോഗ്യം കാണുകയാൽ, 'തമ്പുരാനെന്തോ വലുതായ ഒരു

പുണ്യകർമം ചെയ്തിരിക്കുന്നതായിക്കാണുന്നുണ്ട്. ഇനി ഭയപ്പെടാനൊന്നുമില്ല. അവിടേക്കു ദീർഘായുരാരോഗ്യം സിദ്ധിച്ചിരിക്കുന്നു. ഇനി ഉടനെ വിവാഹം നടത്താം' എന്നു പറയുകയും ജാതകം നോക്കിക്കൊടുക്കുകയും ചെയ്തു. എങ്കിലും താൻ നിശ്ചയിച്ച പുണ്യകർമം സാധിച്ചതിനുശേഷമല്ലാതെ വിവാഹം കഴിക്കുന്നില്ലെന്നു നമ്പൂരി തീർച്ചയാക്കി.

അക്കാലത്തു പാഴൂർതന്നെ തച്ചുശാസ്ത്രനിപുണനനും യോഗ്യനുമായ ഒരു തച്ചൻ(*ആശാരി*) ഉണ്ടായിരുന്നു. നമ്പൂരി അവന്റെ അടുക്കൽച്ചെന്നു വൈക്കത്തു പെരുംതൃക്കോവിൽപോലെ ഒരു ക്ഷേത്രം പണികഴിപ്പിക്കേണ്ടിയിരിക്കുന്നുവെന്നും, അതിലേക്ക് ഒരു കണക്കുണ്ടാക്കുകയും സ്ഥാനം നിശ്ചയിക്കുകയും പണിനടത്തിച്ചു തരികയും ചെയ്യണമെന്നും പറഞ്ഞു. തച്ചൻ അപ്രകാരം ചെയ്യാമെന്നു സമ്മതിക്കുകയും വൈക്കത്തു പെരുംതൃക്കോവിൽക്ഷേത്രത്തിന്റെ ആകൃതിയൊപ്പിച്ചു കണക്കുണ്ടാക്കുകയും ക്ഷേത്രം പണിയുന്നതിനു പൂർവവാഹിനിയായ (*കിഴക്കോട്ടൊഴുകുന്ന*)പാഴൂർ പുഴയുടെ വക്കത്ത് ഒരു സ്ഥാനം കാണുകയും അവിടെ ആ കണക്കൊപ്പിച്ച് ഒരു അമ്പലം പണിതു തീർക്കുകയും ചെയ്തു. നമ്പൂരി അവിടെ ശിവ പ്രതിഷ്ഠ, കലശം മുതലായവ നടത്തുകയും ഒരു മഹാക്ഷേത്രത്തിൽ വേണ്ടുന്ന അഞ്ചുപൂജ, മൂന്നു ശീവേലി, നവകം, പഞ്ചഗവ്യം മുതലായവ പ്രതിദിനം നടക്കുന്നതിനും മാസവിശേഷം, ആട്ടവിശേഷം മുതലായവയ്ക്കു വേണ്ടുന്ന വസ്തുവകകൾ ആ ദേവന്റെ വകയ്ക്കായി കൊടുക്കുകയും ചെയ്തു. ഇപ്രകാരമാണ് പാഴൂർ പെരുംതൃക്കോവിൽക്ഷേത്രമുണ്ടായത്. ആ ക്ഷേത്രം വൈക്കത്തു പെരുംതൃക്കോവിൽ ക്ഷേത്രത്തിന്റെ ആകൃതിയിൽതന്നെയാണ് ഇപ്പോഴും കാണപ്പെടുന്നത്. ഇനി ഈ ക്ഷേത്രം സംബന്ധിച്ചുള്ള ചില വിശേഷങ്ങൾ പറയാനുണ്ട്. അവ താഴെ കുറിക്കുന്നു.

പാഴൂർ പെരുംതൃക്കോവിൽക്ഷേത്രം പണി നടത്തിയ തച്ചപ്പണിക്കൻ നല്ല കണക്കനായിരുന്നുവെന്നു മുൻപു പറഞ്ഞിട്ടുണ്ടല്ലോ. അതിനാലവനെ ക്ഷേത്രങ്ങൾക്കു കണക്കു നിശ്ചയിക്കുന്നതിനും സ്ഥാനം കാണുന്നതിനും മറ്റുമായി പല സ്ഥലങ്ങളിൽനിന്നും ആളുകൾ വന്നു കൊണ്ടുപോവുകയും പതിവായിരുന്നു. ക്ഷേത്രംപണി തുടങ്ങിയാൽ അതു മുഴുവനായി കലശം കഴിക്കുന്നതുവരെ പ്രധാന തച്ചൻ പൂണൂൽ ധരിച്ചിരിക്കണമെന്നും ക്ഷൗരം ചെയ്യിക്കാൻ പാടില്ലെന്നും ഒരേർപ്പാടുണ്ടല്ലോ. അതിനാൽ ഈ തച്ചപ്പണിക്കൻ എന്നും പൂണൂൽ ധരിച്ചുകൊണ്ടും ക്ഷൗരംചെയ്യിക്കാതെയുമാണ് ഇരുന്നിരുന്നത്. ക്ഷേത്രം പണിക്കു പ്രാധാന്യം വഹിച്ചുകൊണ്ടിരിക്കാനല്ലാതെ അവനു സമയം കിട്ടിയിരുന്നില്ല. അവന്റെ ചുമതലയിൽ ഒരു സ്ഥലത്ത് ഒരമ്പലം പണി

തുടങ്ങിയാൽ അതു മുഴുവനാകുന്നതിനു മുൻപ് വേറെ നാലു ദിക്കിൽ തുടങ്ങും. അതിനാലവൻ എന്നും താടിയും തലയും വളർത്തിക്കൊണ്ടും പൂണൂൽ ധരിച്ചുകൊണ്ടുമിരുന്നു. അവന്റെ ദേഹം വെളുത്തു ചുവന്നും തടിച്ചുരുണ്ടും സ്വല്പം കുടവയറോടുകൂടിയതുമായിരുന്നു. കാഴ്ചയിൽ അവൻ നല്ല ശ്രീമാനും തേജസ്വിയും ആകപ്പാടെ യോഗ്യനുമായിരുന്നു. ഇതെല്ലാം കൊണ്ടും ഇവനെക്കണ്ടിട്ടു പരിചയമില്ലാത്തവർ ഒരാഢ്യൻനമ്പൂരിയാണെന്നു തെറ്റിദ്ധരിക്കുക സാധാരണമായിരുന്നു.

ഈ തച്ചപ്പണിക്കനെ ഒരിക്കൽ ഒരമ്പലത്തിനുസ്ഥാനംനോക്കി നിശ്ചയിക്കാനായി കായംകുളത്തുരാജാവിന്റെ കല്പനപ്രകാരം ആളുകൾ വന്ന് ഒരു തോണിയിൽ കയറ്റിക്കൊണ്ടുപോയി. ആ തോണി വേമ്പനാട്ടുകായലിലായപ്പോൾ തെക്കുനിന്നു വടക്കോട്ട് ഒരു ബോട്ടു വരുന്നതു കണ്ടു. ആ ബോട്ടിൽ പൂരാടം പിറന്ന ശക്തനായ ചെമ്പകശ്ശേരി (*അമ്പലപ്പുഴ*) രാജാവായിരുന്നു. ബോട്ടും തോണിയും തമ്മിൽ ഒട്ടടുത്തപ്പോൾത്തന്നെ രാജാവ് തച്ചപ്പണിക്കനെ കാണുകയും വിശിഷ്ടനായ ഒരു ബ്രാഹ്മണശ്രേഷ്ഠനാണെന്നു തീർച്ചപ്പെടുത്തി ബോട്ടിനകത്ത് എണീറ്റു നിൽക്കുകയും ചെയ്തു. രാജാവിനെക്കണ്ടു തോണിയിൽ തച്ചനും എണീറ്റുനിന്നു. ബോട്ടും തോണിയുമായി നല്ലപോലെ അടുത്തപ്പോൾ രാജാവ് തച്ചനോട് 'ആരാണ്' എന്നു ചോദിച്ചു. വിക്കിവിക്കി 'ആ ആ ആരാണ്' എന്നാണ് ചോദിച്ചത്. തച്ചപ്പണിക്കനും വിക്കിയിരുന്നതിനാൽ 'അ അ അടിയൻ ത ത തതച്ചനാണ്' എന്നു പറഞ്ഞു. ഇതു കേട്ടപ്പോൾ ഇവൻ തന്നെക്കാൾ ആഭിജാത്യമുള്ള ആഢ്യന്മാരിലാരെങ്കിലുമായിരിക്കുമെന്നു വിചാരിച്ച് ബ്രാഹ്മണനായ താൻ സബഹുമാനം എണീറ്റുനിന്നുപോയതുകൊണ്ടുള്ള കുണ്ഠിതവും, തച്ചനും വിക്കിവിക്കിപ്പറഞ്ഞതു തന്നെ പരിഹസിച്ചാണെന്നു വിചാരിച്ചുണ്ടായ കോപവും രാജാവിനു സഹിക്കവയ്യാതെയായി. ഉടനെ അദ്ദേഹം ഒരു വാളുമായി ആ തോണിയിൽച്ചാടിക്കയറുകയും തച്ചന്റെ കഴുത്തു വെട്ടിമുറിച്ചു കായലിലിടുകയും ചെയ്തിട്ടു പോകേണ്ടിയിരുന്ന ദിക്കിലേക്കു പോവുകയും ചെയ്തു.

ആ ദിവസം പാഴൂർതൃക്കോവിലിൽ ഉച്ചശ്ശീവേലിക്കെഴുന്നള്ളിച്ച് ആദ്യത്തെ പ്രദക്ഷിണം കിഴക്കേ നടയിലെത്തിയപ്പോൾ "മതി, അകത്തെഴുന്നള്ളിച്ചു നടപൂട്ടട്ടെ. എന്റെ തച്ചൻ മരിച്ചിരിക്കുന്നു; എനിക്ക് അതുകൊണ്ടുള്ള വ്യസനം സഹിക്കവയ്യാതെയുമായിരിക്കുന്നു" എന്നൊരശരീരിവാക്കു കേൾക്കപ്പെട്ടു. ഇതു പാഴൂർ പെരുംതൃക്കോവിൽ ഭഗവാന്റെ അരുളപ്പാടാണെന്നു വിശ്വസിച്ച് ഉടനെ അകത്തെഴുന്നള്ളിക്കുകയും നട പൂട്ടുകയും ചെയ്തു. ഇപ്പോഴും അവിടെ ഉച്ചശ്ശീവേലിക്ക് ഒരു പ്രദക്ഷിണമേ പതിവുള്ളൂ.

പാഴൂർ പെരുംതൃക്കോവിലിൽ ക്ഷേത്രത്തിൽ പതിവായി നിവേദ്യം വകയ്ക്കും മറ്റുമുള്ള അരിയളന്നു കൊടുക്കുക മുതലായ പ്രവൃത്തികൾ നടത്തുന്നതിന് ഒരു മൂത്തതുണ്ടായിരുന്നു. അദ്ദേഹത്തിന് ആ ക്ഷേത്രത്തിൽനിന്നു പല അനുഭവങ്ങളും ആദായങ്ങളും നിശ്ചയിച്ചിട്ടുണ്ടായിരുന്നു. അദ്ദേഹം വലിയ ചതുരംഗപ്പോരുകാരനായിരുന്നു. ചതുരംഗംവെച്ച് അദ്ദേഹം പലരെത്തോല്പിക്കുകയും ആരോടും തോല്ക്കാതിരിക്കുകയും ചെയ്തിരുന്നതിനാൽ ചതുരംഗത്തിൽ തന്നെ തോല്പിക്കുന്നതിന് ഭൂലോകത്തിലാരുമില്ലെന്ന് ഒരഹന്ത അദ്ദേഹത്തിനു കലശലായിത്തീർന്നു.

അങ്ങനെയിരിക്കുന്ന കാലത്ത് ആ ദേശക്കാരനും 'കുറൂർ'എന്ന് ഇല്ലപ്പേരുമായ ഒരു നമ്പൂരിയും ഈ മൂത്തതുംകൂടി ഒരു ദിവസം ചതുരംഗം വയ്ക്കുകയും നമ്പൂരി മൂത്തതിനെ തോല്പിക്കുകയും ചെയ്തു. അപ്പോൾ മൂത്തത്,'ഒരു വരകൂടി വയ്ക്കുകയാണെങ്കിൽ ഞാനങ്ങയെ ത്തോല്പിക്കും' എന്നു പറഞ്ഞു. 'തോല്പിച്ചില്ല, മൂത്തതിനെ ഞാൻ തോല്പിക്കുകയാണ് ചെയ്തെങ്കിലോ' എന്നു നമ്പൂരി ചോദിച്ചു. 'അങ്ങനെ വരികയാണെങ്കിൽ എനിക്ക് ഈ ക്ഷേത്രത്തിലുള്ള അവകാശങ്ങൾ മുഴുവനും ഞാനങ്ങയ്ക്ക് ഒഴിഞ്ഞുതന്നേക്കാം' എന്നു മൂത്തതു പറഞ്ഞു. അപ്രകാരം മൂത്തതിനെക്കൊണ്ടു സത്യം ചെയ്യിച്ചതിന്റെ ശേഷം നമ്പൂരി മൂത്തതിനോടുകൂടി വീണ്ടും ചതുരംഗം വയ്ക്കുകയും മൂത്തതിനെ തോല്പിക്കുകയും ചെയ്തു. മൂത്തതു സത്യപ്രകാരം ക്ഷേത്രത്തിലെ സകല അവകാശങ്ങളും നമ്പൂരിക്ക് ഒഴിഞ്ഞു കൊടുത്തിട്ടു കുടുംബസഹിതം ആ ദേശത്തുനിന്നു പൊയ്ക്കളഞ്ഞു. അതിനാൽ ഇപ്പോഴും പാഴൂർ പെരുംതൃക്കോവിൽക്ഷേത്രത്തിൽ മൂത്തതില്ല. മൂത്തതു നടത്തി വന്നിരുന്ന പ്രവൃത്തികളെല്ലാം ഇപ്പോൾ അവിടെ കുറൂരുനമ്പൂരിയുടെ ആൾക്കാരായ ചിലരാണ് നടത്തിവരുന്നത്. മൂത്തതിനുണ്ടായ അനുഭവങ്ങളെല്ലാം ദേവസ്വത്തിൽനിന്നു കുറൂരുനമ്പൂരിക്കുകൊടുത്തുവരുന്നുണ്ട്.

പാഴൂർ പെരുംതൃക്കോവിൽ ക്ഷേത്രത്തിന്റെ തിരുമുറ്റത്തു വളരെ പഴക്കമുള്ളതായ ഒരു വരിക്കപ്ലാവ് ഇപ്പോഴും നിൽക്കുന്നുണ്ട്. അതുണ്ടായതെന്നാണെന്ന് ഓർമയുള്ളവരായി ആ ദിക്കിലെങ്ങുമാരുമില്ല. വലിയ വയോവൃദ്ധന്മാരോടു ചോദിച്ചാലും അവർക്കോർമയുള്ള കാലം മുതൽ അതങ്ങനെ അവിടെ നിൽക്കുന്നുണ്ടെന്നു പറയും. അതിനെ 'കീഴ്ലോകത്തു വരിക്ക' എന്നാണ് എല്ലാവരും പറഞ്ഞുവരുന്നത്. ആ പ്ലാവിന്റെ ആഗമനത്തെക്കുറിച്ചുള്ള ഐതിഹ്യം ഏറ്റവും രസകരമാണ്.

ഒരിക്കൽ പാഴൂർ പെരുംതൃക്കോവിലിലെ കലശക്കുടങ്ങൾ മുക്കാനായി ക്ഷേത്രത്തിൽ പ്രവൃത്തിക്കാരിൽ ഒരാൾ പുഴയിൽ കൊണ്ടുപോയി. ആ കൂട്ടത്തിൽ ഒരു സ്വർണക്കുടം കൂടിയുണ്ടായിരുന്നു. അതു

ക്ഷേത്രത്തിൽ പതിവായിട്ടുള്ള നവകത്തിനു ബ്രഹ്മക്കുടവുമായി ഉപയോഗിക്കുന്നതായിരുന്നു. ആ കുടം മുക്കിയപ്പോൾ കയ്യിൽനിന്നു തെറ്റി വെള്ളത്തിൽപ്പോവുകയും പുഴയിൽത്താണുപോവുകയും ചെയ്തു. ഉടനെ ആ കഴകക്കാരൻ 'അയ്യോ! പൊൻകുടം പോയല്ലോ' എന്നു പറഞ്ഞ് ആറ്റിൽ ചാടി മുങ്ങി. കുടം താണുതാണു പോകുന്നത് അയാൾക്ക് കാണാമായിരുന്നു എങ്കിലും പിടിക്കാൻ കിട്ടിയില്ല. അതിനാൽ അയാളും കുടത്തിന്റെ പിന്നാലെ പോയി. അങ്ങനെ വളരെ താഴെച്ചെന്നപ്പോൾ വെള്ളമവസാനിക്കുകയും അവിടമൊരു കരപ്രദേശമായിക്കാണപ്പെടുകയും ചെയ്തു. അവിടെ കുറെ ആളുകൾകൂടി ചക്കപ്പഴം തിന്നുകൊണ്ടിരിക്കുകയായിരുന്നു. അവർ ഈ മനുഷ്യനെ കണ്ടപ്പോൾ ഒരു തുണ്ടം ചക്കപ്പഴം ഇയ്യാൾക്കു തിന്നാനായിക്കൊടുക്കുകയും അതിലുള്ള കുരുവെല്ലാം തിരികെ ഏൽപ്പിക്കണമെന്നു പറയുകയും ചെയ്തു. അയാൾ ആ ചക്കപ്പഴം തിന്നുനോക്കി. അപ്പോൾ അതിന്റെ മാധുര്യം അസാധാരണമായി അയാൾക്കു തോന്നി. അത്ര വിശേഷപ്പെട്ട ചക്കപ്പഴം അയാൾ അതിനുമുമ്പ് ഒരിക്കലും തിന്നിട്ടില്ലായിരുന്നു. 'എന്തായാലും ഇതിന്റെ ഒരു കുരു തട്ടിയെടുത്തു നമ്മുടെ ദിക്കിൽ കൊണ്ടുപോകണം' എന്ന്അയാൾ നിശ്ചയിക്കുകയും അവിടെയുള്ളവരറിയാതെ ഒരു കുരു മുണ്ടിനടിയിൽ ഒളിച്ചുവയ്ക്കുകയും ചെയ്തു. പിന്നെ ആ മനുഷ്യൻ പൊൻകുടവുമെടുത്ത് അവിടെയുണ്ടായിരുന്നവരോടു യാത്രയും പറഞ്ഞു തിരിച്ചുപോരുകയും പാഴൂർ പെരുംതൃക്കോവിൽക്ഷേത്രത്തിന്റെ കടവിൽത്തന്നെ വന്നു കയറുകയും ചെയ്തു. അയാൾ മോഷ്ടിച്ചുകൊണ്ടുപോന്ന ചക്കക്കുരു കുഴിച്ചിട്ടു മുളപ്പിച്ചുണ്ടാക്കിയ പ്ലാവിനെയാണ് ഇപ്പോൾ 'കീഴ്ലോകത്തു വരിക്ക' എന്നു പറഞ്ഞുപോരുന്നത്. ഇങ്ങനെ അനേകം വിശേഷങ്ങളോടുകൂടിയതാണ് പാഴൂർ പെരുംതൃക്കോവിൽ എന്നു പറഞ്ഞുകൊണ്ട് ഈ ഉപന്യാസത്തെ അവസാനിപ്പിച്ചുകൊള്ളുന്നു.

4. പാക്കനാരുടെ ഭാര്യയുടെ പാതിവ്രത്യം

വരരുചി എന്നു പ്രസിദ്ധനായ ബ്രാഹ്മണശ്രേഷ്ഠന് ഒരു പറയിയിൽ നിന്നു പന്ത്രണ്ട് മക്കൾ ജനിച്ചു എന്നും ആ മക്കൾ-

'മേളത്തോളഗ്നിഹോത്രീ രജനനുളിയനൂർ-
  ത്തച്ചനും പിന്നെ വള്ളോൻ
വായില്ലാക്കുന്നിലപ്പൻ വടുതല മരുവും
  നായർ കാരയ്ക്കൽ മാതാ
ചെമ്മേ കേളുപ്പുകൂറ്റൻ പെരിയ തിരുവര-
  ങ്കത്തെഴും പാണനാരും
നേരെ നാരായണഭ്രാന്തനുമുടനകവൂർ
  ചാത്തനും പാക്കനാരും'

ആണെന്നും മറ്റും പ്രസിദ്ധമാണല്ലോ. ഈ പന്ത്രണ്ടു പേരിൽ വായില്ലാക്കുന്നിലപ്പനെ ഒഴിച്ചു പതിനൊന്നുപേരും അവരുടെ അച്ഛന്റെ ശ്രാദ്ധം അഗ്നിഹോത്രികളുടെ ഇല്ലത്തു കൂടി ഒരുമിച്ചാണ് നടത്തുകപതിവെന്നുള്ളതും പ്രസിദ്ധമാണ്. അങ്ങനെ ഒരിക്കൽ എല്ലാവരും അവിടെ കൂടി ശ്രാദ്ധം കഴിഞ്ഞതിന്റെ ശേഷം പതിനൊന്നു പേരും ഒരു സ്ഥലത്തു ഭക്ഷണത്തിനായിട്ടിരുന്നു. അപ്പോൾ അഗ്നിഹോത്രികളുടെ അന്തർജനം ഇവർക്കു വിളമ്പിക്കൊടുക്കാൻ വരാൻ സ്വൽപം മടിച്ചു. പിന്നെ അഗ്നിഹോത്രികൾ വിളിക്കുകയും വളരെ നിർബന്ധിക്കുകയും ചെയ്തപ്പോൾ അന്തർജനം ഒരു കുടയുമെടുത്തുകൊണ്ട് ആ സ്ഥലത്തേക്കു വന്നു. അതു കണ്ടു പാക്കനാർ 'ഇതെന്തിനാണെന്നു' ചോദിച്ചു. അപ്പോൾ അഗ്നിഹോത്രികൾ 'ഇതു പതിവ്രതമാരുടെ ധർമമാണെ'ന്നും 'പതിവ്രതമാർക്കു പരപുരുഷന്മാരെ കാൺമാൻ പാടില്ലെ'ന്നും മറ്റും പറഞ്ഞു. ഉടനെ പാക്കനാർ, 'ഇതൊന്നും പതിവ്രതാധർമമല്ല. ബ്രാഹ്മണസ്ത്രീകൾക്കു പതിവ്രതാധർമം എന്നാൽ എന്താണെന്നുതന്നെ അറിഞ്ഞുകൂടാ. പതിവ്രതാധർമവും പാത്രിവ്രത്യവുമിരിക്കുന്നതു കുടയിലും പുതപ്പിലുമൊന്നുമല്ല. ഇപ്പോൾ പതിവ്രതാധർമത്തെ ശരിയായി അനുഷ്ഠിക്കുന്ന ഒരു സ്ത്രീ എന്റെ കെട്ടിയവളെപ്പോലെ

ലോകത്തിലില്ല' എന്നു പറഞ്ഞു. അതുകേട്ട് അഗ്നിഹോത്രികൾ 'ചണ്ഡാലികൾക്കു പാതിവ്രത്യമോ പതിവ്രതാധർമജ്ഞാനമോ വല്ലതുമുണ്ടോ? പാക്കനാർ പറഞ്ഞത് ശുദ്ധമേ അസംബന്ധമാണ്' എന്നു പറഞ്ഞു. പിന്നെ അവർ രണ്ടുപേരും പാതിവ്രതാധർമത്തെപ്പറ്റി വളരെ വാദപ്രതിവാദങ്ങൾ നടത്തിയതിന്റെശേഷം അഗ്നിഹോത്രികളുടെ അന്തർജനത്തിനോ പാക്കനാരുടെ കെട്ടിയവൾക്കോ പതിവ്രതാധർമജ്ഞാനമുള്ളതെന്നു ബോധ്യപ്പെടുത്തിക്കൊടുക്കാമെന്നു പറഞ്ഞു പാക്കനാർ അഗ്നിഹോത്രികളെ വിളിച്ചുകൊണ്ട് സ്വഗൃഹത്തിലേക്കു പോയി. അവിടെ എത്തിയ ഉടനെ പാക്കാനാർ ഭാര്യയെ വിളിച്ച് 'ഇവിടെ എത്ര നെല്ലിരിക്കുന്നുണ്ട്?' എന്നു ചോദിച്ചു. ഭാര്യ 'അഞ്ചിടങ്ങഴിയുണ്ട്' എന്നു പറഞ്ഞു. ഉടനെ പാക്കനാർ അതിൽ പകുതി നെല്ലെടുത്തു കുത്തി അരിയാക്കി വെച്ചുകൊണ്ടു വരുവാൻ പറഞ്ഞു. ഭാര്യ തൽക്ഷണം പോയി നെല്ലുകുത്തി അരിയാക്കിവെച്ചു ചോറുംകൊണ്ടു വന്നു. അപ്പോൾ പാക്കനാർ 'ആ ചോറ് ഈ കുപ്പയിലിട്ടേക്ക്' എന്നു പറഞ്ഞു. അവൾ ഒട്ടും മടിക്കാതെ അങ്ങനെതന്നെ ചെയ്തു. ഉടനെ പാക്കനാർ ശേഷിക്കുന്ന നെല്ലും കുത്തി അരിയാക്കി ചോറു വെച്ചുകൊണ്ടു വരുവാൻ പറഞ്ഞു.പാക്കനാർ പിന്നെയും മേൽപ്രകാരം ആ ചോറും കുപ്പയിലിട്ടേക്കാൻ പറഞ്ഞു. അപ്പോഴും ഒട്ടും വൈമനസ്യം കൂടാതെ അവൾ ആ ചോറും കുപ്പയിലിട്ടു. പാക്കനാർക്കു വളരെ ദാരിദ്ര്യമായിരുന്നു. അയാളുടെ ഭാര്യ അന്നു ഭക്ഷണം കഴിച്ചിരുന്നില്ല. ആ അഞ്ചിടങ്ങഴി നെല്ലല്ലാതെ അവിടെ നെല്ലും അരിയുമൊന്നും ഇരിക്കുന്നുണ്ടായിരുന്നില്ല. ആ നെല്ലിൽനിന്നു കുറെ എടുത്തു കഞ്ഞിവെച്ചുണ്ണാമെന്നു വിചാരിച്ച് അവൾ അതിനായി ആരംഭിച്ച സമയത്താണ് അഗ്നിഹോത്രികളും പാക്കനാരുംകൂടി അവിടെ എത്തിയത്. ഇങ്ങനെയൊക്കെയായിരുന്നിട്ടും പാക്കനാരുടെ ഭാര്യ തന്റെ ഭർത്താവു പറഞ്ഞതുപോലെ ലേശംപോലും മടിക്കാതെ ചെയ്തു.

ഇത്രയും കഴിഞ്ഞതിന്റെശേഷം അഗ്നിഹോത്രികളും പാക്കനാരും കൂടി അവിടെനിന്നു പുറപ്പെട്ടു തിരിയെ അഗ്നിഹോത്രികളുടെ ഇല്ലത്തെത്തി. ഉടനെ പാക്കനാർ 'ഞാൻ ചെയ്യിച്ചതുപോലെ ഇവിടുത്തെ അന്തർജനത്തെക്കൊണ്ടും ചെയ്യിക്കുക. ഞാൻ കാണട്ടെ' എന്ന് അഗ്നിഹോത്രികളോടു പറഞ്ഞു. ഉടനെ അഗ്നിഹോത്രികൾ അന്തർജനത്തെ വിളിച്ചു രണ്ടരയിടങ്ങഴി നെല്ലെടുത്തു കുത്തി അരിയാക്കി വെച്ചുകൊണ്ടുവരാൻ പറഞ്ഞു. അതുകേട്ട് അന്തർജനം 'ഇവിടെ അരി ഇരിക്കുന്നുണ്ടല്ലോ. പിന്നെ ഇപ്പോൾ നെല്ലു കുത്തുന്നതെന്തിനാണ്?' എന്നു ചോദിച്ചു. പിന്നെ അഗ്നിഹോത്രികൾ വളരെ നിർബന്ധിച്ചിട്ട് അന്തർജനം മനസ്സുകേടോടുകൂടി മുഖം വീർപ്പിച്ചു പിറുപിറുത്തുകൊണ്ടു പോയി നെല്ലു കുത്തി അരിയാക്കി വെച്ചുകൊണ്ടുവന്നു. അപ്പോൾ അഗ്നി

ഹോത്രികൾ ആ ചോറു കുപ്പയിലേക്ക് ഇട്ടേക്കാൻ പറഞ്ഞു. അതു കേട്ട് അന്തർജനം 'എന്താ ഹേ! അവിടേക്കു ഭ്രാന്തുണ്ടോ? ചോറു വെറുതെ കളയുന്നതു തന്നെ കഷ്ടം. വിശേഷിച്ചും ഞാൻ വളരെ പ്രയാസപ്പെട്ടു നെല്ലുകുത്തി അരിയാക്കി വെച്ചുണ്ടാക്കിക്കൊണ്ടുവന്ന ചോറു കുപ്പയിൽ കളയുകയോ? ഇതു വലിയ സങ്കടം തന്നെയാണ്' എന്നും മറ്റും ഓരോ തർക്കങ്ങൾ പറഞ്ഞുകൊണ്ടു നിന്നു. ഒടുക്കം അഗ്നിഹോത്രികളുടെ നിർബന്ധംനിമിത്തം അന്തർജനം ആ ചോറു കുപ്പയിലേക്കിട്ടു. ഉടനെ അഗ്നിഹോത്രികൾ 'ഇനിയും രണ്ടര ഇടങ്ങഴി നെല്ലെടുത്തു കുത്തി അരിയാക്കി വച്ചുകൊണ്ടു വരൂ' എന്നു പിന്നെയും പറഞ്ഞു. അപ്പോൾ അന്തർജനം 'അവിടേക്കുഭ്രാന്തുതന്നെയാണ്. ഈ കൊട്ടുന്ന താളത്തിനൊക്കെ തുള്ളാൻ ഞാനാളല്ല. അസംബന്ധം പറയുകയെന്നു വച്ചാൽ അതിനുമൊരവസാനമില്ലാതെയായാൽ വിഷമമാണ്' എന്നു പറഞ്ഞ് അകത്തേക്ക് പോയി. അഗ്നിഹോത്രികൾ നിർബന്ധപൂർവം വളരെ വിളിച്ചിട്ടും അന്തർജനം പുറത്തേക്കു വന്നില്ല. അപ്പോൾ പാക്കനാർ 'ഇതാണോ പതിവ്രതാധർമം? ഭർത്താക്കന്മാർ എന്തു പറഞ്ഞാലും സന്തോഷത്തോടുകൂടി അത് ഉടനെ ചെയ്യുന്നവളാണ് പതിവ്രത. അങ്ങനെ ചെയ്യുന്നതാണ് പതിവ്രതാധർമം. അതിൽ ഗുണദോഷ ചിന്തനം ചെയ്‌വാനും തർക്കം പറയാനും ഭാര്യമാർക്ക് അവകാശവും അധികാരവുമില്ല' എന്നു പറഞ്ഞ് അഗ്നിഹോത്രികളെ സമ്മതിപ്പിച്ചിട്ടു പാക്കനാർ പോയി.

ഈ ഐതിഹ്യത്തെപ്പറ്റി ഇപ്പോഴത്തെ പരിഷ്കാരികളുടെ ഇടയിൽ വളരെ അഭിപ്രായവ്യത്യാസമുണ്ടായേക്കും. എങ്കിലും ഭർത്താക്കന്മാർ വല്ലതും പറഞ്ഞാൽ പല ഒഴികഴിവുകളും ദുസ്തർക്കങ്ങളും പറഞ്ഞ് അത് ഉടനെ ചെയ്യാതിരിക്കുന്ന സ്ത്രീകൾ കേരളത്തിൽ ധാരാളമുണ്ടെന്നും അതു പതിവ്രതകളായ സ്ത്രീകൾക്കു ചേർന്നതല്ലെന്നുമുള്ളതിൽ പക്ഷാന്തരമുണ്ടാകുമെന്നു തോന്നുന്നില്ല. ഏതെങ്കിലും ഒരു വിഷയത്തിൽ അതിയായ ഭ്രമംകൊണ്ടോ ദുർവാശികൊണ്ടോ ദുസ്സഹമായ മനഃസ്താപംകൊണ്ടോ മറ്റോ ഭർത്താക്കന്മാർ മതിമറന്നു ക്രമവിരോധമായി വല്ലതും പ്രവർത്തിക്കാനാരംഭിക്കുകയോ ആവശ്യപ്പെടുകയോ ചെയ്യുന്ന അവസരങ്ങളിൽ ഗുണദോഷങ്ങൾ പറഞ്ഞ് അവരുടെ മനസ്സിനെ പിൻതിരിച്ചു യാഥാസ്ഥിതമാക്കുന്നതിനുള്ള ചുമതല ഭാര്യമാർക്കുണ്ട്. അങ്ങനെയല്ലാതെ ഭർത്താക്കന്മാർ സ്വബുദ്ധിയോടുകൂടി എന്തെങ്കിലും പറഞ്ഞാൽ ഉടനെ അതു ചെയ്യാതെ വല്ലതും ദുസ്തർക്കം പറയുന്നതു ഭാര്യമാർക്ക് ഒരിക്കലും യുക്തമായിട്ടുള്ളതല്ല. അങ്ങനെയുള്ളവരെ 'ഗൃഹിണികൾ' എന്നു പറയാനും പാടില്ല. അവരെയാണ് 'ഗേഹബാധ'കളെന്നു പറയേണ്ടത്.

പാക്കനാർ തന്റെ ഭാര്യയുടെ പാതിവ്രത്യനിഷ്ഠ എത്രമാത്രമുണ്ടെന്ന് അഗ്നിഹോത്രികളെ ദൃഷ്ടാന്തസഹിതം അറിയിച്ചതായി ഒരൈതിഹ്യം

കൂടി കേട്ടിട്ടുണ്ട്. ഒരിക്കൽ അഗ്നിഹോത്രികൾ പാക്കനാരുടെ മാടത്തിങ്കൽ ചെന്നപ്പോൾ പാക്കനാർ അഗ്നിഹോത്രികൾക്ക് ഇരിക്കുന്നതിന് ഒരു പലകയോ മറ്റോ എടുത്തു കൊടുക്കുന്നതിനായി ഭാര്യയെ വിളിച്ചു. അപ്പോൾ അവൾ കിണറ്റിൽനിന്നു വെള്ളം കോരിക്കൊണ്ടു നിൽക്കുകയായിരുന്നു. വെള്ളവും പാളയുംകൂടി കിണറ്റിന്റെ മധ്യത്തിങ്കലായപ്പോഴാണ് പാക്കനാർ വിളിച്ചത്. ഭർത്താവു വിളിച്ചതു കേട്ട ഉടനെ അവൾ കയറിന്മേൽനിന്നു കൈവിട്ട് ഓടിവന്നു. പാളയും കയറും ആ സ്ഥിതിയിൽത്തന്നെ അവിടെ നിന്നതല്ലാതെ കീഴ്പോട്ടുപോയില്ല. അതുകണ്ട് അഗ്നിഹോത്രികൾ വളരെ ആശ്ചര്യപ്പെട്ടു. 'പാതിവ്രത്യമുണ്ടായാലിങ്ങനെയാണ്. ഭർത്താവു വിളിക്കുന്നതുകേട്ടാൽ എന്തു തന്നെ പ്രവർത്തിച്ചുകൊണ്ടിരിക്കുകയാണെങ്കിലും അതുപേക്ഷിച്ചിട്ട് ഭർത്താവിന്റെ അടുക്കലെത്തുകയെന്നുള്ളതു പതിവ്രതമാരുടെ ധർമമാണ്' എന്നു പാക്കനാർ പറഞ്ഞു. നമ്മുടെ കേരളീയ സഹോദരിമാരും ഈ ഐതിഹ്യങ്ങളുടെ സാരാംശത്തെ ഗ്രഹിച്ചു പ്രവർത്തിക്കുന്നതായാൽ അവർക്കതു ശ്രേയസ്കരമായിരിക്കുന്നതാണ്.

5. രണ്ടു മഹാരാജാക്കന്മാരുടെ സ്വഭാവവ്യത്യാസം

തിരുവനന്തപുരത്തു ശ്രീപത്മനാഭസ്വാമിക്ഷേത്രത്തിന്റെ പടിഞ്ഞാറേ നടയിൽനിന്നു മിത്രാനന്ദപുരം ക്ഷേത്രത്തിലേക്കുള്ള വഴിയുടെ രണ്ടു വശങ്ങളിലും മുൻകാലങ്ങളിൽ നമ്പൂരിമാരുടെ മഠങ്ങളുണ്ടായിരുന്നു. ആ മഠങ്ങളിൽ ഓണന്തുരുത്ത്, കുമാരനല്ലൂർ, കിടങ്ങൂർ, കാടമുറി മുതലായ ഗ്രാമങ്ങളിൽ നിന്നു തിരുവനന്തപുരത്തു മണ്ഡപത്തിൽ ജപം, ഈശ്വരസേവ, പള്ളിത്തേവാരം മുതലായവ നടത്തുന്നതിനായി ചെന്നു താമസിക്കുന്ന നമ്പൂരിമാരാണ് പാർത്തുവന്നിരുന്നത്. അവർ രണ്ടു വശത്തുമുള്ള മഠങ്ങളിലിരുന്നു വെറ്റില മുറുക്കിയാൽ വഴിയിലേക്കാണ് തുപ്പുക പതിവ്. അതുകൊണ്ട് മിത്രാനന്ദപുരം ക്ഷേത്രത്തിൽ ദർശനത്തിനായും മറ്റും പോകുന്നവർക്ക് അതിലേ ശുദ്ധമായിട്ടു നടക്കാൻ പ്രയാസമായിത്തീർന്നു. ആ പ്രയാസം കോവിലെഴുന്നള്ളത്തു സമയത്തു മഹാരാജാക്കന്മാർക്കുമുണ്ടാകാതെയിരുന്നില്ല. എങ്കിലും നമ്പൂരിമാരെക്കുറിച്ചുള്ള ഭക്ത്യാദരബഹുമാനങ്ങൾ നിമിത്തം ആരുമൊന്നും പറയാറില്ല.

1036-ാമാണ്ടു നാടുനീങ്ങിയ മാർത്താണ്ഡവർമ്മരാജാവു തിരുമനസ്സുകൊണ്ട് ഇളംകൂറായിരിക്കുന്ന കാലത്ത് ഒരു ദിവസം ശ്രീപത്മനാഭസ്വാമിക്ഷേത്രത്തിലെഴുന്നള്ളി ദർശനം കഴിച്ചതിന്റെ ശേഷം മിത്രാനന്ദപുരത്തേക്കായി എഴുന്നള്ളി. മേൽപ്പറഞ്ഞ വഴിയുടെ സമീപത്തായപ്പോൾ വഴിയിലെല്ലാം തുപ്പൽനിറഞ്ഞിരുന്നതിനാൽ അതിലെ പോകാൻ നിവൃത്തിയില്ലാതെ അവിടെ എഴുന്നള്ളിനിന്നുകൊണ്ട് അടിച്ചുതളിക്കാരെ വരുത്തി ആ വഴിയെല്ലാം വെടിപ്പാക്കി അടിച്ചുതളിപ്പിക്കുകയും മേലാലിവിടെയാരും തുപ്പാതിരിക്കുന്നതിനുവേണ്ടി ആ വഴിയുടെ ഇരുപാർശ്വങ്ങളിലും നിറച്ചു തുളസി നടുവിക്കുകയും തുളസിക്കു ദിവസം തോറും വെള്ളമൊഴിച്ചും മറ്റും അതിനെ രക്ഷിക്കുന്നതിനു പ്രത്യേകമൊരു ശമ്പളക്കാരനെ കൽപിച്ചു നിയമിക്കുകയും ചെയ്തിട്ടു കോവിലെഴുന്നള്ളത്തു കഴിഞ്ഞു കൊട്ടാരത്തിലേക്കെഴുന്നള്ളുകയും ചെയ്തു.

കുറച്ചു സമയം കഴിഞ്ഞപ്പോൾ അന്നു നാടുവാണിരുന്ന (*1022-ാ മാണ്ടു നാടുനീങ്ങിയ*) സ്വാതിതിരുനാൾ രാമവർമ്മമഹാരാജാവു തിരുമനസ്സിലെ കോവിലെഴുന്നള്ളത്തായി. അവിടുന്ന് പത്മനാഭസ്വാമി ക്ഷേത്രത്തിൽ ദർശനം കഴിച്ചു മിത്രാനന്ദപുരം ക്ഷേത്രത്തിൽ ദർശനത്തിനായി എഴുന്നള്ളി മേൽപ്പറഞ്ഞ വഴിയുടെ അടുക്കലായപ്പോൾ അവിടെ നിറച്ചു തുളസി നട്ടിരിക്കുന്നതായും അതിന്മേലെല്ലാം തുപ്പിയിരിക്കുന്നതായും കണ്ടിട്ട് 'ഇവിടെയൊക്കെ തുളസിനട്ടതാരാണ്?' എന്നു കൽപിച്ചു ചോദിക്കുകയും ഇവിടെയാരും തുപ്പാതിരിക്കാനായിട്ട് ഇളയ തമ്പുരാൻ തിരുമനസ്സുകൊണ്ടു കൽപിച്ചു നടീച്ചതാണ് എന്ന് എഴുന്നള്ളത്തോടുകൂടെയുണ്ടായിരുന്നവരറിയിക്കുകയും ചെയ്തു. അതു കേട്ടിട്ടു മഹാരാജാവു തിരുമനസ്സുകൊണ്ട്, 'അപ്പന് (*തിരുവിതാംകൂർ മഹാരാജകുടുംബത്തിൽ പ്രായം കൂടിയവർ പ്രായം കുറഞ്ഞവരെ വാത്സല്യ സൂചകമായി 'അപ്പൻ' എന്നാണ് പറയുക പതിവ്*) ഇത്ര ശുദ്ധഗതിയുണ്ടല്ലോ.ഇക്കാലത്തുള്ളവരോട് ഈ വിദ്യയൊന്നും പറ്റുകയില്ല. ഇതു കലിയുഗമാണ്. ഇപ്പോഴുള്ള ബ്രാഹ്മണർക്കു തുളസിയിന്മേൽ തുപ്പരുതെന്നും മറ്റുമുള്ള വിചാരം ചുരുക്കമാണ്. ഇതാ, ഇതിന്മേലൊക്കെ നിറച്ചു തുപ്പിയിരിക്കുന്നതു കണ്ടില്ലേ? ആട്ടെ, ഇതിനു ഞാനൊരു കൗശലം പ്രയോഗിച്ചു നോക്കാം' എന്നു കൽപിച്ചിട്ട് ആ തുളസിയെല്ലാമവിടെനിന്നും പറിപ്പിച്ചു മാറ്റിക്കുകയും ഒരു കയ്യാമം വരുത്തി അവിടെ കൽപിച്ചു സ്ഥാപിക്കുകയും ചെയ്തു. അന്നുമുതൽ ആരെങ്കിലും ഈ വഴിയിലേക്ക് തുപ്പിയാൽ അവരെപ്പിടിച്ച് ഈ ആമത്തിലിട്ടേക്കണം എന്നു കൽപിച്ചിട്ട് ചട്ടംകെട്ടി അവിടെയൊരു ശിപായിയെ നിയമിക്കുകയും ചെയ്തു. അന്നു മുതൽ ആ വഴിയിലേക്ക് ആരും തുപ്പാതെയുമായി. ജ്യേഷ്ഠാനുജന്മാരായിരുന്ന ആ മഹാരാജാക്കന്മാരുടെ സ്വഭാവവ്യത്യാസം ഇതിൽ നിന്നു ഗ്രഹിക്കാമല്ലോ.

6. കൊച്ചുനമ്പൂരി

ഏറ്റുമാനൂർ താലൂക്കിൽ ചേർന്ന കടുത്തുരുത്തി പ്രവൃത്തിയിൽ[1] തിരുവമ്പാടി എന്ന ദിക്കിൽ കൊച്ചുനമ്പൂരി എന്നൊരു സരസൻ ഉണ്ടായിരുന്നു. ഇദ്ദേഹം ഒരു വലിയ വ്യുത്പന്നനല്ലായിരുന്നു എങ്കിലും കവിതാവാസന സാമാന്യം ഉള്ള ആളായിരുന്നു. എന്നു മാത്രമല്ല നല്ല ഫലിതക്കാരനും ആയിരുന്നു. ഈ ദിക്കുകളിലെ ശാസ്ത്രക്കളിയിൽ വിഡ്ഢി, വൃദ്ധ, പ്രാക്കൾ, ഓതിക്കോൻനമ്പൂരി മുതലായ വിനോദകരങ്ങളായ വേഷങ്ങൾ എല്ലാം പരിഷ്കരിച്ചത് ഇദ്ദേഹമാണ്. അതാതു വേഷക്കാർക്കു ചേർന്നവയായ വാക്കുകളും പാട്ടുകളും ശ്ലോകങ്ങളും എല്ലാം നല്ല ഫലിതമയങ്ങളായിട്ട് അദ്ദേഹം ഉണ്ടാക്കീട്ടുമുണ്ട്. ശാസ്ത്രക്കളിയിൽ ഇദ്ദേഹത്തിന്റെ പ്രധാനവേഷങ്ങൾ വിഡ്ഢിയുടെയും പ്രാക്കളുടെയും ആയിരുന്നു. ഇദ്ദേഹത്തിന്റെ കാലത്ത് ഏകദേശം ഇതുപോലെ തന്നെ ഫലിതക്കാരായിട്ടു മഠത്തിൽ നമ്പൂരി എന്നൊരാളും ഉണ്ടായിരുന്നു. അദ്ദേഹത്തിന്റെ പ്രധാന വേഷങ്ങൾ വൃദ്ധയുടെയും ഓതിക്കോൻ നമ്പൂരിയുടെയും ആയിരുന്നു. ഇവർ രണ്ടുപേരും കൂടിയുള്ള സംഭാഷണങ്ങൾ എല്ലാം ഫലിതമയങ്ങളും ഏറ്റവും സരസങ്ങളുമായിരുന്നു. ഇവർക്കു രണ്ടുപേർക്കും അനന്യസാധാരണമായി ഉണ്ടായിരുന്ന ഒരു വിശേഷം തൽക്കാലോചിതങ്ങളായ ഫലിതവാക്കുകൾ അപ്പളപ്പോൾ പുത്തൻ പുത്തനായി തോന്നിവരുമെന്നുള്ളതാകുന്നു. വിഡ്ഢിയുടെ ഞാണിന്മേൽ കളിയുടെ വന്ദനശ്ലോകങ്ങളായി കൊച്ചുനമ്പൂരി ഉണ്ടാക്കീട്ടുള്ളവയിൽ ചിലതു താഴെ ചേർക്കുന്നു:

കച്ചോലം കച്ചമുണ്ടും കലവറമുരലും
 കോലരക്കാലവട്ടം
പച്ചക്കായാണ്ടിയാട്ടം തലമുടി വലിയാ-
 നേടെ കൊമ്പും കരിമ്പും
പച്ചപ്പട്ടും വയമ്പും കുറുനിറ ചിറകും
 കത്തി തേച്ചോരു വേഷം
പിച്ചന്മാരിപ്രകാരം പറയുമവരെ ഞാൻ
 നിച്ചലും കൈതൊഴുന്നേൻ. 1

---

1. വില്ലേജ്

തീണ്ടാനാരി കറപ്പു ജീരകമരം
 തണ്ടിഞ്ചി പൂരാടവും
വെൺകൊറ്റക്കുടയും വിയർപ്പുതുണിയും
 വേഴാമ്പലോടാമ്പലും
പഞ്ചാരപ്പൊതിയും ചിരിച്ച ചിരിയും
 ധന്വന്തരം പമ്പരം
ഇത്ഥം പേകൾ പറഞ്ഞുകൊണ്ടു വിലസും
 ഭ്രാന്തായ തുഭ്യം നമഃ 2

അക്ഷീണം മദിരാശിതന്നിലുളവാം
 വൃത്താന്തമിന്നൊക്കെയും
ശിക്ഷയ്ക്കിങ്ങരനാഴികയ്ക്കറിയുമാ-
 ക്കമ്പിത്തപാലും ദ്രുതം
പക്ഷിപ്രൗഢനതെന്നപോലെ ഗമനം
 ചെയ്യുന്ന തീവണ്ടിയും
രക്ഷിച്ചീടണമാസ്ഥയോടു കയറേൽ-
ക്കേറിക്കളിക്കും വിധൗ 3

അഖിലഭുവനമുണ്ണീ ഘോരയാം നക്രതുണ്ഡീ-
യനിലതനയനുണ്ണീ മാലകെട്ടുന്നൊരുണ്ണീ
ഹരനുടെ മകനുണ്ണീ നല്ലൊരോന്നിച്ചയുണ്ണീ-
യടകൊടു നളനുണ്ണീ പാതു മാം കൊത്തതലുണ്ണി.[2]

വൃദ്ധയുടെ കേശാദിപാദാന്തം വർണിക്കുന്നവയായ പാട്ടുകളിൽ ഒന്നു താഴെ ചേർക്കുന്നു.

(ശീതങ്കന്റെ മട്ട്)

ഞാണിൽക്കരേറിക്കളിക്കുന്ന നേരത്തു
വീണുപോകാതിരുന്നീടാൻ ഗണേശനും
വാണിയും മൽഗുരുനാഥനും വ്യാസനും
പാണികൾ നീട്ടിയനുഗ്രഹിച്ചീടണം.
 ചഞ്ചലംകൂടാതെ വൃദ്ധയാം നിന്നെയും
നെഞ്ചകംതന്നിൽ നിനയ്ക്കുന്നു സന്തതം
അഞ്ചിതമാം നിന്റെ കേശാദിപാദവു-
മഞ്ചാതെ ചിത്തേ വിളങ്ങേണമെപ്പോഴും
 വെഞ്ചാമരംപോലെയുള്ള തവമുടി-
ക്കഞ്ചുവിരൽ നീളമുണ്ടതിലെപ്പോഴും

---

2. ഈ ശ്ലോകം അഖിലഭുവനമുണ്ണീ വെണ്ണയും പാലുമുണ്ണീ എന്നുള്ള ശ്രീകൃഷ്ണവന്ദനയായിട്ടുള്ള പഴയ സങ്കീർത്തനശ്ലോകത്തെ അനുകരിച്ചുണ്ടാക്കീട്ടുള്ളതാകുന്നു. കഥകളിയിൽ നളന്റെ വേഷം കെട്ടാൻ പ്രസിദ്ധനായിരുന്ന ഒരാളാണ് നളനുണ്ണി.

പഞ്ചാര കണ്ടാലുറുമ്പരിക്കുംപോലെ
സഞ്ചരിച്ചീടുന്നു മുട്ടയും പേനുമായ്.

തറ്റുടുത്തീടാൻ ഞൊറിയുന്നതുപോലെ-
യറ്റമില്ലാതുണ്ടവയാൽ വിളങ്ങുന്ന
നെറ്റിത്തടത്തിന്റെ ജാത്യമോർത്തീടിലോ
മറ്റൊരു നാരിക്കുമീവണ്ണമില്ലഹോ!

കണ്ണിണതന്നുടെ ജാത്യങ്ങളൊക്കെയും
വർണിച്ചു ചൊല്ലുവാനിന്നു തുടങ്ങിയാൽ
കുണ്ഡലിനാഥനായുള്ളോരനന്തനും
ദണ്ഡമാമെങ്കിലുമൽപം പറഞ്ഞീടാം.

കണ്ണമ്പഴത്തിന്റെ തൊണ്ടു കളഞ്ഞീട്ടു
വെണ്ണനൈപോലങ്ങരച്ചിട്ടുരുട്ടീട്ടു
കണ്ണുകൾ രണ്ടിലും വെച്ചെന്നു തോന്നുമീ
കണ്ണു കാണുന്ന ജനങ്ങൾക്കശേഷവും.

രണ്ടരച്ചോതന കൊള്ളുന്ന തോൽക്കുടം
രണ്ടു കമത്തിയപോലെ കവിൾത്തടം
രണ്ടും പ്രകാശിപ്പതോർക്കുകിൽ ബ്രാഹ്മാവു
പണ്ടിതുപോലെ ചമച്ചതില്ലെങ്ങുമേ.
പാണ്ടുപിടിച്ചുള്ള ചുണ്ടും, പെരുച്ചാഴി-
മാണ്ടിപോലുള്ളൊരു വായിന്റെ ഭംഗിയും
മന്ദഹാസങ്ങളും കണ്ടാൽ തലേത്തട്ടി
വന്നു പിടിച്ചപോലാശു ഛർദ്ദിച്ചിടും.

വേനൽക്കു കായ്ക്കുന്ന വെള്ളരിക്കായ്ക്കവ-
മാനം വരുത്തുന്ന....കൊങ്കതൻ യുഗ്മവും
പാതാളമൊക്കും വയറും നിനയ്ക്കിലാ
വേതാളവും തോറ്റുപോമെന്നു നിർണയം.
ശേഷമനേകമുണ്ടിന്നു വാഴ്ത്തീടുവാൻ
ശേഷിയില്ലാഞ്ഞടങ്ങുന്നു മാലോകരേ!

ഇതു കൂടാതെ 'പാലയപാലയ വൃദ്ധേ! നിന്റെ കോലം ഞാൻ കണ്ടു തൊഴുന്നേൻ' എന്നു പല്ലവിയായി ഒരു കേശാദിപാദം കൂടിയുണ്ട്. വിസ്തര ഭയത്താൽ അതിവിടെ പകർത്തുന്നില്ല.

കൊച്ചുനമ്പൂരി വിഡ്ഢികെട്ടുമ്പോൾ കുഞ്ചൻനമ്പ്യാരുടെ തുള്ളൽ ക്കഥകളിലുള്ള പല ഘട്ടങ്ങളെയും അനുകരിച്ചു പല ഫലിതങ്ങളും പ്രയോഗിക്കാറുണ്ട്. അവയിൽ ചിലതു താഴെ ചേർക്കുന്നു. ഒരു പറയൻ തുള്ളലിൽ ഭസ്മധാരണത്തെക്കുറിച്ചു കുഞ്ചൻനമ്പ്യാരു പറഞ്ഞിട്ടു ള്ളതിനു പകരം,

സൂര്യദേവനുദിക്കുമ്പോൾ
ജലം കൂട്ടിദ്ധരിക്കണം.
മേപ്പടിയാനസ്തമിക്കുമ്പോൾ
മേപ്പടി കൂടാതെയും മേപ്പടി.

'നാളായണീചരിതം' പറയൻതുള്ളലിൽ മുനിയും മുനിപത്നിയും കൂടി ഓരോ വേഷം ധരിച്ചുനടന്നതായി കുഞ്ചൻനമ്പ്യാർ വർണിച്ചിരിക്കുന്നതിന്റെ പകരം,

'ആശാര്യായ് മുനിശ്രേഷ്ഠൻ
ആശാർച്ച്യായ് മുനിപത്നി
മൂശാര്യായ് മുനിശ്രേഷ്ഠൻ
മൂശാർച്ച്യായ് മുനിപത്നി
കൊല്ലനായ് മുനിശ്രേഷ്ഠൻ
കൊല്ലത്ത്യായ് മുനിപത്നി.
ഞാനായി മുനിശ്രേഷ്ഠൻ (*എന്റെ*)
അമ്മയായി മുനിപത്നി.

നാരദമഹർഷി ശ്രീകൃഷ്ണനെ കാണാനായിച്ചെന്ന സമയം പതിനാറായിരത്തെട്ടു ഭാര്യമാരുടെ ഗൃഹത്തിലും ഓരോ വിധം ഭഗവാനെ കണ്ടതായി കുഞ്ചൻനമ്പ്യാർ ഒരു ഓട്ടൻതുള്ളലിൽ പറഞ്ഞിരിക്കുന്നതിനു പകരം,

ചതുരൻ കൃഷ്ണനുമൊരു സുന്ദരിയും
ചതുരംഗം വെക്കുന്നതു കണ്ടു.
വട്ടൻ കൃഷ്ണനുമൊരു സുന്ദരിയും
വട്ടങ്കം വെക്കുന്നതു കണ്ടു.
കോണൻ കൃഷ്ണനുമൊരു സുന്ദരിയും
കോണങ്കം വെക്കുന്നതു കണ്ടു.

പിന്നെ ഒരോട്ടൻതുള്ളലിൽ കുഞ്ചൻനമ്പ്യാർ സുബ്രഹ്മണ്യന്റെ ആറു മുഖങ്ങളെയും ഓരോ വിധത്തിൽ വർണിച്ചിരിക്കുന്നതിനു പകരം,

മെച്ചമേറും കൊച്ചിതന്നിലഴിമുഖമൊന്നു
പിച്ചാത്തിപ്പിടിയിന്മേലേ വ്യാളിമുഖമൊന്നു
പത്മനാഭനാറാടുന്ന ശംഖമുഖമൊന്നു
ഏറ്റുമാനൂർ സന്ധ്യവേല നല്ലമുഖമൊന്നു
മധുരഞ്ചിറയിരവിയുടെ മുതലമുഖമൊന്നു
ചാരവും കരിയും തേച്ചോരെന്റെ മുഖമൊന്നു.

വേറെ ഒരു തുള്ളൽക്കഥയിൽ ശ്രീപരമേശ്വരന്റെ ശിരസ്സിൽ ഗംഗാദേവിയുടെ മുഖം കണ്ടിട്ടു ശ്രീപാർവതിയുടെ ചോദ്യവും ഭഗവാന്റെ സമാധാനവും മംഗളാർഥം കുഞ്ചൻനമ്പ്യാർ വർണിച്ചിരിക്കുന്നതിനു പകരം,

എന്നുടെ തലയിൽ മരത്തങ്കോടൻ
തന്നുടെ മൂക്കും മുഞ്ഞിയുമഴകൊടു
കണ്ടു കയർത്തെന്നമ്മയൊരുനാൾ
കുണ്ഠിതമോടെ ചോദ്യം ചെയ്തു.
മകനേ! നിന്നുടെ തലയിൽ പല പല
വികൃതികൾ കാൺമതിതെന്തൊരു വസ്തു?
ഞാനുരചെയ്തേൻ തലയിൽ പ്രാക്കടെ-
യാനനമായ കിരീടമിതെന്ന്

ദുഷ്ടാ! കപടമുരയ്ക്കരുതെന്നൊടു
പൊട്ടക്കിണറിത കാണാകുന്നു.
മൂത്തു നരച്ചൊരു നിന്നൊടു കപടമ-
തോർത്തുരചെയ്തിട്ടെന്തൊരു കാര്യം?

പൊട്ടക്കിണറല്ലമ്മേ! പ്രാക്കടെ
വട്ടക്കൺമിഴിയാണറിയേണം.

കോമളമാകിയ നിൻ തലയിൽ ര-
ണ്ടാമകൾ കാൺമാനെന്തവകാശം?
ആമകളല്ല കവിൾത്തടമാണതു
മാമകജനനീ! ബോധിച്ചാലും.

പ്രാക്കടെ മുഖമതിൽ മാക്കാന്തവള ക-
രേറി വസിപ്പതിനെന്തവകാശം?
മാക്കാനല്ലതു രമ്യമതാകും
മൂക്കാണെന്നു ധരിച്ചീടേണം.

ധവളിമയോടെ തെളുതെള വിലസും
കവടികൾ കാൺമാനെന്തവകാശം?
കവടികളല്ലതു പ്രാക്കടെ ദന്തം
കവടികൾപോലെ വിളങ്ങീടുന്നു.

കമ്പിളിതന്നുടെ ചരടുകളനവധി
സംപ്രതി കാൺമാനെന്തവകാശം?
കമ്പിളിയല്ലതു പ്രാക്കടെ നല്ലൊരു
ചെമ്പൻമീശകളെന്നറിയേണം.

ഇത്ഥം കപടഗിരം ഗിരിസുതയൊടു
സത്വരമോതും ഗിരിശ നമസ്തേ.

ഇപ്രകാരം കൊച്ചുനമ്പൂരിയുടെ, വിഡ്ഢിയുടെ, നേരമ്പോക്കുകൾ പറഞ്ഞാലവസാനം ഇല്ലാതെ ഉണ്ട്. വിസ്തരഭയത്താൽ അവയെല്ലാം ഇവിടെ ചേർക്കണമെന്നു വിചാരിക്കുന്നില്ല. ഇനി അദ്ദേഹം പ്രാക്കളുടെ വേഷം കെട്ടുമ്പോളുള്ള നേരമ്പോക്കുകളിൽ ചിലതു പറഞ്ഞു കൊള്ളുന്നു.

മരത്തങ്കോടൻ എന്നും ഘോരൻ എന്നും കൂടെപ്പേരുള്ള പ്രാക്കൾ ഒരു മത്സ്യച്ചുമടുമായി അരങ്ങത്തു വന്നാൽ മത്സ്യങ്ങളെ വർണിച്ചു ചൊല്ലുന്നതിനായി അനേകം ശ്ലോകങ്ങൾ അദ്ദേഹമുണ്ടാക്കീട്ടുള്ള വയിൽ ചിലതു താഴെ ചേർക്കുന്നു.

അംഭോധിക്കുള്ളിൽ വാഴും ജലജപരിഷകൾ-
    ക്കൊക്കെയും തമ്പുരാനാം
വൻപൻ കുമ്പ്ളാച്ചിമീനെപ്പരിചൊടു വലത-
    ന്നുള്ളിലാക്കിപ്പിടിച്ച്
തുമ്പപ്പൂ നെയ്യിൽ മൂപ്പിച്ചതുമിതുമൊരുപോ-
    ലങ്ങു നിത്യം ഭുജിച്ചാ-
ലെൺപത്തെണ്ണായിരത്താണ്ടവനിയിലതിമോ-
    ദേന ജീവിച്ചിരിക്കും 1
മച്ചിപ്പെണ്ണു കുറിച്ചിമീനതു പിടി-
    ച്ചുപ്പിൽ പപിച്ചിച്ചയാ
മെച്ചം വെച്ചു പുളിച്ചുകച്ചതിൽ വെളി-
    ച്ചെണ്ണാം തുളിച്ചാദരാൽ
പച്ചപ്പാള പൊളിച്ചു വെച്ചതിനക-
    ത്തേറ്റം ഭുജിച്ചീടുകിൽ
കൊച്ചുണ്ടാമൊരുമിച്ചൊരൻപതു തടി-
    ച്ചുച്ചൈസ്തരം നിശ്ചയം. 2
പരലെന്നുള്ള മത്സ്യത്തെപ്പുലർകാലേ പിടിച്ചുടൻ
മലരിൽച്ചേർത്തു സേവിച്ചാൽ പരലോകം ഗമിച്ചിടാം. 3
ചാളയെന്നുള്ള മത്സ്യത്തെപ്പാളക്കീറ്റിൽപ്പൊതിഞ്ഞുടൻ
തോളത്തിട്ടങ്ങു കൊട്ടീടിൽ താളമുണ്ടായ്‌വരും ദൃഢം. 4

സരസകവികുലാഗ്രേസരൻ ആയിരുന്ന വെൺമണി മഹൻ നമ്പൂരിപ്പാടും ഈ കൊച്ചുനമ്പൂരിയും തമ്മിൽ സ്നേഹമായിരുന്നു എന്നു മാത്രമല്ല, കൊച്ചുനമ്പൂരിയുടെ കവിതാരീതി മഹൻനമ്പൂരിപ്പാട്ടിലേക്കു വളരെ ബോധിച്ചിട്ടുമുണ്ടായിരുന്നു. അതിനാൽ ഒരിക്കൽ നമ്പൂരിപ്പാട് 'മധുരാപുരിരാജചരിതം' എന്നൊരു പുസ്തകം ഉണ്ടാക്കാനാരംഭിക്കുകയും കുറെ ആയപ്പോൾ അദ്ദേഹത്തിനു സഹജമായിട്ടുള്ള മടി നിമിത്തം അതു മുഴുവനാക്കാനായി കൊച്ചുനമ്പൂരിയുടെ പേർക്ക് എഴുത്തോടുകൂടി അയച്ചുകൊടുക്കുകയും ചെയ്തു. ആ എഴുത്തിൽ എട്ടു ശ്ലോകങ്ങളുണ്ടായിരുന്നു. എങ്കിലും മുഴുവൻ തോന്നാത്തതിനാൽ തോന്നുന്ന രണ്ടു ശ്ലോകം താഴെ എഴുതുന്നു.

ക്ഷീരത്തിൽ സിത ചേർത്തപോലെ മധുരി-
    ച്ചീടുന്ന പദ്യങ്ങളെ-

ച്ചാരുത്വത്തൊടുതിർത്തിടും കവികളിൽ
കാർന്നോരതാകും ഭവാൻ
ഏറെത്തന്നെ മനസ്സിരുത്തി മുഴുവൻ
തീർക്കേണമെന്തെങ്കിലും
പാരിൽത്തേ കിടയായിടും കവിയെവൻ
ചേർത്തോർത്തു തീർത്തീടുവാൻ?
കൊച്ചുനമ്പൂരിക്കായിക്കൊച്ചനാം വെൺമണിദ്വിജൻ
പിച്ചുകൊണ്ടു കുറിച്ചിന്നേൽപിച്ചീടുന്നേനിതൊക്കെയും.

ആ എഴുത്തിനു മറുപടിയായി കൊച്ചുനമ്പൂരി അയച്ച ശ്ലോകങ്ങളേയും ഇവിടെ എഴുതുന്നു.

വിപ്രാഗ്രേസര! വെൺമണിദ്വിജ! ഭവാ-
നെൻ കയ്യിൽ വന്നെത്തുവാ-
നുൾപ്പൂവിൽ ബഹു മോദമോടെഴുതിയോ-
രാപ്പദ്യമിന്നൊക്കെയും
സ്വല്പം താമസമെന്നിയേ ഗുണനിധേ!
വന്നെത്തി വായിച്ചു ഞാൻ
മുപ്പാരിൽപ്പുരുകീർത്തി ചേർത്തധിവസി-
ച്ചീടുന്ന ഭാഗ്യംബുധേ! 1

പാരാവാരമതിങ്കലുള്ള തിരപോൽ
വാരിച്ചൊരിഞ്ഞേറ്റവും
നേരമ്പോക്കുകളാർന്ന പദ്യനിരകൊ-
ണ്ടീരേഴുലോകത്തിലും
പാരം കീർത്തി നിറച്ചിടുന്ന ധരണി-
ദേവാഗ്രഗണ്യാ! ഭവാൻ
പാരാതങ്ങു ചമച്ച രാജചരിത-
ശ്ലോകങ്ങളും കണ്ടു ഞാൻ. 2

വെള്ളോലതന്നിൽ വിലസും തവ പദ്യമോർത്തി-
ട്ടുള്ളതിൽ ജനിച്ച പരിതോഷമശേഷമിപ്പോൾ
പൊള്ളല്ലുരയ്ക്കുവതിനോർക്കിൽ മുരാന്തകന്റെ
പള്ളിക്കിടക്കയുമൊടുക്കമബദ്ധമാകും. 3

ഉൾദണ്ഡം തീർന്നുതീർക്കും തവ സരസകവി-
ത്വങ്ങൾ വർണിച്ചുകേട്ടാ-
ലുദ്ദണ്ഡനും ക്ഷണത്തിൽ പരിഭവമകതാ-
രിങ്കലങ്ങങ്കുരിക്കും

അദ്ദണ്ഡംപോലെതന്നേ വരുമതിസരസൻ
കുഞ്ചനും വീരനായോ-
രുദ്ദണ്ഡിക്കും നിതാന്തം പ്രിയവചനമുര-
യ്ക്കുന്നതല്ലന്തണേന്ദ്ര! 4

ചൊല്ലേറും മധുരാപുരീശചരിതം
മല്ലാക്ഷി കേട്ടീടുവാ-
നുല്ലാസേന ചമച്ചു നല്ല സരസ-
ശ്ലോകങ്ങളാക്കിബ്ഭവാൻ
കല്യാണാലയ! ശിഷ്ടമുള്ളതഹമി-
ന്നാഹന്ത? തീർത്തീടുവാ-
നല്ലോ പദ്യമയച്ചതായതു നിന-
ച്ചല്ലൽപ്പെടുന്നേനഹം. 5

ചൊല്ലേറിടുന്ന തവ പദ്യമതിന്റെ ശിഷ്ടം
ചൊല്ലുന്നതിനു മടിയാതെ തുടർന്നുവെങ്കിൽ
വല്ലാതെകണ്ടു വലയും ബഹുമിശ്രമാകു-
മെല്ലാം ജനങ്ങൾ പരിഹാസമതും തകർക്കും. 6

കേടറ്റ തങ്കമണിമാലകൾതന്റെ മദ്ധ്യേ
മാടോടുകൊണ്ടു ചില മാലകൾ തീർത്തു കോർത്താൽ
മൂഢത്വമെന്നു പറയും, ഗരുഡൻ പറന്നാൽ
മാടപ്പിറാവുമതുപോലെ പറന്നുപോമോ? 7

കവികുലജനമെല്ലാം സർവ്വദാ കൈവണങ്ങും
ധവളമണിയതാകും ധാത്രിദേവോത്തമന്റെ
ചെവിയിലിതു ധരിപ്പിച്ചീടണം കുട്ടി വായി-
ച്ചിവ സകലമതിന്നായ് ബാലവിപ്രൻ കുറിച്ചേൻ. 8

ഇപ്രകാരം വെൺമണി മഹൻനമ്പൂരിപ്പാട്ടിലേക്കയച്ചതായിട്ടും മറ്റനേകം സംഗതിവശാലും കൊച്ചുനമ്പൂരി അസംഖ്യം ശ്ലോകങ്ങൾ ഉണ്ടാക്കീട്ടുണ്ട്. പലവിധത്തിലുള്ള പാട്ടുകൾ, സങ്കീർത്തനങ്ങൾ മുതലായവയും ഉണ്ടാക്കീട്ടുണ്ട്. സമസ്യകൾ പൂരിപ്പിച്ചിട്ടുള്ളതിനു സംഖ്യയില്ല. അദ്ദേഹം പൂരിപ്പിച്ചിട്ടുള്ള നാലു സമസ്യകളെ പൂരണങ്ങളോടുകൂടി താഴെ ചേർക്കുന്നു.

വെളുത്ത ചോറെങ്കിലുമിഷ്ടഹീനൻ
വിളിച്ചു തന്നാലതിനില്ല സൗഖ്യം
വിളക്കുകാണാനൃതുവായ നാരി
കുളിച്ചു കോപ്പിട്ടു വരുന്നപോലെ. 1

ഹംസം വാഹനമായവന്റെ ലിഖിതം
    കഷ്ടം! മഹാദുഃഖദം
സംസാരാംബുധിതന്നിൽ വീണു കരുണാ
    രാശേ! വലഞ്ഞേനഹം
കംസൻ തന്നുടെ വൈരിയാം മധുരിപോർ-
    ന്നാമത്രയം സർവദാ
സംസാരിപ്പതിനെങ്കിലും വഴി വഴ-
    ക്കെന്ന്യേ വരുത്തീടണം. 2

ചെറുപ്പകാലത്തു തനൂരുഹങ്ങൾ
കറുത്തിരുന്നായതിലർദ്ധമിപ്പോൾ
വെളുത്തതോർത്താലിനിമേലിലെല്ലാം
വെളുത്തുപോമെന്നിഹ തോന്നിടുന്നു 3

ഓണത്തിനും വിഷുവിനും തിരുവാതിരയ്ക്കും
പ്രാണാധിനാഥയെ വെടിഞ്ഞു വസിക്കയെന്നും
വാണീവരൻ മമ ശിരസ്സിൽ വരച്ചതോർത്താൽ
പ്രാണൻ ത്യജിക്കിലതുതന്നെ ഗുണം മഹാത്മൻ! 4

മേല്പറഞ്ഞ സമസ്യകൾ വെൺമണി മഹൻനമ്പൂരിപ്പാട്ടിലേതാണെന്നു ചിലർ പറയുന്നുണ്ട്. മൂന്നാം സമസ്യ നമ്പൂരിപ്പാട്ടീന്നുതന്നെ പൂരിപ്പിച്ചിട്ടുള്ളതും കേട്ടീട്ടുണ്ട്. താരതമ്യവിവേചനത്തിനായി ആ പൂരണവും ഇവിടെ ചേർക്കുന്നു.

കുളുർത്ത ചെന്താമരതന്നകത്തെ-
ദ്ദളത്തിനൊക്കും മിഴിമാർമണേ! കേൾ
തളത്തിൽനിന്നിങ്ങനെതന്നെ നേരം
വെളുത്തുപോമെന്നിഹ തോന്നിടുന്നു.

കൊച്ചുനമ്പൂരി ഈശ്വരസ്തോത്രങ്ങളായിട്ടും സദാചാരങ്ങളായിട്ടും അനേകം ശ്ലോകങ്ങൾ ഉണ്ടാക്കീട്ടുണ്ട്. സ്ഥലച്ചുരുക്കത്താൽ അവയും ഇവിടെ ചേർക്കാൻ നിവൃത്തിയില്ല. പരൽപേരിൻപ്രകാരം അക്ഷരനിർണയം ചെയ്ത് അർഥം മനസ്സിലാക്കേണ്ടതായ ഒരു ശ്ലോകം താഴെ ചേർക്കുന്നു.

[3]എൺപത്തൊന്നതു ദൂരെ വിട്ടു പതിനേ-
    ഴൻപോടു കൈക്കൊണ്ടുതാ-
നൻപത്തൊന്നവതാരബാലകനെഴും
    മുപ്പത്തിമൂന്നെപ്പൊഴും

3. എൺപത്തൊന്നു.....വ്യാജം...പതിനേഴു......സത്യം..അമ്പത്തൊന്നു....കൃഷ്ണ. മുപ്പത്തിമൂന്നു ലീല എഴുനൂറ്റഞ്ചു.....മനസ്സ്. അമ്പത്തൊന്നു...കാമം. അറുപത്തഞ്ചു...മോക്ഷം.

സമ്പത്തെന്നു ദൃഢീകരിച്ചതെഴുനു-
റ്റഞ്ചിൽ സ്മരിച്ചീടിലി-
ങ്ങൻപത്തൊന്നതു ദൂരെയാക്കിയറുപ-
ത്തഞ്ചിൽ സുഖിക്കാമെടോ!

വെൺമണി മഹൻനമ്പൂരിപ്പാടുണ്ടാക്കിയ മധുരാപുരിരാജചരിതം ആരും മുഴുവനാക്കീട്ടില്ല. നമ്പൂരിപ്പാട്ടീന്ന് ഇരുപത്തഞ്ചു ശ്ലോകത്തോളമുണ്ടാക്കീട്ടുള്ളതായി കേട്ടിട്ടുണ്ട്. കൊച്ചുനമ്പൂരിക്കയച്ചതായ ഒരു പദ്യംകൊണ്ടതു സ്പഷ്ടമാകുന്നുമുണ്ട്.

പഞ്ചാരപ്പൊടിയോടു പാരമിടയും
ത്വൽ പദ്യമിപ്പോൾ ഭവാ-
നഞ്ചാറല്ല കൊടുത്തയച്ചതിരുപ-
ത്തഞ്ചും സഖേ! സാദരം
എഞ്ചാരത്തിഹ വന്നനേരമധുനാ
വാങ്ങിച്ചു വായിച്ചു ഞാൻ
നെഞ്ചാകെത്തെളിവായി മന്ദമെഴുനേ-
റ്റഞ്ചാറു ചാടീടിനേൻ.

മേൽപ്പറഞ്ഞ സംഗതികൊണ്ടു കൊച്ചുനമ്പൂരിയുടെ കവിതാരീതി വെൺമണിമഹൻനമ്പൂരിപ്പാട്ടിലേക്ക് ഏറ്റവും ബോധിച്ചതായിരുന്നു എന്നു സ്പഷ്ടമാകുന്നുണ്ട്. ഇപ്രകാരം സരസകവിയായ അദ്ദേഹം കൊല്ലം ഒരായിരത്തി അൻപതാമാണ്ടു മീനമാസത്തിൽ ചരമഗതിയെ പ്രാപിച്ചു.

7. ചെമ്പകശ്ശേരിരാജാവും മേപ്പത്തൂർ ഭട്ടതിരിയും

പ്രസിദ്ധ വിദ്വാനും മഹാകവിയുമായിരുന്നു മേപ്പത്തൂർ നാരായണ ഭട്ടതിരി ചെമ്പകശ്ശേരി രാജാവിന്റെ ഇഷ്ടനായിട്ടു കുറച്ചു കാലം അമ്പലപ്പുഴെ താമസിച്ചിരുന്നുവെന്നുള്ളതു ചരിത്രപ്രസിദ്ധമാണല്ലോ. അദ്ദേഹം അമ്പലപ്പുഴെ ചെന്നുചേരാനും രാജാവിന്റെ ഇഷ്ടനായിത്തീരാനുമുണ്ടായ കാരണത്തെയാണ് ഇവിടെ ആദ്യമായി പറവാൻ ഭാവിക്കുന്നത്.

ഒരു കാലത്ത് അമ്പലപ്പുഴ നാടുവാണിരുന്ന രാജാവിനു പ്രതിദിനം ഒരു ബ്രാഹ്മണനെക്കൊണ്ടു ഭാരതം വായിപ്പിച്ചു കേട്ടതല്ലാതെ ഭക്ഷണം കഴിക്കുകയില്ലെന്ന് ഒരു നിഷ്ഠയുണ്ടായിരുന്നു. അതിലേക്കു പ്രത്യേകമൊരു ബ്രാഹ്മണനെ ശമ്പളംവെച്ച് ആക്കീട്ടുമുണ്ടായിരുന്നു. ആ ബ്രാഹ്മണൻ ഒരു ദിവസത്തെ വായന കഴിഞ്ഞു പിറ്റേദിവസത്തേക്കു തിരിച്ചെത്തിക്കൊള്ളാമെന്നു വിചാരിച്ച് എവിടെയോ പോയി. അദ്ദേഹം വിചാരിച്ചതുപോലെ പിറ്റേദിവസത്തെ വായനയ്ക്കു വന്നെത്തുന്നതിന് എന്തോ കാരണവശാൽ സാധിച്ചില്ല. രാജാവു നേരത്തെ കുളിയും തേവാരവുമെല്ലാം കഴിഞ്ഞ് പതിവുപോലെ വായന കേൾക്കാൻ ചെന്നിരുന്നു. വളരെ നേരമിരുന്നിട്ടും വായനക്കാരൻ ബ്രാഹ്മണനെ കണ്ടില്ല. ഭക്ഷണത്തിന്റെ സമയം കഴിഞ്ഞപ്പോഴേക്കും രാജാവിനു വിശപ്പു കലശലായി. എവിടെനിന്നെങ്കിലും ഒരു ബ്രാഹ്മണനെ ഉടനെ വിളിച്ചുകൊണ്ടു വരണമെന്നു പറഞ്ഞു ഭടന്മാരെ ഓടിച്ചു. അപ്പോൾ ഒരാൾ രാജാവിന്റെ അടുക്കൽച്ചെന്ന് വഴിപോക്കനായ ഒരു ബ്രാഹ്മണൻ അമ്പലത്തിനകത്തു മണ്ഡപത്തിൽ ജപിച്ചുകൊണ്ടിരിക്കുന്നുണ്ടെന്നറിയിച്ചു. ഉടനെ രാജാവാളയച്ച് ആ ബ്രാഹ്മണനെ വരുത്തി, 'ഹേ! അങ്ങേയ്ക്കു കൂട്ടിവായന ശീലമുണ്ടോ? എന്നു ചോദിച്ചു. 'കുറേശ്ശേ പരിചയമുണ്ട്' എന്നു ബ്രാഹ്മണൻ പറയുകയും ഉടനെ രാജാവ് ഭാരതം ഗ്രന്ഥമെടുത്തു കൊടുക്കുകയും ബ്രാഹ്മണൻ വായിച്ചുതുടങ്ങുകയും ചെയ്തു. കർണപർവ്വമാണ് വായിച്ചിരുന്നത്. അതിൽ ഭീമന്റെ കയറ്റത്തെ വർണിക്കുന്ന ഘട്ടത്തിൽ,

'ഭീമസേനഗദാത്രസ്താ ദുര്യോധനവരൂഥിനീ
ശിഖാ ഖാർവാടകസ്യേവ കർണമൂലമുപാശ്രിതാ'

എന്നു കൂട്ടിവായിച്ചു. ഭാരതത്തിലില്ലാത്തതായ ഈ ശ്ലോകം കഷണ്ടിത്തലയനായ തന്നെ പുച്ഛിച്ച് ആ നമ്പൂരി തൽക്ഷണം ഉണ്ടാക്കിയതാണെന്നു രാജാവിനു മനസ്സിലാകയാൽ, 'അങ്ങുന്നാണോ മേപ്പത്തൂർ നാരായണഭട്ടതിരി?' എന്നു നിസ്സംശയം ചോദിക്കയും ചെയ്തു. അപ്പോൾ രാജാവിനെ സന്തോഷിപ്പിക്കുന്നതിനായി അദ്ദേഹം,

അവ്യഞ്ജനസ്താർക്ഷ്യകേതുര്യൽപദം ഘടയിഷ്യതി
തത്തേ ഭവതു കൽപ്പാന്തം ദേവനാരായണപ്രഭോ!

ഈ ശ്ലോകവും തൽക്ഷണമുണ്ടാക്കിച്ചൊല്ലി.

ഇദ്ദേഹം മേപ്പത്തൂർ ഭട്ടതിരിയാണെന്നറിഞ്ഞപ്പോൾ രാജാവിനു വളരെ സന്തോഷമുണ്ടാവുകയും ഭട്ടതിരി അന്ന് ഊണു കഴിച്ചിട്ടില്ലായിരുന്നതിനാൽ അവർ ഒപ്പമിരുന്ന് ഊണു കഴിക്കുകയും രാജാവു പിന്നെ കുറച്ചു കാലത്തേക്ക് ഭട്ടതിരിയെ അവിടെ താമസിപ്പിക്കുകയും ചെയ്തു. ഇങ്ങനെയാണ് മേപ്പത്തൂർ ഭട്ടതിരി അമ്പലപ്പുഴെ രാജാവിന്റെ ഇഷ്ടനായി അവിടെ താമസിക്കുന്നതിനിടയായത്. ഇങ്ങനെ താമസിച്ചിരുന്ന കാലത്തുണ്ടാക്കിയതാണ് 'പ്രക്രിയാസർവസ്വ'മെന്ന വ്യാകരണഗ്രന്ഥം. അക്കാലത്തു ഭട്ടതിരിയോട് ഒരു നാടകമുണ്ടാക്കേണമെന്നു രാജാവും, നാടകമുണ്ടാക്കിക്കിട്ടിയാൽ കൽപനയുണ്ടെങ്കിൽ അരങ്ങേറ്റം കഴിച്ചുകൊള്ളാമെന്ന് അക്കാലത്ത് അതിസമർഥനായി അവിടെയുണ്ടായിരുന്ന ചാക്യാരും പറഞ്ഞു. എങ്കിലും ഭട്ടതിരി, 'ഒരു നാടകമുണ്ടാക്കാൻ തക്കവണ്ണമുള്ള പാണ്ഡിത്യവും കവിത്വവുമെനിക്കില്ല; ചാക്യാർക്കു പറയാമെന്നുണ്ടെങ്കിൽ ഞാൻ ചില ചമ്പുപ്രബന്ധങ്ങളുണ്ടാക്കിത്തരാം' എന്നു പറഞ്ഞതല്ലാതെ നാടകമുണ്ടാക്കാൻ തുനിഞ്ഞില്ല. വലിയ വിദ്വാനും മഹാകവിയുമായിരുന്ന ഭട്ടതിരി തന്നെ ഇപ്രകാരം പറഞ്ഞൊഴിഞ്ഞതുകൊണ്ട് അക്കാലത്ത് 'നാടകാദ്യം കവിത്വ'മെന്നുള്ളതല്ല, 'നാടകാന്തം കവിത്വ'മെന്നുള്ള അഭിപ്രായം തന്നെയാണ് വിദ്വാന്മാരുടെ ഇടയിൽ പ്രബലപ്പെട്ടിരിക്കുന്നതെന്ന് സ്പഷ്ടമാകുന്നുണ്ടല്ലോ.

നാടകമുണ്ടാക്കുകയെന്നുള്ളത് അശക്യമാണെങ്കിൽ ചമ്പുപ്രബന്ധങ്ങളുണ്ടാക്കിയാലും മതിയെന്നു രാജാവു സമ്മതിക്കുകയാൽ ഭട്ടതിരി സുഭദ്രാഹരണം, ദൂതവാക്യം, രാജസൂയം, നൃഗമോക്ഷം, നിരനുനാസികം, മത്സ്യാവതാരം ഇത്യാദികളായ പത്തു ചമ്പുപ്രബന്ധങ്ങളുണ്ടാക്കുകയും അവയെല്ലാം അമ്പലപ്പുഴെ രാജാവിന്റെ കൽപനപ്രകാരം ചാക്യാർ അരങ്ങേറ്റം കഴിക്കുകയും ചെയ്തു. ഭട്ടതിരി പ്രബന്ധങ്ങൾ മുഴുവനുണ്ടാക്കിക്കൊടുത്തിട്ട് അവ പിന്നീട് ചാക്യാരു തോന്നിച്ച് അരങ്ങേറ്റം കഴിക്കുകയല്ല ചെയ്തത്. ഭട്ടതിരി ചാക്യാർക്ക് ഓരോ ദിവസം പറയാൻ

മാത്രം കുറേശ്ശെ എഴുതിക്കൊടുക്കുകയും എഴുതിക്കൊടുക്കുന്നത് അന്നന്നു തോന്നിച്ചു ചാക്യാർ അരങ്ങേറ്റം കഴിക്കുകയുമാണ് ചെയ്തിരുന്നത്. ഓരോ ശ്ലോകങ്ങൾക്കും ഗദ്യങ്ങൾക്കും ഭട്ടതിരി വിചാരിക്കുന്നതിലധികമർഥം, ചാക്യാർ പറഞ്ഞിരുന്നതിനാൽ സന്തോഷവും ഉത്സാഹവും വർദ്ധിക്കുകയാലാണ് ഭട്ടതിരി പത്തു പ്രബന്ധങ്ങളുണ്ടാക്കാനിടയായത്. ഒരു പ്രബന്ധമുണ്ടാക്കുകയെന്നേ ഭട്ടതിരി ആദ്യം വിചാരിച്ചിരുന്നുള്ളു. ചാക്യാർ പറഞ്ഞ ഒരു വിശേഷാർഥം ഉദാഹരണത്തിനായി താഴെ പറയുന്നു.

'സുഭദ്രാഹരണം' പ്രബന്ധത്തിലെ,

അത്രാഗതം........

എന്ന ശ്ലോകത്തിനു ചാക്യാർ, 'കബരീ ഇഹ പ്രശിഥിലാ, ഇഹനദ്ധാ' (*തലമുടി ഇവിടെവെച്ചു അഴിഞ്ഞു. ഇവിടെവെച്ചു കെട്ടി*) എന്നു രണ്ടായിട്ടന്വയിച്ച് അർഥം പറഞ്ഞു. കൂത്തു കഴിഞ്ഞപ്പോൾ ഭട്ടതിരി "ചാക്യാർ ഞാൻ വിചാരിച്ചിരുന്നതിൽ ഒന്നു കടത്തിവെച്ചു. 'പ്രശിഥിലാ കബരീ ഇഹ നദ്ധാ' (*അഴിഞ്ഞ തലമുടി അവിടെ വച്ചുകെട്ടി*) എന്ന് ഒരന്വയമേ ഞാൻ വിചാരിച്ചിരുന്നുള്ളൂ. ചാക്യാർ രണ്ടന്വയമായിട്ടു പറഞ്ഞതിലാണ് അധികം ചമൽക്കാരവും അർഥപുഷ്ടിയുമുണ്ടാകുന്നത്. അതിനാൽ ചാക്യാരുടെ മനോധർമം വളരെ നന്നായി" എന്നു പറഞ്ഞു. ഇങ്ങനെ അനേകം ശ്ലോകങ്ങൾക്ക് ആ ചാക്യാർ ഭട്ടതിരി വിചാരിക്കുന്നതിലധികമർത്ഥം പറയുകയും അവയെല്ലാം ഭട്ടതിരിയും രാജാവും സമ്മതിക്കുകയും ചെയ്തിരുന്നു.

നാരായണഭട്ടതിരി സംസ്കൃതചമ്പുപ്രബന്ധങ്ങളുണ്ടാക്കുകയും അവയെ ചെമ്പകശ്ശേരി രാജാവിന്റെ കൽപനപ്രകാരം അമ്പലപ്പുഴ ചാക്യാർ അരങ്ങേറ്റം കഴിക്കുകയും ചെയ്തതിന്റെശേഷം ആ പ്രബന്ധങ്ങളെത്തന്നെ ശേഷമുള്ള ചാക്യാരന്മാരും പാഠകക്കാരും ഉപയോഗിച്ചു തുടങ്ങുകയും അവയ്ക്കു സർവ്വത്ര പ്രചാരം സിദ്ധിക്കുകയും ചെയ്തു. ഭട്ടതിരിയെ അനുകരിച്ചു വേറെ ചില വിദ്വാന്മാരും രംഗോപജീവികളുടെ ഉപയോഗത്തെ ഉദ്ദേശിച്ചു ചമ്പുപ്രബന്ധങ്ങളുണ്ടാക്കീട്ടുണ്ട്. എങ്കിലും അവയിലൊന്നിനും ഭട്ടതിരിയുടെ പ്രബന്ധങ്ങളോളം പ്രചാരം സിദ്ധിച്ചിട്ടില്ല. ഭട്ടതിരി സംസ്കൃതചമ്പുപ്രബന്ധങ്ങളുണ്ടാക്കി അരങ്ങേറ്റം കഴിപ്പിക്കുന്നതിനു മുമ്പു ചാക്യാന്മാർ, പാഠകക്കാർ മുതലായ രംഗോപജീവികൾ ഭാഷാചമ്പു പ്രബന്ധങ്ങളാണ് ഉപയോഗിച്ചുവന്നിരുന്നത്. അതിനാൽ ഭട്ടതിരിയുടെ പ്രബന്ധ നിർമാണോദ്യമം രംഗോപജീവികൾക്കും ജനങ്ങൾക്കാകപ്പാടെയും ഉപകാരമായിട്ടുണ്ടെന്നുതന്നെ പറയേണ്ടിയിരിക്കുന്നു.

8. വട്ടപ്പറമ്പിൽ വലിയമ്മ

കാർത്തികപ്പള്ളിത്താലൂക്കിൽച്ചേർന്ന കായംകുളം എന്ന പ്രദേശം തിരുവിതാംകൂറിൽ ചേരുന്നതിനു മുമ്പ് അതൊരു പ്രത്യേക രാജ്യമായി ഒരു രാജാവിനാൽ ഭരിക്കപ്പെട്ടിരുന്നതാണെന്നുള്ളതു പ്രസിദ്ധമാണല്ലോ. അവിടെ ഇപ്പോഴുള്ള 'പുതിയടത്തു' ക്ഷേത്രത്തിനു സമീപം വട്ടപ്പറമ്പിൽ എന്നു പ്രസിദ്ധമായിട്ട് ഒരു നായർകുടുംബമുണ്ടായിരുന്നു. ഈ കുടുംബക്കാർക്കു കായംകുളത്തു രാജാവിന്റെ മന്ത്രിസ്ഥാനവും ആയുധാഭ്യാസവിഷയത്തിൽ ഗുരുസ്ഥാനവും തന്നിമിത്തം സേനാനായകത്വവുമുണ്ടായിരുന്നതു കൂടാതെ വിവാഹബന്ധത്തിൽ ബന്ധുത്വവുമുണ്ടായിരുന്നു. ഇപ്രകാരം ആ രാജാവിന്റെ ആശ്രയത്തിലും സംരക്ഷണത്തിലുമിരുന്ന ആ കുടുംബത്തിലുൾപ്പെട്ട ഒരു ശാഖക്കാർ എന്തോ കാരണവശാൽ ആ രാജാവിന്റെ അപ്രീതിക്കു പാത്രീഭവിക്കുകയാൽ കൊല്ലം 850-ാമാണ്ടിടയ്ക്ക് അവിടെനിന്നു പിരിഞ്ഞുപോകേണ്ടതായി വന്നു. പണ്ടേതന്നെ ശൂരന്മാരും ധൈര്യശാലികളും യുദ്ധവിദഗ്ദ്ധന്മാരുമായ അവർ അവിടെനിന്നു പിരിഞ്ഞുപോയി. എങ്കിലും ഏതാനും സൈന്യങ്ങളെ ശേഖരിച്ചുകൊണ്ടു കായംകുളത്തിനു സമീപംതന്നെ 'കീരിക്കാട്' എന്ന ദിക്കിൽ ഏതാനും സ്ഥലം സ്വാധീനപ്പെടുത്തുകയും അവിടെ കോട്ട, കൊത്തളം മുതലായവയും ആ കോട്ടയ്ക്കകത്ത് ഒരു ഭവനവും ചില പരദേവതാലയങ്ങളുമുണ്ടാക്കിക്കുകയും ചെയ്ത് അനന്യാശ്രയമായും പൂർവ്വാധികം പ്രാബല്യത്തോടുകൂടിയും താമസിച്ചു. ശേഷമുള്ള ശാഖക്കാർ യഥാപൂർവ്വം കായംകുളത്തുരാജാവിനെ ആശ്രയിച്ചുതന്നെ കായംകുളത്തുള്ള ആദികുടുംബത്തിലും താമസിച്ചുവന്നു. കീരിക്കാട്ടേക്കു മാറിത്താമസിച്ചവർ കായംകുളത്തുരാജാവിനെ ലേശംപോലും വകവയ്ക്കാതെ സ്വാതന്ത്ര്യത്തോടുകൂടിയാണ് താമസിച്ചിരുന്നത്. എങ്കിലും അവരുടെ പ്രാബല്യത്തേയും പരാക്രമത്തേയും സൈന്യബലത്തേയും മറ്റും കുറിച്ചു വിചാരിച്ചിട്ടും, തന്റെ സൈനികന്മാർ അവരുടെ ശിഷ്യരും വളരെക്കാലം അവരുടെ അധികാരത്തിൻകീഴിൽ ഇരുന്നവരുമാകയാൽ അടുത്തുകൂടി

വരുമ്പോൾ മറുഭാഗത്തു ചേർന്നുകളഞ്ഞെങ്കിൽ വലിയ ആപത്തായി തീരുമല്ലോ എന്നു ശങ്കിച്ചിട്ടും കായംകുളത്തു രാജാവിന് അവരോടെതിർക്കാൻ ധൈര്യമുണ്ടായില്ല. അതിനാൽ അവർ കാലക്രമേണ ഒരു നാടുവാഴിയുടെ സ്ഥിതിയിലായിത്തീർന്നു.

വട്ടപ്പറമ്പിൽ കുടുംബത്തിൽനിന്നു പിരിഞ്ഞുപോയി താമസം കീരിക്കാട്ടാക്കിയതിന്റെശേഷവും അവർ എഴുത്തുകുത്തുകളിലും മറ്റും പുരാതനകുടുംബപ്പേർ തന്നെയാണ് ഉപയോഗിച്ചിരുന്നത്. ഇപ്പോഴും അങ്ങനെതന്നെ നടത്തിവരുന്നു. എങ്കിലും കീരിക്കാട്ടുള്ള ഭവനം കോട്ടയ്ക്കകത്താകയാൽ ആ ദിക്കുകാർ ആ ഭവനത്തിന് 'കോട്ടയ്ക്കകത്ത്' എന്നുകൂടി പേർ പറഞ്ഞുതുടങ്ങുകയും അത് ആ ദിക്കുകളിൽ ഒരുവിധം നടപ്പായിത്തീരുകയും ചെയ്തു. ഇപ്പോഴും അവിടങ്ങളിൽ ചിലർ അങ്ങനെ പറഞ്ഞുവരുന്നുമുണ്ട്.

കൊല്ലം 681-ാമാണ്ടു മുതൽ 710-ാമാണ്ടുവരെ രാജ്യം വാണിരുന്ന വീര ഉദയമാർത്താണ്ഡവർമ മഹാരാജാവിന്റെ കാലാനന്തരം 904-ാമാണ്ട് സാക്ഷാൽ മാർത്താണ്ഡവർമമഹാരാജാവു രാജ്യഭാരം കയ്യേറ്റ കാലംവരെ ചില ഇടപ്രഭുക്കന്മാർ, മാടമ്പിമാർ, എട്ടുവീട്ടിൽപിള്ളമാർ മുതലായ രാജദ്രോഹികളുടെ അക്രമങ്ങളും ഉപദ്രവങ്ങളും നിമിത്തം തിരുവിതാംകൂർ മഹാരാജകുടുംബത്തിലെ ആൺവഴി തമ്പുരാക്കന്മാരും പെൺവഴി തമ്പുരാക്കന്മാരും പലപ്പോഴും തലസ്ഥാനംവിട്ട് ഒളിച്ചോടിപ്പോയി പല സ്ഥലങ്ങളിലും ചെന്ന് അജ്ഞാതവാസം ചെയ്യേണ്ടിവന്നിട്ടുണ്ടെന്നുള്ളതു പ്രസിദ്ധമാണല്ലോ. ആ കൂട്ടത്തിൽ ഒരു മഹാരാജ്ഞി ശത്രുഭയം നിമിത്തം പ്രാണരക്ഷാർത്ഥം കുറച്ചുകാലം അരിപ്പാട്ടു 'കരിപ്പാലിൽ' കോയിക്കൽ എഴുന്നള്ളി താമസിച്ചിരുന്നു. 933-ാമാണ്ടുമുതൽ 73-ാമാണ്ടുവരെ തിരുവിതാംകൂർ രാജ്യം യഥായോഗ്യം ഭരിച്ചുവാണിരുന്ന വിശ്വവിശ്രുതനായ കാർത്തികതിരുനാൾ മഹാരാജാവു തിരുമനസ്സുകൊണ്ട് തിരുവവതാരം ചെയ്തരുളിയത് ആ മഹാരാജ്ഞിയിൽനിന്നും അവിടെവെച്ചുമായിരുന്നു. അങ്ങനെ ആ മഹാരാജ്ഞി ആ രാജകുമാരനോടുകൂടി അവിടെ എഴുന്നള്ളി താമസിച്ചിരുന്ന കാലത്ത് കീരിക്കാട്ടു വട്ടപ്പറമ്പിൽ അന്നു മൂപ്പായിരുന്ന സ്ത്രീ കൂടക്കൂടെ മഹാരാജ്ഞിയെ മുഖംകാണിക്കാനായി കരിപ്പാലിൽ കോയിക്കൽ പൊയ്ക്കൊണ്ടിരുന്നു. അതിനാൽ ആ സ്ത്രീയും മഹാരാജ്ഞിയും തമ്മിൽ പരിചയമായി എന്നുമാത്രമല്ല, പരസ്പരം മഹാരാജ്ഞി തിരുവിതാംകൂർ മഹാരാജകുടുംബത്തി ലെ ഒരു പ്രധാനാംഗമായിരുന്നുവെങ്കിലും കാലസ്ഥിതികൊണ്ടും ദേശാന്തരവാസം നിമിത്തവും മറ്റും പലവിധത്തിലുള്ള ബുദ്ധിമുട്ടുകളും ഞെരുക്കങ്ങളുമുണ്ടായിരുന്നു. അക്കാലത്ത് അതിനെല്ലാം പരിഹാരമുണ്ടാക്കിക്കൊടുത്തു സഹായിച്ചുകൊണ്ടിരുന്നത് വട്ടപ്പറമ്പിലെ ആ ഗുണവതിയും ബുദ്ധിശാലിനിയും ഔദാര്യ

നിധിയുമായ സ്ത്രീയായിരുന്നു. അവരുടെ സഹായമില്ലായിരുന്നുവെങ്കിൽ മഹാരാജ്ഞി തിരുമനസ്സിലേക്ക് അന്ന് അവിടെ കഴിച്ചുകൂട്ടാൻ കഴിയുമായിരുന്നുവോ എന്നുതന്നെ സംശയമാണ്. ആ സ്ത്രീ കൂടക്കൂടെ ചെന്നു മഹാരാജ്ഞിയെ മുഖം കാണിക്കുകയും അവിടുത്തെ യോഗക്ഷേമങ്ങളെ അന്വേഷിക്കുകയും ചെയ്യുമ്പോളെല്ലാം കുറേശ്ശേ പണവും നിത്യോപയോഗ്യങ്ങളായ ചില സാധനങ്ങളും തിരുമുൽക്കാഴ്ച വയ്ക്കുകയും പതിവായിരുന്നു.

അങ്ങനെയിരിക്കുമ്പോൾ ഒരു ദിവസം വട്ടപ്പറമ്പിലെ ആ മൂത്ത സ്ത്രീ തിരുമുമ്പാകെ ചെന്നിരുന്ന സമയം അന്നു മൂന്നു തിരുവയസ്സു മാത്രം പ്രായമായിരുന്ന രാജകുമാരൻ ആ സ്ത്രീയെക്കണ്ടിട്ടു തന്റെ മാതാവിനോട് 'ഇതാരാണമ്മേ!' എന്നു കൽപിച്ചു ചോദിക്കുകയും അതിനു മറുപടിയായി മഹാരാജ്ഞി (*ആ സ്ത്രീയ്ക്കു മഹാരാജ്ഞിയെക്കാൾ പ്രായക്കൂടുതലുണ്ടായിരുന്നതിനാൽ*) 'ഇതു നിന്റെ വലിയമ്മയാണ്' എന്നു കൽപിക്കുകയും ചെയ്തു. അന്നുമുതൽ ആ രാജകുമാരൻ ആ സ്ത്രീയെ വലിയമ്മ എന്നുതന്നെ വിളിച്ചുവന്നു. അവിടുന്നു മഹാരാജാവായതിന്റെ ശേഷവും അങ്ങനെതന്നെ കൽപിച്ചു വിളിച്ചുവന്നിരുന്നതിനാൽ വട്ടപ്പറമ്പിൽ കുടുംബത്തിൽ അന്നന്നു മൂപ്പായിരുന്ന സ്ത്രീകൾക്കു വലിയമ്മ എന്നുള്ളത് ഒരു സ്ഥാനപ്പേരായിത്തീർന്നു. അതിനാൽ ഇപ്പോഴും അവരെ എല്ലാവരും അങ്ങനെതന്നെ വിളിച്ചുവരുന്നു.

വട്ടപ്പറമ്പിൽ വലിയമ്മ എന്തെങ്കിലും തിരുമുൽക്കാഴ്ച വെക്കാനായി മഹാരാജ്ഞിയുടെ തിരുമുമ്പാകെ കൊണ്ടുചെന്നാൽ രാജകുമാരൻ ഓടിച്ചെന്നു തൃക്കയ്യിൽ വാങ്ങി അമ്മയുടെ അടുക്കൽ കൊണ്ടുചെന്നു കൊടുക്കുക പതിവായിരുന്നു. അതിനാൽ അവിടുന്നു തിരുമൂപ്പേറ്റതിന്റെ ശേഷവും വട്ടപ്പറമ്പിൽ കുടുംബത്തിലെ സ്ത്രീകൾ മുഖം കാണിക്കാനായി ചെല്ലുന്ന സമയങ്ങളിൽ കൊണ്ടുചെല്ലുന്ന കാഴ്ചദ്രവ്യവും തൃക്കയ്യിൽത്തന്നെ വാങ്ങുക പതിവായിരുന്നു എന്നു മാത്രമല്ല, തന്റെ പിൻവാഴ്ചക്കാരും അങ്ങനെ ചെയ്തുകൊള്ളണമെന്ന് ഒരേർപ്പാട് കൽപിച്ചു നിശ്ചയിക്കുകയും ചെയ്തു. ആ ഏർപ്പാട് ഇപ്പോഴും അങ്ങനെതന്നെ നടന്നുവരുന്നുമുണ്ട്.

രാമവർമരാജകുമാരന് അക്ഷരാഭ്യാസം ചെയ്യിക്കുന്നതിന് ആദ്യം ഗുരുസ്ഥാനം വഹിച്ചത് മഹാരാജ്ഞിതന്നെയാണ്. പിന്നീട് അതിനു വേണ്ടുന്ന ചില ഏർപ്പാടുകൾ വട്ടപ്പറമ്പിൽ വലിയമ്മ ചെയ്തുകൊടുക്കുകയും ചെയ്തു. രാജകുമാരൻ അന്ന് ഏകദേശം അനാഥസ്ഥിതിയിലാണ് താമസിച്ചിരുന്നതെങ്കിലും വട്ടപ്പറമ്പിൽ വലിയമ്മയുടെ സഹായം നിമിത്തം യഥാകാലം വേണ്ടതുപോലെ വിദ്യാഭ്യാസം ചെയ്യിക്കപ്പെടുന്നതിനിടയായി. രാജകുമാരനു വട്ടപ്പറമ്പിൽ വലിയമ്മയുടെ

പേരിൽ സാക്ഷാൽ വലിയമ്മയുടെ പേരിലെന്നപോലെതന്നെ, സ്നേഹ ബഹുമാനങ്ങളുണ്ടായിരുന്നു. അപ്രകാരംതന്നെ രാജകുമാരനെക്കുറിച്ച് പുത്രനിർവിശേഷമായ സ്നേഹവാത്സല്യം ആ വലിയയമ്മയ്ക്കുമുണ്ടാ യിരുന്നു.

ഇങ്ങനെയിരിക്കുന്ന കാലത്ത് ഒരു ദിവസം വൈകുന്നേരം 'പെരുളാവൂർ അടിതിരി' എന്നു പ്രസിദ്ധനായിരുന്ന ഒരു ബ്രാഹ്മണശ്രേഷ്ഠൻ അരിപ്പാട്ടു ചെന്നുചേർന്നു. അത്താഴം കഴിക്കുന്നതിന് എവിടെക്കേറി യാൽതരമാകുമെന്ന് അന്വേഷിച്ചപ്പോൾ കരിപ്പാലിൽ കോയിക്കൽ ചെന്നാൽ അത്താഴം കിട്ടുമെന്നും അവിടെ അരിവെപ്പ് ബ്രാഹ്മണനാണെന്നും ആരോ പറയുകയാൽ അദ്ദേഹം അവിടെച്ചെന്നുകേറി. അത്യൗദാര്യനിധിയായിരുന്ന രാജകുമാരൻ ആ ബ്രാഹ്മണോത്തമനെ കണ്ടയുടനെ അത്താഴത്തിനു ക്ഷണിക്കുകയും കുളിയും മറ്റും കഴിച്ചു വന്ദനാദി നിത്യകർമാനുഷ്ഠാനങ്ങളും കഴിഞ്ഞു ചെന്നപ്പോഴേക്കും അത്താഴം കാലമായിരുന്നു. അത്താഴം കഴിഞ്ഞതിന്റെ ശേഷം ആ ബ്രാഹ്മണവര്യൻ എവിടെനിന്നാണു വരുന്നതെന്നും എവിടെപ്പോകാനായിട്ടാണ് പുറപ്പെട്ടിരിക്കുന്നതെന്നും മറ്റും രാജകുമാരൻ കൽപിച്ചു ചോദിക്കുകയും, താൻ കുറച്ചു വടക്കുനിന്നാണ് വരുന്നതെന്നും തനിക്കു വിവാഹം കഴിച്ചു കൊടുക്കാനുള്ള പ്രായം അതിക്രമിച്ചവരായി ഒൻപതു പെൺകിടാങ്ങൾ ഇരിക്കുന്നുണ്ടെന്നും ദാരിദ്ര്യം നിമിത്തം ഒരു കന്യകയെങ്കിലും വിവാഹം കഴിച്ചുകൊടുപ്പാൻ താൻ ശക്തനല്ലെന്നും തിരുവനന്തപുരത്തു ചെന്നു മഹാരാജാവിനെ മുഖംകാണിച്ചു വിവരമറിയിച്ചാൽ വല്ലതും നിവൃത്തിയുണ്ടായെങ്കിലോ എന്നു വിചാരിച്ച് താൻ തിരുവനന്തപുരത്തേക്കായിട്ടാണ് പുറപ്പെട്ടിരിക്കുന്നതെന്നും മറ്റും ആ ബ്രാഹ്മണൻ പറയുകയും ചെയ്തു. അപ്പോൾ രാജകുമാരൻ 'ഒൻപതു പെൺകിടാങ്ങളെ കൊടുക്കുന്നതിന് എത്രപണം വേണ്ടിവരും?' എന്നു കൽപിച്ചു ചോദിച്ചതിന് നമ്പൂരി 'ഒൻപതിനായിരം പണമുണ്ടെങ്കിൽ ഒരുവിധം കഴിച്ചുകൂട്ടാമായിരുന്നു' എന്നു മറുപടി പറഞ്ഞു (*അക്കാലത്ത് നമ്പൂരിമാർക്ക് ഒരു പെൺകൊടയ്ക്ക് ആയിരം പണത്തിലധികം സ്ത്രീധനം കൊടുക്കേണ്ടിയിരുന്നില്ല*). ഉടനെ രാജകുമാരൻ 'കാലത്തു തമ്മിൽ കണ്ടിട്ടേ പൊയ്ക്കളയാവൂ' എന്നരുളിച്ചെയ്തിട്ടു നമ്പൂരിയെ കിടക്കാൻ കൽപിച്ചയച്ചു. അപ്പോൾത്തന്നെ രാജകുമാരൻ ഈ വിവരങ്ങളെല്ലാം കാണിച്ച് ഒരു തിരുവെഴുത്ത് വട്ടപ്പറമ്പിൽ വലിയമ്മയുടെ പേർക്ക് എഴുതി ഒരു ഭൃത്യന്റെ പക്കൽ കൽപിച്ചയച്ചു. വലിയമ്മ തിരുവെഴുത്തു കണ്ടയുടൻ ഒൻപതിനായിരം പണം ഒൻപതു കിഴിയാക്കിക്കെട്ടി ആ ഭൃത്യന്റെ കയ്യിൽത്തന്നെ കൊടുത്തയച്ചു. ഭൃത്യൻ കൊണ്ടുവന്ന പണക്കിഴികൾ വാങ്ങിവെച്ചതിന്റെ ശേഷം രാജകുമാരൻ പള്ളിക്കുറുപ്പിന് എഴുന്നള്ളുകയും ചെയ്തു.

പിറ്റേ ദിവസം രാവിലെ രാജകുമാരൻ പള്ളിക്കുറുപ്പുണർന്ന് പുറത്തെഴുന്നള്ളിയപ്പോഴേക്കും അടിതിരിപ്പാടും അവിടെയെത്തി. ഉടനെ രാജകുമാരൻ പണക്കിഴി ഒൻപതും എടുത്തുകൊണ്ടുവന്ന് ആ ബ്രാഹ്മണന്റെ കയ്യിൽ കൊടുത്തിട്ട് 'ഇതാ ഇവയിൽ ഒൻപതിനായിരം പണമുണ്ട്. ഇതിനായിട്ട് ഇനി അങ്ങു തിരുവനന്തപുരംവരെ പോകണമെന്നില്ല' എന്നു കൽപിച്ചു. അപ്പോൾ ആ ബ്രാഹ്മണോത്തമന് 'ഇത്രമാത്രം ഔദാര്യമുള്ള ഈ ബാലൻ ആരാണ്?' എന്നു സംശയം തോന്നുകയും വിവരം രാജകുമാരനോടുതന്നെ ചോദിക്കുകയും അവിടുന്ന് വസ്തുതയെല്ലാം അരുളിച്ചെയ്യുകയും ചെയ്തു. സംഗതികളെല്ലാം മനസ്സിലായപ്പോൾ അടിതിരിപ്പാട്ടിലേക്കുണ്ടായ സന്തോഷവും സന്താപവും അദ്ഭുതവും ബഹുമാനവും വാൽസല്യവുമെല്ലാം സീമാതീതങ്ങളായിരുന്നു എന്നുള്ളതു പറയേണ്ടതില്ലല്ലോ. ഉടനെ ബ്രാഹ്മണോത്തമൻ പുളകാവൃതശരീരനായി ആനന്ദാശ്രു പൊഴിച്ചുകൊണ്ട് രണ്ടു കയ്യും രാജകുമാരന്റെ ശിരസ്സിൽവച്ചിട്ട് സഗൽഗദം 'അവിടേക്ക് ഈ കഷ്ടപ്പാടുകളെല്ലാം തീർന്നു വളരെക്കാലം നിർബാധമായി രാജഭോഗങ്ങളനുസരിച്ച് സുഖമായി വാണരുളുവാൻ സർവേശ്വരൻ സഹായിക്കട്ടെ' എന്നനുഗ്രഹിച്ചു. അനന്തരം അദ്ദേഹം യാത്രയറിയിച്ചുകൊണ്ട് സസന്തോഷം സ്വദേശത്തേക്കുതന്നെ മടങ്ങിപ്പോവുകയും ചെയ്തു. ഈ സംഗതി നടന്ന കാലത്തു നമ്മുടെ കൊച്ചുതമ്പുരാനു കഷ്ടിച്ച് ഒൻപതു തിരുവയസ്സു മാത്രമേ പ്രായമുണ്ടായിരുന്നുള്ളൂ.

തദനന്തരം കുറച്ചുദിവസം കഴിഞ്ഞപ്പോൾ മഹാരാജ്ഞി പുത്രസമേതം അരിപ്പാട്ട് എഴുന്നള്ളി താമസിക്കുന്നുണ്ടെന്നുള്ള വിവരം എട്ടുവീടന്മാർ, മാടമ്പിമാർ മുതലായ രാജദ്രോഹികൾക്ക് അറിവു കിട്ടുകയാൽ ഇവരെ സംഹരിക്കാനായി അവർ ഇങ്ങോട്ടു പുറപ്പെട്ടിരിക്കുന്നു എന്നു ചാരന്മാർ മുഖാന്തരം മഹാരാജ്ഞി അറിഞ്ഞു. അപ്പോൾ അവിടേക്കുണ്ടായ ഭയവും വ്യസനവും പരിഭ്രമവും എത്രമാത്രമായിരുന്നു എന്നു പറയാൻ പ്രയാസം. ഉടനെ അവിടുന്നു വട്ടപ്പറമ്പിലേക്കാളെ അയച്ച്, വലിയമ്മയെ വരുത്തി, വിവരമെല്ലാം കൽപിച്ചു. വലിയമ്മ ഇതു കേട്ടിട്ട് 'ഇതുനിമിത്തം അവിടുന്ന് ഒട്ടും വ്യസനിക്കുകയും പരിഭ്രമിക്കുകയും വേണ്ട. ഇതിനു സമാധാനം അടിയൻ ഉണ്ടാക്കിക്കൊള്ളാം. ഏതായാലും ഇനി ഇവിടെ എഴുന്നള്ളിത്താമസിച്ചാൽ ആപത്തുണ്ടായേക്കും. അതിനാൽ ഉടനെ എഴുന്നള്ളത്തിനു തയ്യാറാകണം' എന്നു തിരുമനസ്സറിയിച്ചതിന്റെശേഷം അക്കാലത്തു ദേശാധിപത്യവും അഭ്യാസബലവും സൈന്യബലവും പ്രാബല്യവും ധാരാളമുണ്ടായിരുന്ന മാമ്പള്ളി(*വഞ്ഞിപ്പുഴ*)ത്തമ്പുരാന്റെ പേർക്കു സകല വിവരത്തിനും ഒരെഴുത്തെഴുതിക്കൊടുത്ത് ഒരു ഭൃത്യനെ മുൻകൂട്ടി ചെങ്ങന്നൂർക്ക് ഓടിക്കുകയും കരിപ്പാലിൽ കോയിക്കലുണ്ടായിരുന്ന പാത്രങ്ങൾ

മുതലായവ സമീപത്തുതന്നെ വിശ്വാസമുള്ള ഒരു സ്ഥലത്താക്കി സൂക്ഷിക്കുകയും കീരിക്കാട്ടേക്ക് ആളെ അയച്ച് ഏതാനും സൈനികന്മാരെയും ഭൃത്യന്മാരെയും ഒരു മേനാവും (*ഡോലി*) വരുത്തുകയും ചെയ്തു. അപ്പോഴേയ്ക്കും മഹാരാജ്ഞിയും കൊച്ചുതമ്പുരാനും അമൃതത്തും മറ്റും കഴിച്ച് എഴുന്നള്ളത്തിനു തയ്യാറായി. ഉടനെ വലിയമ്മയും ഊണു കഴിക്കുകയും ഭൃത്യന്മാർ മുതലായവരെ ഊണു കഴിപ്പിക്കുകയും ചെയ്തിട്ട് ക്ഷണത്തിൽ യാത്ര പുറപ്പെട്ടു. മഹാരാജ്ഞിയും കുമാരനും വലിയമ്മയും മേനാവിലും ശേഷമുള്ളവർ കാൽനടയായിട്ടുമാണ് പുറപ്പെട്ടത്.

അങ്ങനെ ചെങ്ങന്നൂർക്ക് ഒട്ടു സമീപം 'ബുധനൂർ' എന്ന ദിക്കിലുള്ള വലിയ പാടത്ത് എത്തിയപ്പോഴേക്കു പിള്ളമാരും മാടമ്പിമാരും വിവരമറിഞ്ഞു പിന്നാലെ അവിടെയെത്തി ആ ദേശക്കാരായ ചില ദുഷ്ടന്മാരെക്കൂട്ടുപിടിച്ചുകൊണ്ട് കല്ലും കട്ടയും കൊടിയുമായി അടുത്തുകൂടി. ശത്രുക്കൾ അടുത്തുവരുന്നു എന്നു കണ്ടപ്പോൾ വലിയമ്മ മഹാരാജ്ഞിയെയും രാജകുമാരനെയും മേനാവിൽനിന്നു താഴെയിറക്കി ഒരു ദാസി (*ഭൃത്യസ്ത്രീ*)യുടെയും ചെറുക്കന്റെയും നിലയിൽ മേനാവിന്റെ പിന്നാലെ നടത്തുകയും വലിയമ്മ മേനാവിൽത്തന്നെ വാതിലടച്ചിരിക്കുകയും ഭൃത്യന്മാരോടും മറ്റും വേഗത്തിൽ നടക്കാനാജ്ഞാപിക്കുകയും ചെയ്തു. ശത്രുക്കൾക്കു സംഘബലം അധികമുണ്ടായിരുന്നതിനാൽ അവരോടെതിരിടാൻ പോകേണ്ടെന്നും മേനാവിന്റെ ചുറ്റും ചേർന്നു നടന്നുകൊണ്ടാൽ മതിയെന്നും, സൈനികന്മാരോടും പറഞ്ഞു ചട്ടംകെട്ടി. അപ്പോഴേക്കും ശത്രുക്കൾ അടുത്തുവന്ന് ഏറു തുടങ്ങി. മഹാരാജ്ഞിയും രാജകുമാരനും മേനാവിനകത്താണെന്നു വിചാരിച്ച് അവർ അധികമെറിഞ്ഞതു മേനാവിന്റെ നേരെയും മേനാവു ചുമക്കുന്നവരുടെ നേരെയും സൈനികരുടെ നേരെയുമായിരുന്നു. പാവപ്പെട്ടവരായ ഭൃത്യസ്ത്രീയും ചെറുക്കനുമാണെന്നു വിചാരിച്ചു മഹാരാജ്ഞിയേയും രാജകുമാരനേയും അവർ അധികമുപദ്രവിച്ചില്ല. അതു വലിയമ്മയുടെ കൗശലത്തിന്റെ ഫലമാണെന്നു പറയണമെന്നില്ലല്ലോ. ഭൃത്യന്മാർക്കും സൈനികന്മാർക്കും ധാരാളം ഏറു കൊണ്ടുവെന്നാലും അവർ ഓടിക്കളയാതെ ധൈര്യത്തോടുകൂടി അതെല്ലാം സഹിച്ചു മേനാവിന്റെ കൂടെത്തന്നെ നടന്നു. എങ്കിലും മേനാവിന്റെ വാതിൽ പൊളിഞ്ഞു ചില ഏറുകൾ വലിയമ്മയ്ക്കും കൊള്ളാതെയിരുന്നില്ല. അതു വരുമെന്നു വലിയമ്മ മുമ്പേതന്നെ വിചാരിച്ചിരുന്നു. തനിക്ക് എന്തെല്ലാമുപദ്രവങ്ങൾ പറ്റിയാലും മഹാരാജ്ഞിയേയും കുമാരനെയും രക്ഷിക്കണമെന്നു മാത്രമേ അവർ വിചാരിച്ചിരുന്നുള്ളു.

ഇങ്ങനെ ഒരുവിധം ചെങ്ങന്നൂരിന്റെ അതിർത്തിയിലെത്തിയപ്പോഴേക്കും വഞ്ചിപ്പുഴ തമ്പുരാനും സൈന്യസമേതം അവിടെ വന്നു

ചേർന്നു. തമ്പുരാനെയും സൈന്യങ്ങളെയും കണ്ടപ്പോഴേക്കും രാജദ്രോഹികളായ ദുഷ്ടന്മാരെല്ലാം ഭയവിഹ്വലരായി ഓടി ഒളിച്ചു. പിന്നെ മഹാരാജ്ഞിയേയും രാജകുമാരനെയുംകൂടി മേനാവിൽ കയറ്റി എല്ലാവരുംകൂടി വഞ്ചിപ്പുഴമഠത്തിൽ ചെന്നു ചേർന്നു. വട്ടപ്പറമ്പിൽ വലിയമ്മ അവിടെ മൂന്നു ദിവസം താമസിച്ചതിന്റെശേഷം മഹാരാജ്ഞിയേയും രാജകുമാരനെയും വഞ്ചിപ്പുഴ തമ്പുരാന്റെ അടുക്കൽ പ്രത്യേകം പറഞ്ഞേല്പിച്ചിട്ടു യാത്രയുമറിയിച്ചു പരിവാരസമേതം സ്വദേശത്തേക്കു മടങ്ങിപ്പോരുകയും ചെയ്തു.

അതിന്റെ ശേഷം കുറഞ്ഞൊരു ദിവസം കഴിഞ്ഞപ്പോൾ അന്നു നാടുവാണിരുന്ന വലിയ രാമവർമമഹാരാജാവു തിരുമനസ്സിലേക്കു ശീലായ്മ കലശലായിരിക്കുന്നതായി കേൾക്കുകയാൽ, വഞ്ചിപ്പുഴ ത്തമ്പുരാൻ മഹാരാജ്ഞിയെ പുത്രസമേതം യാതൊരാപത്തിനും ഇടയാകാതെ തിരുവനന്തപുരത്തു കൊണ്ടുചെന്നാക്കുകയും പിന്നെ അധികം താമസിയാതെ മഹാരാജാവു തിരുമനസ്സുകൊണ്ടു നാടുനീങ്ങുകയും രാജകേസരിയെന്നു പ്രസിദ്ധനും വീരനും ശൂരനുമായിരുന്ന സാക്ഷാൽ മാർത്താണ്ഡവർമ മഹാരാജാവു തിരുമനസ്സിലേക്ക് തിരുമൂപ്പു സിദ്ധിക്കുകയും അവിടുന്നു രാജദ്രോഹികളുടെ വംശത്തെ നാമാവശേഷമാക്കിത്തീർക്കുകയും രാജ്യത്തു ക്ഷേമവും സമാധാനവും വർദ്ധിപ്പിക്കുകയും ചെയ്തു. അതിനാൽ അന്തച്ഛിദ്രങ്ങളും കലഹങ്ങളും കലാപങ്ങളും ശമിച്ചു. മഹാരാജ കുടുംബത്തിലെ അംഗങ്ങളെല്ലാം പിന്നീടു നിർബാധമായും നിർഭയമായും സസുഖം നിവസിച്ചു.

ഇത്രയും പറഞ്ഞതുകൊണ്ട് വട്ടപ്പറമ്പിൽ വലിയമ്മയുടെ ബുദ്ധിസാമർഥ്യം ഔദാര്യം, ധീരത, തല്ക്കാലോചിതകർത്തവ്യജ്ഞാനം, രാജഭക്തി മുതലായ സൽഗുണങ്ങൾ എത്രമാത്രമുണ്ടായിരുന്നു എന്നു സ്പഷ്ടമായല്ലോ. ഇനി വട്ടപ്പറമ്പിൽ കുടുംബത്തെക്കുറിച്ചു തിരുവിതാംകൂർ മഹാരാജാക്കന്മാർക്കു പ്രത്യേകമൊരു പ്രതിപത്തിയും കാരുണ്യവും ഉണ്ടാവാനുള്ള ചില കാരണങ്ങൾകൂടി ഈ ഉപന്യാസം അവസാനിപ്പിക്കുന്നതിനു മുമ്പായി പറയേണ്ടിയിരിക്കുന്നു.

മാർത്താണ്ഡവർമ മഹാരാജാവു തിരുമനസ്സുകൊണ്ടു കായംകുളം രാജ്യം പിടിച്ചടക്കണമെന്നു നിശ്ചയിച്ചതിന്റെ ശേഷം താൻ ഇന്ന പ്രകാരം ചെയ്‌വാൻ നിശ്ചയിച്ചിരിക്കുന്നു എന്നും അതിനുവേണ്ടുന്ന സഹായങ്ങൾ ചെയ്തുതരണമെന്നും വട്ടപ്പറമ്പിൽ വലിയമ്മയുടെ പേർക്കു സ്വകാര്യമായി ഒരു തിരുവെഴുത്തയയ്ക്കുകയും അങ്ങനെ ചെയ്തുകൊള്ളാമെന്നു സമ്മതിച്ച് വലിയമ്മ മറുപടി അയച്ചുകൊടുക്കുകയും അപ്രകാരം മഹാരാജാവും രാമയ്യൻദളവയും യുദ്ധത്തിനായി സൈന്യസമേതം കായംകുളത്തെത്തിയ സമയം വലിയമ്മ അവിടെയുണ്ടായിരുന്ന സൈന്യങ്ങളെയെല്ലാം തന്റെ സഹോദരീപുത്രനോടുകൂടി

അയച്ച്, കഴിയുന്ന സഹായങ്ങളെല്ലാം ചെയ്തു കൊടുക്കുകയും ചെയ്തു. കായംകുളത്തുരാജാവ് തോറ്റോടുകയും മാർത്താണ്ഡവർമ്മ മഹാരാജാവു ജയിക്കുകയും അതോടുകൂടി യുദ്ധം അവസാനിക്കുകയും ചെയ്തതിന്റെ ശേഷം രാമയ്യൻദളവയും വട്ടപ്പറമ്പിലുണ്ണിത്താനും (*വട്ടപ്പറമ്പിലെ പുരുഷന്മാർക്ക് 'ഉണ്ണിത്താൻ'എന്ന സ്ഥാനപ്പേരു കായംകുളത്തു രാജാവു കൊടുത്തിരുന്നതാണ്*) കൂടി കോട്ടയ്ക്കകത്തു കടന്ന് ഓരോന്നും കണ്ടും കാണിച്ചും സഞ്ചരിച്ചുകൊണ്ടിരുന്ന മദ്ധ്യേ വിജിതനായ കായംകുളത്തു രാജാവിന്റെ ഒരു ഭടൻ ഒരു സ്ഥലത്തു ഒളിച്ചു നിന്നുകൊണ്ട് ഉണ്ണിത്താനെ ലക്ഷ്യമാക്കി വിഷലിപ്തമായ ഒരു ശരം പ്രയോഗിച്ചു. അതുകൊണ്ടയുടനെ ഉണ്ണിത്താൻ നിലത്തുപതിക്കുകയും സ്വൽപനേരത്തിനിടയിൽ കാലഗതിയെ പ്രാപിക്കുകയും ചെയ്തു. ഇതു കേട്ടപ്പോൾ മാർത്താണ്ഡവർമ്മ മഹാരാജാവിനുണ്ടായ വ്യസനം സീമാതീതമായിരുന്നു. ഈ വർത്തമാനം കേൾക്കുമ്പോൾ ഉണ്ണിത്താന്റെ അമ്മയ്ക്കും വലിയമ്മയ്ക്കുമുണ്ടാകുന്ന ദുഃഖം എത്രമാത്രമായിരിക്കുമെന്നും അവരെ ഏതുപ്രകാരം സമാധാനപ്പെടുത്തുന്നു എന്നും വിചാരിച്ചിട്ടാണ് അവിടേക്ക് അധികം വ്യസനമുണ്ടായത്. ഉണ്ണിത്താന്റെ അമ്മയ്ക്ക് യുദ്ധവിദഗ്ദ്ധനും ധീരനും സുന്ദരനും യുവാവുമായിരുന്ന ആ ഒരു പുത്രൻ മാത്രമേ ഉണ്ടായിരുന്നുള്ളൂ. ഈ സംഗതികളാകപ്പാടെ വിചാരിച്ചിട്ട് മഹാരാജാവ് അത്യന്തം വിഷണ്ണനായിത്തീർന്നു. ഏതു വിധവും ആ മാതാവിനെ സമാധാനപ്പെടുത്തണമല്ലോ എന്നു വിചാരിച്ചു മഹാരാജാവും രാമയ്യൻദളവയുംകൂടി അവിടെനിന്നു പുറപ്പെട്ടു കീരിക്കാട്ടു വട്ടപ്പറമ്പിലെത്തി. അപ്പോഴേക്കും നേരം അർദ്ധരാത്രി കഴിഞ്ഞിരുന്നതിനാൽ അവിടെ എല്ലാവരും കിടന്ന് ഉറക്കമായിരുന്നു. ഉണ്ണിത്താന്റെ അമ്മ മാത്രം തന്റെ പുത്രൻ തിരിച്ചുവന്നില്ലല്ലോ എന്നുള്ള വിചാരം നിമിത്തം ഉറങ്ങീട്ടില്ലായിരുന്നു. മഹാരാജാവ് മുറ്റത്ത് എഴുന്നള്ളി നിന്നുകൊണ്ട് 'അമ്മേ! അമ്മേ!' എന്നു വിളിച്ചു. അതുകേട്ട് ഉണ്ണിത്താന്റെ അമ്മ തന്റെ പുത്രനാണു വിളിക്കുന്നതെന്നു വിചാരിച്ച് സന്തോഷത്തോടുകൂടി വാതിൽ തുറന്ന് ഒരു വിളക്കുമായി പുറത്തു വന്നു. അപ്പോൾ കണ്ടത് അപരിചിതന്മാരായ രണ്ടുപേരെ ആകയാൽ ആ അമ്മ 'എന്റെ മകനെവിടെ? എന്നു ചോദിച്ചു. അതിനു മറുപടിയായി തിരുമനസ്സുകൊണ്ട് 'ഇന്നു മുതൽ നിങ്ങളുടെ മകൻ ഞാനാണ്. നിങ്ങൾ പ്രസവിച്ച മകനെ ഇനി ജീവനോടുകൂടി കാൺമാൻ നിങ്ങൾക്കു സാധിക്കില്ല' എന്നു കല്പിച്ചു. ഇതുകേട്ട് ആ സാധ്വി ഇടിവെട്ടിയ മരം പോലെ കുറച്ചുനേരം നിശ്ചേഷ്ടയായി നിന്നു പോയി. എങ്കിലും ബുദ്ധിശാലിനിയായ ആ വിദുഷി ഉടനെ ധൈര്യത്തെ അവലംബിച്ചു മനസ്സിനെ ഉറപ്പിച്ചുകൊണ്ട് "അങ്ങ് ആരാണ്? എന്റെ മകന് എന്തൊരാപത്താണു പറ്റിയത്?" എന്നു വീണ്ടും ചോദിച്ചു. ഉടനെ മഹാരാജാവു തിരുമനസ്സു

കൊണ്ടു താൻ ആരാണെന്നും ഉണ്ണിത്താനും പ്രാണഹാനി സംഭവിക്കുവാനുണ്ടായ കാരണമിന്നതെന്നും കല്പിച്ചു കേൾപ്പിക്കുകയും വിവരമെല്ലാമറിഞ്ഞപ്പോൾ വീണ്ടും ദുഃഖാർത്തയായി ഭവിച്ച ആ സാധുസ്ത്രീയെ പല വിധത്തിലുള്ള സാന്ത്വനവാക്കുകൾകൊണ്ട് ഒരുവിധം സമാശ്വസിപ്പിക്കുകയുംചെയ്തിട്ടു തിരിച്ചെഴുന്നള്ളുകയും ചെയ്തു. കാർത്തികതിരുനാൾ തിരുമനസ്സുകൊണ്ട് ഒരു സ്ത്രീയെ വലിയമ്മയെന്നു വിളിച്ചതുകൊണ്ട് വട്ടപ്പറമ്പിൽ കുടുംബത്തിൽ അന്നന്നു മുപ്പായിരിക്കുന്ന സ്ത്രീകൾക്കെല്ലാം വലിയമ്മ എന്ന സ്ഥാനം സിദ്ധിതമായതുപോലെ മാർത്താണ്ഡവർമ മഹാരാജാവു തിരുമനസ്സുകൊണ്ട് ആ ഒരു സ്ത്രീയെ അമ്മേ എന്നു കൽപിച്ചു വിളിച്ചതുനിമിത്തം ആ കുടുംബത്തിലുള്ള സ്ത്രീകൾക്കെല്ലാം അമ്മയെന്നുള്ള സ്ഥാനം സിദ്ധിച്ചു. ഇപ്പോഴും അവിടെയുള്ള സ്ത്രീകളെയെല്ലാം എല്ലാവരും അങ്ങനെതന്നെയാണ് പറഞ്ഞുവരുന്നത്. മാർത്താണ്ഡവർമ മഹാരാജാവു നാടുനീങ്ങുന്നതുവരെ ആ സ്ത്രീയെ സ്വമാതാവിനെ എന്നപോലെ തന്നെ അത്യന്തം സ്നേഹബഹുമാനങ്ങളോടുകൂടി ആദരിച്ചിരുന്നു. എന്നു മാത്രമല്ല, ആ കുടുംബത്തേക്ക് അസംഖ്യം വസ്തുവഹകളും പല സ്ഥാനമാനങ്ങളും കല്പിച്ചു കൊടുക്കുകയും ചെയ്തു. വട്ടപ്പറമ്പിൽ കുടുംബത്തിലെ പുരുഷന്മാർക്കു മുമ്പിനാലെ ഉണ്ടായിരുന്ന ഉണ്ണിത്താൻ എന്ന പേർ ഭേദപ്പെടുത്തി 'വലിയതാൻ' എന്ന സ്ഥാനം കല്പിച്ചുകൊടുത്തതും മാർത്താണ്ഡവർമ മഹാരാജാവാണ്. മഹാരാജ്ഞിയെന്നു വിചാരിച്ചു വട്ടപ്പറമ്പിൽ വലിയമ്മയെ ബുധനൂർ പാടത്തുവെച്ചു കല്ലെറിഞ്ഞ തദ്ദേശവാസികളായ ദുഷ്ടന്മാരെ ആ മഹാരാജാവു പിടിച്ചുവരുത്തി യഥാന്യായം ശിക്ഷിക്കുകയും അവർക്ക് ആ പാടത്തുണ്ടായിരുന്ന വസ്തുക്കളെല്ലാം 'ദ്രോഹപ്പാട്ടം' എന്ന ഇനത്തിൽ ചേർത്തു കണ്ടുകെട്ടി സർക്കാരിലേക്കൊടുക്കുകയും ചെയ്തു.

വട്ടപ്പറമ്പിലെ ഒരു വലിയതാൻ (*മേൽപറഞ്ഞ വലിയമ്മയുടെ ഒരു ദൗഹിത്രപുത്രനെന്നാണ് കേട്ടിരിക്കുന്നത്*) ഒരിക്കൽ ദേശസഞ്ചാരത്തിനായി പോവുകയും മൂകാംബി, കുടചാദ്രി മുതലായ സ്ഥലങ്ങളിൽ ദർശനം കഴിച്ചു വടക്കു കോട്ടയത്തു വന്നുചേരുകയും കോട്ടയത്തു രാജാവിനെക്കണ്ടു പരിചയമാവുകയും അദ്ദേഹത്തിന്റെ അടുക്കൽനിന്ന് ഇന്ദ്രജാലം, മഹേന്ദ്രജാലം മുതലായ മോടിവിദ്യകൾ അഭ്യസിച്ച് അതിൽ അദ്വിതീയനായിത്തീരുകയും ചെയ്തതിന്റേശേഷം തിരുനൽവേലി മാർഗം തിരുവനന്തപുരത്തു വന്നുചേർന്നുവെന്നും അന്നു നാടുവാണിരുന്ന കാർത്തികതിരുനാൾ രാമവർമ മഹാരാജാവു തിരുമനസ്സിലെ മുഖം കാണിക്കുകയും മഹാരാജാവ് സന്തോഷസമേതം സല്ക്കരിച്ചു വലിയതാനെ കുറച്ചുദിവസം തിരുവനന്തപുരത്തു താമസിപ്പിക്കുകയും ചെയ്തുവെന്നും അക്കാലത്തു മോടിവിദ്യയിൽ ഏറ്റവും പ്രസിദ്ധനായി

തിരുവനന്തപുരത്തുണ്ടായിരുന്ന 'പീതാംബരയ്യൻ' എന്ന പാരദേശികനെ വലിയതാൻ തോൽപ്പിച്ചോടിച്ചുവെന്നും പത്മതീർത്ഥ മദ്ധ്യത്തിൽ കച്ചവടസ്സാമാനങ്ങൾ നിരത്തി തങ്ങളുടെ സാമർത്ഥ്യത്തെ കാണിച്ച ഊറ്റക്കാരും ഐന്ദ്രജാലികന്മാരുമായ പട്ടാണികളെയും ഈ വലിയതാൻ വെള്ളത്തിൽ മുക്കി മടക്കിവിട്ടുവെന്നും വലിയതാന്റെ ഈവക പ്രയോഗങ്ങൾ കണ്ടു മഹാരാജാവ് വളരെ സന്തോഷിക്കുകയും വിസ്മയിക്കുകയും വലിയതാന്റെ രണ്ടുകൈയ്ക്കും വീരശൃംഖലയും മറ്റനേകം സമ്മാനങ്ങളും കൽപിച്ചുകൊടുത്തു സന്തോഷിപ്പിക്കുകയും ചെയ്തുവെന്നും പ്രസിദ്ധവിദ്വാനും മഹാകവിയുമായിരുന്ന അശ്വതിതിരുനാൾ ഇളയതമ്പുരാൻ തിരുമനസ്സുകൊണ്ട് കുറച്ചുകാലം കൃഷ്ണപുരത്തെഴുന്നള്ളിത്താമസിച്ച് ഈ വലിയതാന്റെ അടുക്കൽനിന്ന് മോടിവിദ്യകൾ അഭ്യസിക്കയുണ്ടായിട്ടുണ്ടെന്നും മറ്റും ചില കഥകളും കേട്ടിട്ടുണ്ട്. വട്ടപ്പറമ്പിൽ കുടുംബക്കാരും തിരുവിതാംകൂർ മഹാരാജകുടുംബവുമായി ഇപ്രകാരമുള്ള അടുപ്പങ്ങളെല്ലാമുണ്ടാവാൻ പ്രധാന കാരണഭൂത ആ വലിയമ്മയാണെന്നുള്ളതു സ്പഷ്ടമാണല്ലോ.

ഐതിഹ്യങ്ങൾ മിക്കവാറും കേട്ടുകേൾവിയെ അടിസ്ഥാനപ്പെടുത്തിയും ഓരോരുത്തർ നിർമിക്കുന്ന കള്ളക്കഥകളെ കൂട്ടിച്ചേർത്തും പറഞ്ഞും എഴുതിക്കൂട്ടിയുണ്ടാക്കിയവയാണെന്നാണല്ലോ സാധാരണ ജനങ്ങളുടെ വിശ്വാസം. എന്നാൽ ഈ ഉപന്യാസത്തിൽ പറയപ്പെട്ടിട്ടുള്ള മിക്ക സംഗതികളും വട്ടപ്പറമ്പിൽ ഇപ്പോഴുമിരിപ്പുള്ള പുരാതന രേഖാപ്രമാണങ്ങളെ അടിസ്ഥാനപ്പെടുത്തി എഴുതീട്ടുള്ളവയാണെന്നും ഇതിലേക്കു വേറെയും ലക്ഷ്യങ്ങൾ കാണുന്നുണ്ടെന്നും അതിനാൽ ഈ ഐതിഹ്യങ്ങളെപ്പറ്റി അവിശ്വസിക്കാൻ യാതൊരു കാരണവുമില്ലെന്നും വായനക്കാരെ അറിയിച്ചുകൊള്ളുന്നു. കീരിക്കാട്ടു വട്ടപ്പറമ്പിൽ ഭവനത്തിനു 'കോട്ടയ്ക്കകത്ത്' എന്നുകൂടി ഒരു പേർ ഇപ്പോഴും ആ ദിക്കുകാരിൽ ചിലർ പറഞ്ഞു വരുന്നതും അവിടെ കോട്ട, കിടങ്ങ് മുതലായവയുടെ നഷ്ടാവശിഷ്ടങ്ങൾ ഇപ്പോഴും കാണാറുള്ളതും ആ ഭവനത്തിൽ ഏറ്റവും പഴക്കമുള്ള വലിയതോക്കുകൾ, വാളുകൾ, ഈട്ടി, കുന്തം, വേൽ മുതലായ ആയുധങ്ങൾ ഇപ്പോഴും കാണപ്പെടുന്നതും ഇതിലേക്ക് ഉത്തമലക്ഷ്യങ്ങളാണല്ലോ. തിരുവിതാംകൂർ മഹാരാജാക്കന്മാർക്കു വട്ടപ്പറമ്പിൽ കുടുംബത്തോടുള്ള പ്രത്യേക പ്രതിപത്തി ഇപ്പോഴും നിലനിന്നുപോരുന്നുണ്ടെന്നതിനും പല ദൃഷ്ടാന്തങ്ങളുമുണ്ട്. ഇവർക്കു ബഹുമാനസൂചകമായി രണ്ടു വെള്ളിവില്ലക്കാരെ കൽപിച്ചനുവദിച്ചിട്ടുള്ളത് ഇന്നും നിറുത്തൽ ചെയ്തിട്ടില്ലാത്തതുതന്നെ ഒരു മുഖ്യലക്ഷണമാണല്ലോ. കാർത്തികതിരുനാൾ തിരുമനസ്സുകൊണ്ടും മാർത്താണ്ഡവർമ മഹാരാജാവു തിരുമനസ്സുകൊണ്ടും വട്ടപ്പറമ്പിൽ

വലിയമ്മയുടെ പേർക്ക് ഓരോ തിരുവെഴുത്തുകൾ അയച്ചതായി മുമ്പു പറഞ്ഞിട്ടുണ്ടല്ലോ. ആ തിരുവെഴുത്തുകൾ വട്ടപ്പറമ്പിലെ പഴയ രേഖാ പ്രമാണങ്ങളുടെ ശേഖരത്തിൽ അവർ സബഹുമാനം സൂക്ഷിച്ചുവെച്ചിരുന്നു. 1045-ാമാണ്ടിടയ്ക്കു ദിവാനായിരുന്ന സർ ടി. മാധവരായരവർകൾ ഒരു തിരുവിതാംകൂർ ചരിത്രമെഴുതുന്നതിലേക്കായി വട്ടപ്പറമ്പിലുള്ള പഴയ രേഖാപ്രമാണങ്ങൾ കാണണമെന്ന് ആവശ്യപ്പെടുകയും വലിയതാനവർകൾ അവ കാണിച്ചുകൊടുക്കുകയും ചിലതെല്ലാം മാധവരായർ അവർകളുടെ ആവശ്യപ്രകാരം കൊടുത്ത കൂട്ടത്തിൽ ആ തിരുവെഴുത്തുകളും കൊടുക്കുകയും ചെയ്തു. ആ പ്രമാണങ്ങളൊന്നും തിരിയെ കൊടുത്തിട്ടില്ല. എങ്കിലും അവയുടെ ശരിപ്പകർപ്പുകൾ ഇപ്പോഴും വട്ടപ്പറമ്പിൽ കാണുന്നുണ്ട്.

1058-ാമാണ്ട് വട്ടപ്പറമ്പിലെ അന്നത്തെ വലിയമ്മ തിരുവനന്തപുരത്തുചെന്ന് തന്റെ കുടുംബസംഗതികളെപ്പറ്റി ഒരു സങ്കടഹരജി വിശാഖംതിരുനാൾ തിരുമനസ്സിലെ സന്നിധിയിൽ സമർപ്പിക്കുകയും തിരുമനസ്സുകൊണ്ട് ആ ഹർജി തൃക്കയ്യിൽത്തന്നെ കൽപിച്ചു വാങ്ങുകയും ഉടൻതന്നെ താഴെ കാണുന്ന അർത്ഥത്തിൽ അറിവെഴുതി തുല്യം ചാർത്തി സർവാധികാര്യക്കാരെ ഏൽപിക്കുകയും ചെയ്തു.

'ഇതു വട്ടപ്പറമ്പിൽ വലിയമ്മയുടെ ഒരു ഹർജിയാണ്. ഇവർ വളരെ മാന്യതയോടും ഐശ്വര്യത്തോടുമിരിക്കുന്ന ഒരു കുടുംബക്കാരാകുന്നു. ഈ ഹർജി ദിവാൻജിയുടെ പൂർണമായും ശീഘ്രതയിലുമുള്ള ആലോചനയ്ക്കായി ഒരു സാധനത്തോടുകൂടി അയയ്ക്കണം. അമ്മ ഇവിടെ താമസിക്കുന്നു.അവരെ ആവശ്യത്തിലധികം താമസിപ്പിക്കരുത്.

എന്ന് രാമവർമ

ഇത് മഹാരാജാവ് തിരുമനസ്സിലെ പ്രീതിയും കാരുണ്യവും ഇവരുടെ പേരിൽ എത്രമാത്രമുണ്ടെന്നുള്ളതിന് ഒരു ദൃഷ്ടാന്തമാണല്ലോ.

ഇനി വട്ടപ്പറമ്പു കുടുംബത്തിന്റെ താൽക്കാലികസ്ഥിതി കൂടി സ്വൽപം പറയേണ്ടിയിരിക്കുന്നു. കായംകുളത്തു താമസിച്ചിരുന്ന ശാഖക്കാർ കായംകുളം തിരുവിതാംകൂറിൽ ചേർന്നിട്ട് അധികം താമസിയാതെതന്നെ നാമാവശേഷമായിത്തീർന്നു. അവിടെ ഇപ്പോൾ അവരുടെ ചില പരദേവതാക്ഷേത്രങ്ങളും മറ്റുമല്ലാതെ പഴയ ഭവനംപോലും കാൺമാനില്ല. കീരിക്കാട്ടുള്ള ഭവനത്തിൽ കൊല്ലം 1000-ാമാണ്ടായപ്പോഴേക്കും ഒരു വലിയമ്മ മാത്രമായിത്തീർന്നു. അവർ വയോവൃദ്ധയായിത്തീരുകയും അവർക്കു സന്തതിയില്ലാതിരിക്കുകയും ചെയ്യുകയാൽ വിവരം മഹാരാജാവിങ്കൽ തിരുമനസ്സറിയിച്ച് അവിടുത്തെ അനുവാദപ്രകാരം 1034-ാമാണ്ട് പന്തളത്തു 'തോട്ടത്തിൽ'ഉണ്ണിത്താന്മാരുടെ ഭവനത്തിൽനിന്നു കുടുംബമടക്കം ദത്തെടുത്തു വട്ടപ്പറമ്പിൽ കുടുംബത്തിൽ അവകാശപ്പെടുത്തി. ആ ദത്തിലുൾപ്പെട്ടവരുമായി ഒരമ്മയും

മൂന്നു സ്ത്രീസന്താനങ്ങളും രണ്ടു പുരുഷസന്താനങ്ങളുമുണ്ടായിരുന്നു. ആ മൂന്നു സ്ത്രീകളിൽ ഒരു സ്ത്രീ പന്തളത്തും ഒരു സ്ത്രീ കീരിക്കാട്ടു വട്ടപ്പറമ്പിലും താമസിക്കുകയും ഒരു സ്ത്രീയെ 1068-ാമാണ്ട് തീപ്പെട്ടുപോയ നെടുമ്പ്രത്തു കോയിക്കൽ വലിയതമ്പുരാൻ അവർകൾ പട്ടുംപരിവട്ടവുമിട്ട് അവിടുത്തെ പ്രണയിനിയാക്കി സ്വീകരിച്ച് അവർക്കു വേണ്ടുന്ന വസ്തുവകകളും ഗൃഹവും പുരയിടങ്ങളുമെല്ലാം കൊടുത്തു തിരുവല്ലായിൽകൊണ്ടുവന്നു താമസിപ്പിക്കുകയും ചെയ്തു. കീരിക്കാട്ടു വട്ടപ്പറമ്പിൽ ഒടുക്കം ശേഷിച്ച വലിയമ്മ 1059-ാമാണ്ട് കർക്കടക മാസം 18-ാം തീയതി ചരമഗതിയെ പ്രാപിച്ചു പോയി. ഇപ്പോൾ പന്തളത്തുള്ള തോട്ടത്തിൽ ഭവനത്തിലും കീരിക്കാട്ടു വട്ടപ്പറമ്പിലും തിരുവല്ലാ വട്ടപ്പറമ്പിലുമായി താമസിച്ചവരുന്ന മൂന്നു ശാഖക്കാരും നേരെ ജ്യേഷ്ഠത്തിയനുജത്തിമാരുടെ സന്താനങ്ങളാണെന്നു വിശേഷിച്ചു പറയണമെന്നില്ലല്ലോ.

9. വൈക്കത്തു തിരുനീലകണ്ഠൻ

വിശ്വവിശ്രുതനായിരുന്ന വൈക്കത്തു തിരുനീലകണ്ഠൻ എന്ന ഗജശ്രേഷ്ഠനെക്കുറിച്ചുള്ള ഓർമ്മ ഈനാട്ടുകാരുടെ മനസ്സിൽനിന്നു മാഞ്ഞുപോയിരിക്കുമെന്നു തോന്നുന്നില്ല. അവന്റെ യോഗ്യതാംശങ്ങൾ കണ്ടും കേട്ടും അറിഞ്ഞിട്ടുള്ളവർക്കാർക്കും അവനെ ഒരിക്കലും വിസ്മരിക്കാൻ സാധിക്കുന്നതുമല്ല. (*ആനയെ അത് എന്നല്ലാതെ അവൻ എന്നു പറയുന്നതു ശരിയല്ലെന്നു ചിലർക്കു തോന്നിയേക്കാം. എന്നാൽ തിരുനീലകണ്ഠൻ സ്വഭാവംകൊണ്ട് ഒരു മൃഗമല്ലാതെയിരുന്നതിനാൽ ഞാനി പ്രകാരം പറയുന്നതാണെന്നു വായനക്കാർ മനസ്സിലാക്കിക്കൊള്ളേണ്ടതാണ്*)

തിരുനീലകണ്ഠന്റെ ജനനം എന്നായിരുന്നുവെന്നു തീർച്ചപ്പെടുത്താൻ മാർഗമൊന്നും കാണുന്നില്ല. എന്നാൽ ഇവനെ കാട്ടിൽനിന്നു പിടിച്ചു കൂട്ടിലിട്ടു പഴക്കിപ്പുറത്തിറക്കിയതിന്റെ ശേഷം ആദ്യമായി ഏറ്റുമാനൂർ ക്ഷേത്രത്തിൽ എഴുന്നള്ളിപ്പാനായി നിയമിക്കുകയാണ് ചെയ്തതെന്നും അത് 965-ാംമാണ്ടിനിടയ്ക്കായിരുന്നുവെന്നും അപ്പോൾ ഇവന് ഏകദേശം നാലഞ്ചുവസ്സു പ്രായമായിരുന്നു എന്നുമുള്ളതിനു ചില ലക്ഷ്യങ്ങളുണ്ട്. അതിനാൽ നമ്മുടെ കഥാനായകന്റെ ജനനം കൊല്ലം 950-61 ആയിടയ്ക്കായിരിക്കുമെന്ന് ഊഹിക്കാം. എന്നാലിവൻ വൈക്കത്തു ചെന്നു ചേർന്നത് എന്നാണെന്നു നിർണയിക്കുന്നതിനും തക്കതായ ലക്ഷ്യമൊന്നുമില്ലാതെയാണിരിക്കുന്നത്.

വൈക്കത്തു സന്ധ്യാവേല തുടങ്ങിയാൽ ഉൽസവം കഴിയുന്നതുവരെയും രണ്ടുനേരവും എഴുന്നള്ളിപ്പു വേണ്ടതുകൊണ്ടു വിശേഷിച്ചും അഷ്ടമിനാൾ ഉദയനാപുരത്തപ്പന്റെ എഴുന്നള്ളത്തുകൂടി ഉള്ളതുകൊണ്ടും അവിടെ എന്നും രണ്ടു നല്ല ആനകൾ അവശ്യം വേണ്ടതായിട്ടാണിരിക്കുന്നത്. ഒരുകാലത്ത് അവിടെ വേലായുധൻ എന്നും വിരൂപാക്ഷൻ എന്നും രണ്ടു വലിയ ആനകളുണ്ടായിരുന്നു. അക്കാലത്ത് ആ ആനകളെക്കൊണ്ടാണ് അവിടത്തെ അടിയന്തരങ്ങൾ നിർവഹിച്ചുവന്നിരുന്നത്. വിരൂപാക്ഷൻ കഴിഞ്ഞതിന്റെശേഷം വേലായുധനെ

ക്കൊണ്ടുമാത്രം അവിടെ മതിയാകാതെ വന്നതിനാലാണ് തിരുനീലകണ്ഠനെ അവിടെ നിയമിച്ചത്. ഇതുകൊണ്ടു തിരുനീലകണ്ഠൻ വൈക്കത്തു ചെന്നു ചേർന്ന സമയം അവന്റെ ബാല്യദശ കഴിഞ്ഞിരുന്നുവെന്നും വൈക്കത്തെ എഴുന്നള്ളിപ്പു നിർവഹിക്കാൻ തക്കപ്രായവും പുഷ്ടിയും അവനു സിദ്ധിച്ചിരുന്നുവെന്നും തീർച്ചയാക്കാം.

വേലായുധനു തിരുനീലകണ്ഠനെക്കാൾ വലിപ്പമുണ്ടായിരുന്നു. എങ്കിലും ഭംഗിയും തലയെടുപ്പും തിരുനീലകണ്ഠനോളം വേലായുധനുണ്ടായിരുന്നില്ല. എഴുന്നള്ളിക്കുന്ന സമയങ്ങളിൽ തിരുനീലകണ്ഠൻ തല ഒന്നുകൂടി ഉയർത്തിപ്പിടിക്കുമായിരുന്നു. അതിനാൽ ആ സമയം മുന്നിൽനിന്നു നോക്കിയാൽ വേലായുധനെക്കാൾ പൊക്കം കൂടുതൽ തിരുനീലകണ്ഠനാണെന്നു തോന്നും. തലയെടുപ്പ്, തലക്കട്ടി, മസ്തകത്തിന്റെ വിരിവ്, ദേഹത്തിന്റെ പുഷ്ടി, കൊമ്പുകളുടെയും ചെവികളുടെയും വലിപ്പം, ഭംഗി ഇങ്ങനെയുള്ള ഒരാന 'ന ഭൂതോ ന ഭവിഷ്യതി' എന്നുതന്നെ തീർച്ചപറയാം. എഴുന്നള്ളിക്കുന്ന സമയങ്ങളിൽ തല ഉയർത്തിപ്പിടിച്ചുകൊണ്ടും വാദ്യഘോഷങ്ങളുടെ താളമൊപ്പിച്ചു ചെവിയാട്ടിക്കൊണ്ടുമുള്ള അവന്റെ ആ നിലയുടെ ഭംഗി ഒന്നു വേറെതന്നെയാണ്. എന്നാൽ വിസ്മയനീയവും ശ്ലാഘ്യവുമായിരിക്കുന്നത് തിരുനീലകണ്ഠന്റെ സ്വഭാവഗുണവും ബുദ്ധിമാഹാത്മ്യവുമാണ്.

ആനകളുടെ വർഗത്തിലും ബ്രാഹ്മണൻ, ക്ഷത്രിയൻ, വൈശ്യൻ, ശൂദ്രൻ ഇങ്ങനെ നാലു വകയുണ്ടെന്നും അവയിൽ തിരുനീലകണ്ഠൻ ബ്രാഹ്മണവർഗത്തിൽപ്പെട്ടവനാണെന്നുമാണ് ചിലരുടെ അഭിപ്രായം.

തിരുനീലകണ്ഠൻ മനസ്സറിഞ്ഞ് ആരെയും കൊന്നിട്ടില്ല. അവൻ നിമിത്തം ഒരു മഹമ്മദീയസ്ത്രീ മാത്രം മരിച്ചിട്ടുണ്ടെന്നു വേണമെങ്കിൽ പറയാം. ചിലപ്പോൾ എഴുന്നള്ളിപ്പാനായി തിരുനീലകണ്ഠനെ ചേർത്തല കൊണ്ടുപോകാറുണ്ടായിരുന്നു. അവനെ മുട്ടത്തങ്ങാടിയിൽക്കൂടി കൊണ്ടുപോകുമ്പോൾ മിക്ക കച്ചവടക്കാരും അവനു പഴക്കുല കൊടുക്കുക പതിവാണ്. ഒരാണ്ടിൽ ഒരു മഹമ്മദീയ വ്യാപാരി അവനു പഴക്കുല കൊടുത്തില്ല. ആ മഹമ്മദീയനു പഴവും പലഹാരങ്ങളും കച്ചവടമുണ്ടായിരുന്നിട്ടും പഴക്കുല കൊടുക്കാതിരുന്നതു ന്യായമായില്ലെന്നാണ് തിരുനീലകണ്ഠനു തോന്നിയത്. മറ്റുള്ള കച്ചവടക്കാർ വില കൊടുത്തു പഴക്കുല വാങ്ങിക്കൊടുത്ത സ്ഥിതിക്ക് അനേകം പഴക്കുലകൾ കൈവശം വെച്ചുകൊണ്ടിരിക്കുകയും പഴം വിറ്റുതന്നെ വളരെ ലാഭമെടുത്തുകൊണ്ടിരിക്കുകയും ചെയ്ത ആ മഹമ്മദീയൻ ഒന്നും കൊടുക്കാതിരുന്നതിനാൽ നമ്മുടെ കഥാനായകനു വൈരസ്യം തോന്നിയത് ഒരന്യായമായി വിചാരിക്കാനുമില്ലല്ലോ. ഏതെങ്കിലും തിരുനീലകണ്ഠൻ വഴിയിൽ നിന്നുകൊണ്ടു തുമ്പിക്കൈ നീട്ടി മഹമ്മദീയന്റെ പീടികയിൽ നിന്നിരുന്ന ഒരു പഴക്കുലയുടെ ഒരറ്റത്തു പിടിച്ചു.

അപ്പോൾ കച്ചവടം ചെയ്തുകൊണ്ടിരുന്ന ഒരു മഹമ്മദീയസ്ത്രീ പഴക്കുലയുടെ മറ്റേത്തലയ്ക്കു പിടിച്ചു അകത്തേക്കു വലിച്ചു. തിരുനീലകണ്ഠൻ പഴക്കുല പിടിച്ചു പുറത്തേക്കു വലിച്ചതിനോടുകൂടി ആ സ്ത്രീ വഴിയിൽ തിരുനീലകണ്ഠന്റെ മുമ്പിൽച്ചെന്നുവീണു. എങ്കിലും അവൻ അവളെ കുത്തുകയോ ചവിട്ടുകയോ എന്നല്ല, തൊടുകപോലും ചെയ്തില്ല. സ്ത്രീ തന്റെ മുമ്പിൽ വന്നു വീണയുടനെ തിരുനീലകണ്ഠൻ അവിടെനിന്നു പോയി. ആളുകൾ വന്നു സ്ത്രീയെ എടുത്ത് അകത്തു കൊണ്ടുപോയിക്കിടത്തി. അപ്പോഴേക്കും അവൾ മരിച്ചിരുന്നു. അത് അവളുടെ ആധികൊണ്ടല്ലാതെ തിരുനീലകണ്ഠൻ കൊന്നിട്ടെന്നു പറയാനില്ലല്ലോ.

തിരുനീലകണ്ഠൻ വൈക്കത്തു ചെന്നകാലം മുതൽ അവസാനം വരെ അവന്റെ പ്രധാന പാപ്പാൻ 'മൂലയിൽ ഗോവിന്ദശ്ശാര്' എന്നൊരു നായരായിരുന്നു. അയാൾക്കു തിരുനീലകണ്ഠനെക്കുറിച്ചു പുത്രനിർവിശേഷമായ സ്നേഹവും വാത്സല്യവുമുണ്ടായിരുന്നു. തിരുനീലകണ്ഠനു നേരത്തെ എന്തെങ്കിലും ഭക്ഷണം കൊടുക്കാതെ അയാൾ ജലപാനംപോലും കഴിക്കുക പതിവില്ല. വൈകുന്നേരവും അവനു വയറു നിറയത്തക്കവണ്ണം തീറ്റയ്ക്കു വക കരുതാതെ അയാൾ അത്താഴമുണ്ണാറില്ല. ഗോവിന്ദശ്ശാർ പതിവായി അവനെ പുഴയിൽ കൊണ്ടുപോയി കുളിപ്പിച്ചു ക്ഷേത്രത്തിൽ കൊണ്ടുചെന്നു തൊഴീച്ചു തീർഥവും പ്രസാദവും ത്രിമധുരവും മറ്റും മേടിച്ചു കൊടുക്കുന്നതു കണ്ടാൽ ഇവൻ അയാളുടെ മകൻ തന്നെയായിരിക്കുമോ എന്നു തോന്നിപ്പോകും. അയാൾ അവനെ സാധാരണ വിളിച്ചുവന്നതും 'മക്കളേ!' എന്നു തന്നെയാണ്. പിന്നെ അയാൾ തിരുനീലകണ്ഠന് 'ശങ്കു' എന്നൊരു ഓമനപ്പേരുകൂടി ഇട്ടിരുന്നു. ചിലപ്പോൾ അയാൾ അതും വിളിക്കാറുണ്ടായിരുന്നു. അല്ലാതെ തിരുനീലകണ്ഠനെന്നുള്ള ശബ്ദം അയാൾ ഒരിക്കലും അവനെ വിളിക്കാനും പറയാനും ഉപയോഗിച്ചിരുന്നില്ല. തിരുനീലകണ്ഠൻ ഗോവിന്ദനാശ്ശാരെ വിചാരിച്ചിരുന്നതും, തന്റെ പിതാവിനെപ്പോലെതന്നെയാണ്. അയാൾ ദൂരെ നിന്നുകൊണ്ടു മക്കളേ, അല്ലെങ്കിൽ ശങ്കൂ, എന്നു വിളിച്ചാൽ ഏറവും ആദരവോടും ഭയഭക്തിസ്നേഹബഹുമാനങ്ങളോടുംകൂടി ഉറക്കെ വിളികേട്ടുകൊണ്ട് അവൻ ഓടിച്ചെല്ലുന്നതു കണ്ടാൽ ഏവരും വിസ്മയിച്ചുപോകും. ഗോവിന്ദശ്ശാർ തിരുനീലകണ്ഠനെ ഇപ്രകാരം വശംവദനാക്കിത്തീർത്തത് ചില മന്ത്രപ്രയോഗങ്ങൾ കൊണ്ടാണെന്നു ചിലർ വിശ്വസിക്കുകയും പറയുകയും ചെയ്തിരുന്നു. വാസ്തവത്തിൽ അയാൾ സ്നേഹവാത്സല്യങ്ങളും പരിചരണാദികളും കൊണ്ടാണ് അവനെ സ്വാധീനപ്പെടുത്തിയത്. അയാൾക്ക് അത് അനായാസേന സാധിച്ചത് അവന്റെ സ്വഭാവഗുണംകൊണ്ടുമാണ്. ഗോവിന്ദശ്ശാർ ഒരിക്കലും തിരുനീലകണ്ഠനെ

അടിക്കയും മറ്റും ചെയ്തു വേദനപ്പെടുത്തീട്ടില്ല. സകല കാര്യവും നല്ലവാക്കു പറഞ്ഞുതന്നെയാണ് അയാൾ സാധിപ്പിച്ചിട്ടുള്ളത്. അടിക്കുന്നതിനും മറ്റും തിരുനീലകണ്ഠൻ ഒരിക്കലും കാരണമുണ്ടാക്കീട്ടില്ല. അതിനൊന്നും കാരണമുണ്ടാവാനും മാർഗമില്ലായിരുന്നു. സാധാരണ ആനക്കാരന്മാരെപ്പോലെ ഗോവിന്ദശ്ശാർ തിരുനീലകണ്ഠനെക്കൊണ്ടു കള്ളത്തടി പിടിപ്പിക്കുകയും മറ്റും പതിവില്ല. എഴുന്നള്ളിപ്പുകൾക്കു മാത്രമല്ലാതെ അയാൾ അവനെ ഉപയോഗപ്പെടുത്താറില്ല. അതിലേക്ക്, വിശേഷിച്ചും വൈക്കത്തു ക്ഷേത്രത്തിൽ വേണ്ടിവരുന്ന ബുദ്ധിമുട്ടും കഷ്ടപ്പാടുമെല്ലാം സഹിക്കാൻ, തിരുനീലകണ്ഠൻ സദാ സന്നദ്ധനുമായിരുന്നു. ഗോവിന്ദശ്ശാർ പറഞ്ഞാൽപ്പിന്നെ പറയാനുമില്ല.

സാധാരണയാനകളെപ്പോലെ തിരുനീലകണ്ഠനെ തളയ്ക്കുക പതിവില്ല. പകൽ സമയമെല്ലാം അവൻ വൈക്കത്തു മതിൽക്കകത്തു തന്നെയാണ് നിൽക്കുക പതിവ്. രാത്രികാലങ്ങളിൽ ഗോവിന്ദശ്ശാരുടെ ഭാര്യാവീടിനു സമീപം എവിടെയെങ്കിലും അയാൾ തീറ്റി തയ്യാറാക്കി വെച്ചുകൊടുക്കുന്ന സ്ഥലത്തു നിൽക്കുകയും തീറ്റി തിന്നു തീർന്നാൽ കിടന്നുറങ്ങുകയും ചെയ്തുകൊള്ളും. വളരെ വാഴയും തെങ്ങിൻ തൈയുമുള്ള പുരയിടങ്ങളിലായാലും തിരുനീലകണ്ഠൻ അവയിലൊന്നും നഷ്ടപ്പെടുത്തുക പതിവില്ല. ഉത്സവകാലത്ത്, വിശേഷിച്ചും അഷ്ടമിദിവസം, സ്ത്രീകളും പുരുഷന്മാരും കുട്ടികളും വൃദ്ധന്മാരും മറ്റുമായി വൈക്കത്തു മതിൽക്കകത്തു ജനങ്ങൾ സദാ തിങ്ങി വിങ്ങി നിറഞ്ഞിരിക്കുമല്ലോ. ആ കൂട്ടത്തിൽ തിരുനീലകണ്ഠനുമുണ്ടായിരിക്കും. അവനെ തളച്ചിരിക്കുകയില്ലെന്നല്ല, ആനക്കാരനും അവിടെയെങ്ങുമുണ്ടായിരിക്കാറില്ല. എന്നാൽ അവൻ ഗോവിന്ദശ്ശാർ ശേഖരിച്ചു കൊടുക്കുന്ന സാമാനങ്ങൾ തിന്നുകൊണ്ട് ഒരരികിലെങ്ങാനും നിൽക്കുകയല്ലാതെ യാതൊരുത്തരെയും യാതൊരു പ്രകാരത്തിലും ഉപദ്രവിക്കുക പതിവില്ല. അവന്റെ ഈ സാധുസ്വഭാവം കണ്ടിട്ട് ചില രസികന്മാർ ഫലിതമായി 'തിരുനീലകണ്ഠനാന കേസരിയാണെങ്കിലും വൈക്കത്തു മതിൽക്കകത്തു ചെന്നാൽ പട്ടിയാകും' എന്നു പറയാറുണ്ട്.

വൈക്കത്തു ക്ഷേത്രത്തിൽ മിക്ക ദിവസവും സദ്യയുണ്ടായിരിക്കുന്നത് സാധാരണമാണല്ലോ. സദ്യയുള്ള ദിവസങ്ങളിലെല്ലാം ഒരു ചെമ്പു (മൂന്നു പറ അരിയുടെ) ചോറ് തിരുനീലകണ്ഠനും കൊടുക്കണമെന്ന് ഏർപ്പാടുണ്ടായിരുന്നു. അത് അമ്പലവാസിസ്സദ്യ കഴിയുമ്പോഴാണ് പതിവ്. അമ്പലവാസികൾ ഊണു കഴിഞ്ഞ് ഊട്ടുപുരയിൽനിന്ന് ഇറങ്ങിത്തുടങ്ങുമ്പോൾ ആരും പറയാതെതന്നെ തിരുനീലകണ്ഠൻ അടുക്കളവാതിൽക്കൽ ഹാജരാകും. അപ്പോൾ ദേഹണ്ഡക്കാർ പതിവുള്ള ചോറും പായസവും പാത്രങ്ങളിലാക്കി പുറത്തെടുത്തിടും. ഗോവിന്ദശ്ശാർ വന്ന് ഉരുട്ടിയുരുട്ടി വായിൽ വെച്ചുകൊടുക്കുകയും

ചെയ്യും. ചിലപ്പോൾ ഗോവിന്ദശ്ശാർ വരാതെയിരുന്നാൽ ദേഹണ്ഡക്കാരിൽ പ്രധാനനായ 'വെങ്കിട്ടനെമ്പ്രാൻ' എന്നയാളായിരുന്നു ചോറുരുട്ടി കൊടുക്കുക പതിവ്. ആ എമ്പ്രാന്തിരിയും തിരുനീലകണ്ഠനും തമ്മിലും വലിയ സ്നേഹമായിരുന്നു. ചുരുക്കത്തിലുള്ള ചില സദ്യകളുണ്ടായാൽ ചിലപ്പോൾ അമ്പലവാസിസ്സദ്യ ഉണ്ടായില്ലെന്നുവരും. എങ്കിലും തിരുനീലകണ്ഠനു പതിവുള്ളതു കൊടുക്കാതെയിരിക്കാറില്ല. അമ്പലവാസിസ്സദ്യ ഇല്ലാത്ത ദിവസങ്ങളിൽ അടുക്കള വാതിക്കൽ ഹാജരാകേണ്ടുന്ന സമയം നിശ്ചയമില്ലാതെ തിരുനീലകണ്ഠൻ ചിലപ്പോൾ സ്വൽപം താമസിച്ചുപോയിയെന്നുവരും. എന്നാൽ വെങ്കിട്ടനെമ്പ്രാൻ ചോറെടുത്തു പുറത്തിട്ടുകൊണ്ടു ശങ്കൂ! എന്നു ഉറക്കെ വിളിക്കും. വിളികേട്ടാലുടനെ അവനവിടെ എത്തുകയും ചോറു വാങ്ങി ഭക്ഷിക്കുകയും ചെയ്യും. ഭക്ഷണം കഴിഞ്ഞാലുടനെ യഥാപൂർവം അവൻ അവന്റെ സ്ഥാനത്തു പോയി നിൽക്കുകയും ചെയ്യും. ആനക്കൊട്ടിലിന്റെ വടക്കുവശത്തു കിഴക്കോട്ടു മാറി ആ അരികിലാണ് അവൻ പകൽ സമയം നിൽക്കുക പതിവ്. ചില ദിവസം വല്ല കാരണത്താലും അവനു പതിവുള്ള ചോറു മുഴുവനും കിട്ടാതെവന്നാൽ അടുക്കളവാതിക്കൽനിന്ന് അവൻ പോവുകയില്ല. കുറച്ചുനേരംകൂടി അവിടെ നിന്നിട്ടും ചോറു മുഴുവനും കൊടുത്തില്ലെങ്കിൽ തഹശീൽദാർ ഇരിക്കുന്ന സ്ഥലത്തു ചെന്ന് ഉറക്കെ ഒന്നു ഗർജിക്കും. തിരുനീലകണ്ഠൻ ആവലാതിക്കു ചെല്ലുമ്പോൾത്തന്നെ തഹശീൽദാർക്കു കാര്യം മനസ്സിലാകും. അന്വേഷിക്കുമ്പോൾ ചോറു മുഴുവനും കൊടുത്തിട്ടില്ലായിരിക്കും. തഹശീൽദാരുടെ മുമ്പിൽനിന്ന് അവൻ പോകണമെങ്കിൽ അവനു കൊടുപ്പാനുള്ള ചോറ്, അല്ലെങ്കിൽ അതിനു ശരിയാകത്തക്കവണ്ണമുള്ള പഴം, ശർക്കര, നാളികേരം മുതലായ സാമാനങ്ങൾ ഏതെങ്കിലും കൊടുത്തു കഴിഞ്ഞാൽ വാങ്ങി ഭക്ഷിക്കുകയും സ്വസ്ഥാനത്തു പോയി നിൽക്കുകയും ചെയ്തുകൊള്ളും. ഇതിനൊന്നിനും തിരുനീലകണ്ഠന് ആനക്കാരന്മാരുടെ സഹായം ആവശ്യമില്ലായിരുന്നു.

എഴുന്നള്ളിക്കാറാകുമ്പോൾ ആനക്കാരന്മാരാരുമവിടെയില്ലെങ്കിലും തിരുനീലകണ്ഠൻ സ്വയമേവ കൊടിമരച്ചുവട്ടിൽ ഹാജരാകും. തലയിൽക്കെട്ടുകെട്ടിക്കുന്നതിന് ആർക്കെങ്കിലും പുറത്തുകയറാം. അവൻ യാതൊരുപദ്രവവും ചെയ്യുകയില്ല. എന്നാൽ മുൻവശത്തുകൂടി കേറുകയും ഇറങ്ങുകയും ഗോവിന്ദശ്ശാരും എഴുന്നള്ളിക്കുന്ന ആളും മാത്രമേ പാടുള്ളൂ എന്ന് അവന് നിർബന്ധമുണ്ട്. മറ്റാരായാലും അവൻ പിൻകാൽ പൊക്കിക്കൊടുക്കും. അതിലേ കേറുകയും ഇറങ്ങുകയും ചെയ്തുകൊള്ളണം എന്നാണ് അവന്റെ ചട്ടം. എഴുന്നള്ളിപ്പിന് ആനക്കാരില്ലെങ്കിലും കഴിച്ചുകൂട്ടുന്നതിന് ഒരു പ്രയാസവുമില്ല. ഇന്നിന്ന സ്ഥലങ്ങളിൽ നടക്കണം, ഇന്ന സ്ഥലത്ത് വേഗത്തിൽ നടക്കണം, ഇന്ന സ്ഥലത്ത്

സാവധാനത്തിൽ നടക്കണം, നിൽക്കുന്നത് ഇത്രനേരം വേണം, ഇത്ര മതിത്രാമതുത്സവങ്ങളിൽ ശീവേലിക്കും വിളക്കിനും ഇത്രയിത്രനേരം താമസിക്കണമെന്നും മറ്റുമുള്ള കാര്യങ്ങൾ തിരുനീലകണ്ഠനു നല്ല നിശ്ചയമുണ്ടായിരുന്നു. ആനക്കാരുണ്ടായിരുന്നാൽ അവർ പറ്റുകേളി, വളരെ വിസ്തരിച്ചുള്ള നാഗസ്വരപ്രദക്ഷിണം, ചെണ്ടപ്രദക്ഷിണം എന്നിവയാകുമ്പോൾ തിരുനീലകണ്ഠന്റെ കാലുകളിന്മേൽ ചാരിയിരുന്നുറങ്ങുക പതിവാണ്. എന്നാൽ നിൽക്കുന്ന നിലയിൽ നിന്നു നടന്നു തുടങ്ങാറാകുമ്പോൾ അവൻ പതുക്കെ തുമ്പിക്കൈകൊണ്ടും മറ്റും അവരെ ഉണർത്തുകയല്ലാതെ ഉപദ്രവിക്കുക പതിവില്ല.

സന്ധ്യാവേലക്കാലത്തും ഉത്സവകാലത്തും വിളക്കിന്റെ ഉരുട്ടുചെണ്ട പ്രദക്ഷിണം വടക്കെ നടയിലാകുമ്പോൾ തിരുനീലകണ്ഠൻ അതി ഗംഭീരശബ്ദത്തോടുകൂടി ഒന്നു രണ്ടു ഗർജിക്കുക പതിവാണ്. അപ്പോൾ വലിയ കലവറയിൽ നിന്നു മൂന്നാലു പഴക്കുല കൊണ്ടുചെന്ന് അവനു കൊടുക്കണം.പിന്നെ എത്രനേരം വേണമെങ്കിലും നിൽക്കുന്നതിന് അവനു യാതൊരു വിരോധവുമില്ല. അതുകൊടുത്തിട്ടില്ലെങ്കിൽ അവൻ ക്ഷണത്തിൽ നടന്നു പ്രദക്ഷിണം തികച്ചിട്ടു കൊടിമരച്ചുവട്ടിൽ ചെന്നു മടക്കും. ഉടനെ ഇറക്കിയെഴുന്നള്ളിച്ചുകൊള്ളണം. അങ്ങനെയാണ് അവന്റെ ഏർപ്പാട്. അവന്റെ ഹിതത്തിനു വിപരീതമായി ഗോവിന്ദശ്ശാരൊന്നും പറയാറില്ല. പറഞ്ഞാൽ കേൾക്കുമോ എന്ന് അയാൾ പരീക്ഷിച്ചിട്ടില്ല. ഗോവിന്ദശ്ശാരു പറഞ്ഞാൽ തിരുനീലകണ്ഠൻ എന്തും ചെയ്യുമെന്നാണ് പരസമ്മതം. ആ മാനം പൊയ്പ്പോഴെങ്കിലോ എന്നു വിചാരിച്ചുകൂടിയായിരിക്കാം അതു പരീക്ഷിച്ചുനോക്കാതെയിരുന്നിട്ടുള്ളത്. തിരുനീലകണ്ഠന്റെ ഈ സ്വഭാവം എല്ലാവർക്കും അറിയാവുന്നതു കൊണ്ട് അവന്റെ ഗർജനം കേട്ടാലുടനെ പഴക്കുലകൊണ്ടു ചെന്നു കൊടുക്കാതെയിരിക്കാറില്ല. ചില തഹശീൽദാരന്മാരുടെ സ്വഭാവ വ്യത്യാസം നിമിത്തം ഒന്നോ രണ്ടോ പ്രാവശ്യമേ തിരുനീലകണ്ഠന്റെ ഗർജനം കേട്ടിട്ടു പഴക്കുല കൊടുക്കാതെയിരുന്നിട്ടുള്ളൂ. അന്നൊക്കെ അവൻ മേൽപ്രകാരം വിളക്ക് ക്ഷണത്തിൽ കഴിച്ചുകൂട്ടുകയും ചെയ്തു.

തിരുനീലകണ്ഠന്റെ ഓർമശക്തിയും വിസ്മയിക്കത്തക്കതുതന്നെയായിരുന്നു. ഒരിക്കൽ അവനെ ഏറ്റുമാനൂരാറാട്ടിന് എഴുന്നള്ളിക്കാൻ കൊണ്ടുപോയിരുന്നു. എഴുന്നള്ളിച്ചു വടക്കെ നടയിലായപ്പോൾ ചുറ്റമ്പലത്തിൽനിന്നു പുറത്തേക്ക് അടിയിൽക്കൂടിയുള്ള ഓകിന്റെ മീതെയിട്ടിരുന്ന തളക്കല്ലിന്മേൽ അവൻ ചവിട്ടുകയും കല്ല് കീഴ്പോട്ടു താണുപോവുകയും ചെയ്തു. തിരുനീലകണ്ഠൻ അവന്റെ സാമർത്ഥ്യംകൊണ്ടു ആ കുഴിയിലകപ്പെടാതെ ക്ഷണത്തിൽ അവിടം കടന്നുകളഞ്ഞു. പിന്നെയും ആണ്ടുതോറും അവനെ ഏറ്റുമാനൂരാട്ടിനെഴുന്നള്ളിക്കാൻ കൊണ്ടുപോകാറുണ്ടായിരുന്നു. എന്നാൽ അവൻ വടക്കെ നടയിൽ

ആ ഓകിന്റെ ചൊവ്വിനാകുമ്പോൾ ആ തളക്കല്ലിന്മേൽ ചവിട്ടാതെ കാൽ അകത്തിവയ്ക്കുക പതിവായിരുന്നു. വളരെക്കാലം കഴിഞ്ഞിട്ടും ഒരിക്കലവന് അബദ്ധം പറ്റാൻ ഭാവിച്ച ആ സംഗതി അവൻ മറന്നില്ല.

തിരുനീലകണ്ഠനു നമ്മുടെ ഇപ്പോഴത്തെ ഗംഗാധരനെയും മറ്റും പോലെ കൂട്ടാനയെ കുത്തുകയെന്ന ദുഃസ്വഭാവമുണ്ടായിരുന്നില്ല. എന്നു മാത്രമല്ല,അവനു സ്വജാതിസ്നേഹവും ധാരാളമുണ്ടായിരുന്നു. ചില കുട്ടിയാനകൾ തിന്നാനൊന്നുമില്ലാതെ വിശന്നു നിൽക്കുന്നതു കണ്ടാൽ അവൻ അവന്റെ തീറ്റസ്സാമാനങ്ങളിൽനിന്നു കുറേശ്ശെയെടുത്ത് അവയുടെ മുമ്പിലേക്കു മാറ്റിയിട്ടുകൊടുക്കുക പതിവാണ്. എന്നാൽ കൂട്ടാനയെ കുത്തുന്ന ആനകളോട് അവനു വളരെ വിരോധവുമാണ്. വേലായുധൻ കഴിഞ്ഞതിന്റെ ശേഷം ഒരഷ്ടമിയെഴുന്നള്ളത്തിനു ചങ്ങനാശ്ശേരി ലക്ഷ്മീപുരത്തു കൊട്ടാരംവക ഒരാനയെ വൈക്കത്തു വരുത്തിയിരുന്നു. ആ ആനയും വളരെ നല്ലതായിരുന്നു. പക്ഷേ, കൂട്ടാനയെ കുത്തുകയെന്നുള്ള ദുഃസ്വഭാവംകൊണ്ട് അവനെ എഴുന്നള്ളത്തിനു കൊണ്ടുപോകാൻ എല്ലാവർക്കും വളരെ ഭയമായിരുന്നു. വൈക്കത്ത് അക്കൊല്ലം വേറെ നല്ലയാനയെ കിട്ടായ്കകൊണ്ടുമാത്രം അവനെ വരുത്തിയതാണ്. അഷ്ടമിദിവസം വൈക്കത്തപ്പനെയും ഉദയനാപുരത്തപ്പനെയും എഴുന്നള്ളിക്കുന്നതിന് രണ്ടു നല്ലയാനകളില്ലാതെ നിവൃത്തിയില്ലല്ലോ. ലക്ഷ്മിപുരത്തുകൊട്ടാരത്തിലെ ആനയെ വരുത്തിയ കാലം അഷ്ടമിക്കു കൊട്ടാരംവക ആനപ്പുറത്ത് വൈക്കത്തപ്പനെയും തിരുനീലകണ്ഠന്റെ പുറത്ത് ഉദയനാപുരത്തപ്പനെയുമാണ് എഴുന്നള്ളിച്ചിരുന്നത്. ഉദയനാപുരത്തപ്പന്റെ എഴുന്നള്ളത്തു വടക്കെ ഗോപുരത്തിനകത്തു കടന്നു കിഴക്കോട്ടു തിരിഞ്ഞപ്പോൾ വൈക്കത്തപ്പനെ വഹിച്ചുകൊണ്ടു കൊട്ടാരംവക ആന കിഴക്കെ ആനക്കൊട്ടലിൽ പടിഞ്ഞാട്ടു തിരിഞ്ഞു നിൽക്കുന്നുണ്ടായിരുന്നു. തിരുനീലകണ്ഠൻ തലയുയർത്തിപ്പിടിച്ചു ചെവിയാട്ടി മന്ദം മന്ദം ആടിക്കുഴഞ്ഞ് അങ്ങനെ വരുന്നതുകണ്ടിട്ടു കൊട്ടാരംവക ആനയ്ക്ക് ഒട്ടും രസിച്ചില്ല. നമ്മുടെ കഥാനായകനെ നേരിട്ടു കണ്ടപ്പോഴേക്കും മറ്റേയാന ചെവിവട്ടം പിടിക്കുകയും വാലുയർത്തിപ്പിടിക്കുകയും ചെയ്തുകൊണ്ടു മുൻപോട്ടു നടന്നുതുടങ്ങി. ആനക്കാരന്മാർ തോട്ടിയിട്ടു പിടിക്കുകയും കുന്തംകൊണ്ടു കുത്തുകയും മറ്റും ചെയ്തിട്ടും അവൻ നിന്നില്ല. ആ ആന, ആനക്കൊട്ടിലിനു പുറത്തായപ്പോഴേക്കും വൈക്കത്തു മതിൽക്കകത്തുണ്ടായ ഭൂകമ്പം ഇന്നപ്രകാരമെന്നു പറയാൻ പ്രയാസം. വാദ്യക്കാർ, തീവെട്ടിക്കാർ മുതലായവർപോലും പ്രാണഭീതിയോടുകൂടി നാലു പുറത്തേക്കും ഓടി. ഇതൊക്കെയായിട്ടും നമ്മുടെ തിരുനീലകണ്ഠനും ഗോവിന്ദശ്ശാർക്കും ഒരിളക്കവുമുണ്ടായില്ല. കൊട്ടാരം വക ആന അടുത്തു തുടങ്ങിയപ്പോൾ തിരുനീലകണ്ഠൻ ഗോവിന്ദശ്ശാരുടെ

കയ്യിലിരുന്ന വളർവടി തുമ്പിക്കയ്യിൽ മേടിച്ചു പിടിച്ചു. കൊട്ടാരം വക ആന തിരുനീലകണ്ഠനെ കുത്താനായി പാഞ്ഞുചെന്ന സമയം തിരുനീലകണ്ഠൻ സ്ഥാനം നോക്കി ആ വടികൊണ്ട് ഒരടികൊടുത്തു. അടികൊണ്ട ഉടനെ കൊട്ടാരംവക ആന ഉറക്കെ നിലവിളിച്ചുകൊണ്ട് ഓടിച്ചെന്നു ബലിക്കൽപ്പുരയിൽക്കയറി പേടിച്ചു വിറച്ചുകൊണ്ടു നിന്നു. ആനക്കാരന്മാർ പഠിച്ച വിദ്യകളെല്ലാം നോക്കീട്ടും ആ ആനയെ അപ്പോൾ അവിടെനിന്ന് ഇറക്കിക്കൊണ്ടുപോകാൻ കഴിഞ്ഞില്ല. വൈക്കത്തപ്പനെയും ഉദയനാപുരത്തപ്പനെയും കൂടി ഒരുമിച്ച് ആനക്കൊട്ടിലിൽ എഴുന്നള്ളിപ്പിച്ചു നിറുത്തീട്ടു വേണമല്ലോ കാണിക്കയിടുക മുതലായവ നടത്താൻ. അതിനാൽ വേറൊനയെക്കൊണ്ടു ചെന്നു കൊട്ടാരംവക ആനയുടെ പുറത്തുനിന്നു വൈക്കത്തപ്പനെ ആ ആനയുടെ പുറത്തേക്കു മാറ്റി എഴുന്നള്ളിച്ചു, കിഴക്കെ ആനക്കൊട്ടിലിൽ ഉദയനാപുരത്തപ്പനോടുകൂടി നിറുത്തി, കാണിക്കയിടുക കഴിക്കുകയും അവിടെനിന്നെഴുന്നള്ളിച്ചു പടിഞ്ഞാറെ നടയിലാവുകയും ചെയ്തതിന്റേശേഷം കൊട്ടാരംവക ആനയെ ബലിക്കൽപ്പുരയിൽനിന്നിറക്കി, തലയിൽക്കെട്ട് അഴിച്ചെടുത്തുകൊണ്ടുപോയിത്തളച്ചു. അതിൽപ്പിന്നെ കൊട്ടാരംവക ആന കൂട്ടാനയെക്കുത്തുക ഒരിക്കലുമുണ്ടായിട്ടുമില്ല.

തിരുനീലകണ്ഠനെ തിരുവിതാംകൂറിനു പുറത്ത് ഒരു സ്ഥലത്തും അയയ്ക്കുക പതിവില്ല. തൃപ്പൂണിത്തുറയുത്സവം, തൃശ്ശിവപേരൂർ പൂരം, ആറാട്ടുപുഴപൂരം മുതലായ അടിയന്തിരങ്ങൾക്ക് എഴുന്നള്ളിപ്പിനായി തിരുനീലകണ്ഠനെ കൊണ്ടുപോകുന്നതിനു പലരും വരികയും വളരെ നിർബന്ധിക്കുകയും കൂലി എന്തു വേണമെങ്കിലും കൊടുക്കാമെന്നു പറയുകയും മറ്റും പലപ്രാവശ്യമുണ്ടായിട്ടുണ്ട്. എങ്കിലും അവനെ എങ്ങും അയയ്ക്കാറില്ല. തിരുനീലകണ്ഠന്റെ അന്യാദൃശങ്ങളായ യോഗ്യതാംശങ്ങൾ കേട്ടുകേട്ട് അവനെ ഒന്നു കാണണമെന്നുള്ള ആഗ്രഹം കൊച്ചിത്തമ്പുരാക്കന്മാർക്കു കലശലായിത്തീരുകയാൽ നമ്മുടെ ആയില്യം തിരുനാൾ തിരുമനസ്സിലേക്കാലത്ത് അവിടുത്തെപ്പേർക്ക് അന്നത്തെ കൊച്ചി വലിയതമ്പുരാൻതിരുമനസ്സുകൊണ്ടു തൃപ്പൂണിത്തുറ ക്ഷേത്രത്തിൽ ഒരു കളഭവും വിളക്കും നിശ്ചയിച്ചിരിക്കുന്നുവെന്നും അതിന്റെ എഴുന്നള്ളിപ്പിന് തിരുനീലകണ്ഠനെ അയയ്ക്കുന്നതിന് അനുവാദമുണ്ടാകണമെന്നും നേരിട്ട് ഒരു സ്വകാര്യക്കത്തെയയ്ക്കുകയും അതിൻപ്രകാരം കൽപിച്ചനുവദിച്ചു കൽപനപ്രകാരം എഴുതിവരികയും ചെയ്യുകയാൽ ഒരിക്കൽ അവനെ തൃപ്പൂണിത്തുറ അയയ്ക്കുകയുണ്ടായിട്ടുണ്ട്. ആ എഴുന്നള്ളിപ്പു കഴിഞ്ഞു തിരിയെ വൈക്കത്തു കൊണ്ടുവന്നപ്പോഴേക്കും തിരുനീലകണ്ഠൻ വളരെ ക്ഷീണിക്കുകയും പഴം കൊടുത്താൽപ്പോലും തിന്നാതെയും വെള്ളം കുടിക്കാതെയുമാവുകയും എണീറ്റു നടക്കാൻപോലും ശക്തനല്ലാതെ കിടപ്പാവുകയും

അവന്റെ ദേഹത്തിലെല്ലാം കഴഞ്ചിക്കുരു മുഴപ്പിൽ ഒരുമാതിരി പോളയുണ്ടാവുകയും ചെയ്തു. പിന്നെ വേലൻപ്രവൃത്തി, വറതിരുമ്മുക മുതലായ മന്ത്രവാദങ്ങളും അനേകം ചികിത്സകളും മറ്റും ചെയ്തതിന്റെ ശേഷമാണ് അവനു സുഖമായത്. ഈ ആപത്തുണ്ടായതു കരിങ്കണ്ണന്മാരായ ആരുടെയോ നാവിൻദോഷം നിമിത്തമാണെന്നുള്ളതു വിശേഷിച്ചു പറയണമെന്നില്ലല്ലോ. ഇതു കഴിഞ്ഞതിൽപ്പിന്നെ അവനെ ഈ രാജ്യത്തിനു പുറത്ത് ഒരു സ്ഥലത്തുമയച്ചിട്ടില്ല.

ഒരാണ്ടിൽ കുംഭമാസത്തിലഷ്ടമിക്കു കിഴക്കോട്ടെഴുന്നള്ളിച്ചുപോയ സമയം മദ്ധ്യേ മാർഗം ഒരു സ്ഥലത്തുവെച്ചു തലയിൽക്കെട്ടിലെ ഒരു സ്വർണക്കുമിള ചില കുത്തുകൾ വിട്ടുപോവുകയാൽ തൂങ്ങിക്കിടക്കുന്നതായിക്കണ്ടു ഗോവിന്ദശ്ശാർ അതു പറിച്ചെടുക്കാനായി ഭാവിച്ചു. സർക്കാർവക ഉരുപ്പടി വല്ലെടത്തും പൊഴിഞ്ഞുപോയാൽ വഴക്കായിത്തീരുമല്ലോ എന്നും അതിനിടയാകാതെ അതു പറിച്ചെടുത്തു ദേവസ്വക്കാരെ ഏൽപിച്ചേക്കാമെന്നും മാത്രമേ ഗോവിന്ദശ്ശാരു വിചാരിച്ചുള്ളു. താൻ തലയിൽക്കെട്ടിൽ തൊടുമ്പോൾ എഴുന്നള്ളിക്കപ്പെട്ടിരുന്ന ബിംബവും എഴുന്നള്ളിച്ചിരിക്കുന്ന ആളുകളും ശുദ്ധംമാറുമെന്നുള്ള വിചാരം അയാൾക്കുണ്ടായില്ല. എന്നാൽ തിരുനീലകണ്ഠനു താൻ വഹിക്കുന്ന ബിംബവും മറ്റും ശുദ്ധം മാറ്ററുതെന്നുള്ള വിചാരം നല്ലപോലെയുള്ളതിനാൽ അവനതു സമ്മതിച്ചില്ല. കുമിള പറിച്ചെടുക്കാനായി ഗോവിന്ദശ്ശാർ കൈ പൊക്കിയപ്പോൾ തിരുനീലകണ്ഠൻ അവന്റെ കടക്കൊമ്പുകൊണ്ടു പതുക്കെ ഒരു തട്ടുകൊടുത്തു. തിരുനീലകണ്ഠന്റെ തട്ടു വളരെ പതുക്കെയും ദയയോടുകൂടിയുമായിരുന്നുവെങ്കിലും ഗോവിന്ദശ്ശാർക്ക് അത് കണക്കിനുപറ്റി. 'അയ്യോ! മക്കളേ! ചതിച്ചോടാ!' എന്നുള്ള നിലവിളിയോടുകൂടി അയാൾ തൽക്ഷണം നിലത്തു പതിച്ചു. അപ്പോഴേക്കും തിരുനീലകണ്ഠൻ വളരെ വല്ലാതെ ആയി. അവൻ പശ്ചാത്താപത്തോടുകൂടി കണ്ണുനീരൊഴുക്കുകയും ചില ദീനസ്വരങ്ങൾ പുറപ്പെടുവിക്കുകയും ചെയ്തുകൊണ്ട് അവിടെത്തന്നെ നിന്നു. അവനെ അവിടെനിന്നു മാറ്റി കിഴക്കോട്ടെഴുന്നള്ളിച്ചു കൊണ്ടുപോകുന്നതിനു മറ്റുള്ള ആനക്കാരന്മാരെല്ലാം പഠിച്ച വിദ്യകളെല്ലാമെടുത്തിട്ടും സാധിച്ചില്ല. രണ്ടുമൂന്നു നാഴിക കഴിഞ്ഞപ്പോൾ ഗോവിന്ദശ്ശാർക്കു ബോധം വീഴുകയാൽ അയാൾ പതുക്കെ എണീറ്റിരുന്നു. അപ്പോൾ തന്റെ പ്രിയപ്പെട്ട വളർത്തുപുത്രനായ ശങ്കു വിഷണ്ണനായി നിൽക്കുന്നതു കണ്ട് അയാൾ 'ഇല്ല, മക്കളേ സാരമില്ല; എനിക്കൊന്നും പറ്റിയില്ല, എന്റെ മക്കൾ പൊയ്ക്കൊ. വൈക്കത്തപ്പന്റെ എഴുന്നള്ളത്തിനു താമസം വരുത്തരുത്' എന്നു പറഞ്ഞു. ഇത്രയും കേട്ടതിന്റെ ശേഷം തിരുനീലകണ്ഠൻ കിഴക്കോട്ടു നടന്നുതുടങ്ങി. കണ്ണീനീരുമൊലിപ്പിച്ചുകൊണ്ട് അവൻ പോയ പോക്കു കണ്ടാൽ മനസ്സോടുകൂടി പോകുന്നതല്ലെന്നും

ഗോവിന്ദശ്ശാരെ വിട്ടുപോകുന്നതിനു അവനൊട്ടും മനസ്സില്ലെന്നും വൈക്കത്തപ്പന്റെ അടിയന്തിരത്തിനു വീഴ്ച വരരുതല്ലോ എന്നുമാത്രം വിചാരിച്ചു പോകുന്നതാണെന്നും ആർക്കും മനസ്സിലാകുമായിരുന്നു. കിഴക്കോട്ടെഴുന്നള്ളിച്ചു പോയതിന്റെശേഷം ഗോവിന്ദശ്ശാരെ ചില രെല്ലാംകൂടി എടുത്ത് അയാളുടെ ഭാര്യാഗൃഹത്തിൽ കൊണ്ടുപോയി കിടത്തി(*ഗോവിന്ദാശ്ശാർ പതിവായി താമസിച്ചുവന്നത് അവിടെയാണ്*). എഴുന്നള്ളിപ്പു കഴിഞ്ഞു തലയിൽക്കെട്ട് അഴിച്ചെടുത്തമാത്രയിൽ തിരു നീലകണ്ഠനും ആ വീടിന്റെ മുറ്റത്തെത്തി. പിന്നെ ഗോവിന്ദശ്ശാർക്കു സുഖമാകുന്നതുവരെ അവൻ മിക്ക സമയവും അവിടെത്തന്നെയാണ് താമസിച്ചിരുന്നത്. മതിൽക്കകത്തു പോയിട്ട് വേണ്ടുന്ന കാര്യങ്ങൾക്കു മാത്രമേ അവൻ അവിടം വിട്ടുപോകാറുണ്ടായിരുന്നുള്ളൂ. ഗോവിന്ദശ്ശാർ ക്കു സുഖമാകുന്നതിനു രണ്ടുമൂന്നു മാസം വേണ്ടിവന്നു. അത്രയും കാലം തിരുനീലകണ്ഠൻ സാമാന്യംപോലെ തീറ്റി തിന്നുകപോലും ചെയ്തിരുന്നില്ല. ഇപ്രകാരമൊരബദ്ധം തിരുനീലകണ്ഠനു മുമ്പും അതിൽപ്പിന്നെയും പറ്റീട്ടുമില്ല.

1061-ാമാണ്ട് കർക്കടകസംക്രാന്തിക്കു പതിവുള്ള ശീവേലി കഴി ഞ്ഞതിന്റെശേഷം തിരുനീലകണ്ഠനെ വൈക്കത്തിന്റെ തെക്കേക്കര യായ തോട്ടകത്തോളം കൊണ്ടുപോകേണ്ടതായി വന്നു. എന്തോ അസൗകര്യം നിമിത്തം ഗോവിന്ദശ്ശാർക്കു കൂടെപ്പോകുന്നതിനു തര പ്പെട്ടില്ല. അയാളുടെ അസിസ്റ്റന്റായ ഒരു ശങ്കുശ്ശാരാണ് തിരുനീല കണ്ഠനെ കൊണ്ടുപോയത്. വലിയാനപ്പുഴയാറ്റിൽ അന്നു കഠിനമായ ഒഴുക്കുണ്ടായിരുന്നു. ഗോവിന്ദാശ്ശാരായിരുന്നുവെങ്കിൽ തിരുനീല കണ്ഠനെ ആ സമയം ആറ്റിൽ ഇറക്കുകയില്ലായിരുന്നു. ശങ്കുശ്ശാർ അവനെ ആറ്റിൽ നീന്തിച്ച് അക്കരെ കയറ്റി. അന്നുതന്നെ അയാൾ അവനെ വടക്കേക്കരയ്ക്കും നീന്തിച്ചു കയറ്റി. ഇങ്ങോട്ടായപ്പോഴേയ്ക്കും തിരുനീലകണ്ഠൻ വളരെ വിഷമിച്ചു. ഒന്നുരണ്ടു പ്രാവശ്യം ഒഴുകി പ്പോകാൻ തുടങ്ങി. എങ്കിലും അവൻ ഒരുവിധം കരയ്ക്കു കയറിയെന്നേ പറയാനുള്ളൂ. അപ്പോഴേക്കും നമ്മുടെ കഥാനായകൻ വളരെ അവശ നായി.

തിരുനീലകണ്ഠൻ വടക്കേക്കര കയറിയപ്പോഴേക്കും ഗോവിന്ദശ്ശാരും അവിടെയെത്തി. അയാളെക്കണ്ടപ്പോൾ തിരുനീലകണ്ഠൻ തനിക്കു വളരെ അവശത പറ്റിയിരിക്കുന്നു എന്നു ചില ദീനസ്വരങ്ങൾകൊണ്ടും ഭാവഭേദംകൊണ്ടും ഗോവിന്ദശ്ശാരെ മനസ്സിലാക്കി. കുറച്ചു നടന്നപ്പോ ഴേക്കും നടക്കാൻപാടില്ലാതെ തിരുനീലകണ്ഠൻ നിന്നു തുടങ്ങി. അതു കണ്ടു ഗോവിന്ദശ്ശാർ,'എന്റെ മക്കൾക്കു നടക്കാൻ വയ്യാതെയായോ? എന്റെ മകനെന്തു പിണഞ്ഞു?'എന്നു ചോദിച്ചുകൊണ്ട് കരഞ്ഞു തുടങ്ങി. അതുകണ്ടു തിരുനീലകണ്ഠനും കണ്ണുനീരു പൊഴിച്ചു തുടങ്ങി.

'നടക്കാൻ വയ്യെങ്കിൽ എന്റെ മക്കൾ ഇന്നിനി നടക്കേണ്ട' എന്നു പറഞ്ഞ് ഗോവിന്ദാശ്ശാർ അവനെ അടുത്തുള്ള ഒരു പുരയിടത്തിലേക്കു കയറ്റി. ആ പുരയിടം വഴിയേക്കാൾ സ്വല്പമുയർന്നതായിരുന്നതിനാൽ അങ്ങോട്ടു കയറുന്നതിനു തന്നെ തിരുനീകണ്ഠൻ വളരെ പ്രയാസപ്പെട്ടു. അവിടെ നിന്നിരുന്ന ഒരു തെങ്ങിന്മേൽപ്പിടിച്ചാണ് അവൻ കയറിയത്. ഗോവിന്ദശ്ശാർ അവനു കുറേ തേങ്ങോലയും കൈതയും കൊണ്ടു കൊടുത്തു. അവൻ ഒന്നും തിന്നില്ല. പിന്നെ അയാൾ ഒരുകുല പഴം മേടിച്ചു കൊടുത്തു. അതും തിന്നുന്നതിനു നമ്മുടെ കഥാനായകൻ ശക്തനായില്ല. ഓരോ പഴമായിട്ടു വായിൽ വച്ചുകൊടുത്തിട്ടും ഇറക്കുന്നതിനു വയ്യായിരുന്നു. തിരുനീലകണ്ഠൻ പഴംപോലും തിന്നാതെയിരിക്കുകയും വായിൽവെച്ചു കൊടുത്ത പഴമെല്ലാം താഴെ വീഴുകയും ചെയ്യുന്നതുകണ്ട് ഗോവിന്ദശ്ശാർ മാറത്തടിച്ച് ഉറക്കെ കരഞ്ഞുതുടങ്ങി. അതു കണ്ട് തിരുനീലകണ്ഠനും കണ്ണീരൊലിപ്പിക്കുകയും ദീനസ്വരത്തിൽ കരയുകയും തുമ്പിക്കൈ നീട്ടി ഗോവിന്ദശ്ശാരെ കൂടക്കൂടെ തൊടുകയും മണപ്പിക്കുകയും ചെയ്തുകൊണ്ടിരുന്നു. രാത്രിയായപ്പോൾ അവൻ കിടന്നു. ഗോവിന്ദശ്ശാർ ജലപാനംപോലും കഴിക്കാതെ രാത്രി മുഴുവൻ ഉറക്കമിളിച്ച് അവനെ തൊട്ടുതലോടിക്കൊണ്ട് അടുക്കൽ തന്നെയിരുന്നു. നേരം വെളുത്തപ്പോഴേക്കും നമ്മുടെ കഥാനായകൻ കഥാവശേഷനായിത്തീരുകയും ചെയ്തു.

തിരുനീലകണ്ഠന്റെ കാലാനന്തരം തൽസ്ഥാനത്തു നിയമിക്കപ്പെട്ട മഞ്ഞപ്രത്തിരുനീലകണ്ഠന്റെ ആനക്കാരനായിട്ടും കുറച്ചുകാലം ജീവിതത്തെ നയിച്ചതിന്റേശേഷം ഗോവിന്ദശ്ശാരും പരലോകത്തെ പ്രാപിച്ചു. ആകപ്പാടെ വിചാരിച്ചാൽ വൈക്കത്തു തിരുനീലകണ്ഠനെപ്പോലെ ഒരാനയും മൂലയിൽ ഗോവിന്ദശ്ശാരെപ്പോലെ ഒരാനക്കാരനും അതിനു മുമ്പും അതിൽപ്പിന്നെയും ഉണ്ടായിട്ടുമില്ല; ഇനി ഉണ്ടാവുകയുമില്ലെന്നു തീർച്ചയായി പറയാം.

10. കിളിരൂർ കുന്നിന്മേൽ ഭഗവതി

തിരുവിതാംകൂർ സംസ്ഥാനത്ത് കോട്ടയം താലൂക്കിൽ കിളിരൂർ ദേശം പണ്ടുതെക്കുംകൂർ രാജ്യത്തുൾപ്പെട്ടതായിരുന്നു. അതിനാൽ ഈ ഭഗവതിക്ഷേത്രം കിളിരൂർ ദേശക്കാർ തെക്കുംകൂർ രാജാവിന്റെ അനുവാദത്തോടും സഹായത്തോടും കൂടിയാണു പണികഴിപ്പിച്ചത്. എന്നാൽ അവരുടെ വിചാരം ഇവിടെ ഭഗവതിയെ പ്രതിഷ്ഠിക്കണമെന്നല്ലായിരുന്നു. ശാസ്താവിനെ പ്രതിഷ്ഠിക്കണമെന്നു വിചാരിച്ചാണ് ആ ദേശക്കാർ ഈ ക്ഷേത്രം പണികഴിപ്പിച്ചത്. അമ്പലത്തിന്റെ പണിയെല്ലാം കുറേ തീർപ്പിക്കുകയും ശാസ്താവിന്റെ ഒരു വിഗ്രഹമുണ്ടാക്കിക്കുകയും പ്രതിഷ്ഠയ്ക്കു മുഹൂർത്തം നോക്കിച്ചു നിശ്ചയിക്കുകയും അടുത്തുള്ള തിരുവാർപ്പു ക്ഷേത്രത്തിലെ തന്ത്രിയായ ഭദ്രകാളിമറ്റപ്പള്ളി നമ്പൂരിപ്പാട്ടിലെ അടുക്കൽനിന്നു പ്രതിഷ്ഠയ്ക്കും കലശം മുതലായതിനും വേണ്ടുന്ന ഉപകരണങ്ങൾക്കും മറ്റും പടിത്തരച്ചാർത്തു വാങ്ങുകയും സാമാനങ്ങൾ ശേഖരിച്ചുതുടങ്ങുകയും പ്രതിഷ്ഠാദികൾ മുറയ്ക്കു നടത്തിക്കുന്നതിനായി കരയിൽ പ്രധാനന്മാരായ പള്ളിയിൽ മേനോൻ, വെട്ടിക്കുളങ്ങരക്കയ്മൾ മുതലായവരുടെ അപേക്ഷപ്രകാരം തെക്കുംകൂർ രാജാവ് മുൻകൂട്ടി സ്ഥലത്തെത്തി വേണ്ടുന്ന ചട്ടംകെട്ടുകളെല്ലാം ചെയ്തുകൊണ്ടു താമസം തുടങ്ങുകയും ചെയ്തു.

ഈ സംഗതികൾ നടന്നുകൊണ്ടിരുന്ന കാലത്ത് കിളിരൂർ ദേശത്ത് 'കണ്ണാട്ട്' എന്ന വീട്ടിൽ 'കോത' എന്നു പേരായി ഒരു സ്ത്രീയുണ്ടായിരുന്നു. വയോവൃദ്ധയും ഈശ്വരഭക്തയും സത്ഗുണവതിയുമായിരുന്ന അവരെ എല്ലാവരും 'കോതയമ്മ' എന്നാണു വിളിച്ചിരുന്നത്. അവർക്ക് ഏഴര നാഴിക വെളുപ്പിനു കുളിയും ചില ജപങ്ങളും മറ്റും പതിവായിട്ടുണ്ടായിരുന്നു. ഒരു യോഗീശ്വരൻ അവർക്ക് ദിവ്യമന്ത്രം ഉപദേശിച്ചിരുന്നതിനാൽ ആ മന്ത്രം ജപിച്ചു ജപിച്ച് അവരൊരു ദിവ്യയായിത്തീർന്നിരുന്നുവത്രേ. അവർ വെളുപ്പാൻ കാലത്തു കുളിക്കാൻ പോകുന്ന സമയം 'കാർത്ത്യായനി' എന്നു പേരായി അവർക്കുണ്ടായിരുന്ന മകളെക്കൂടെ കൊണ്ടുപോവുക പതിവായിരുന്നു.

ഒരു ദിവസം വെളുപ്പാൻ കാലത്തു കുളിക്കാൻ പോകാറായപ്പോൾ കോതയമ്മ പതിവുപോലെ മകളെ വിളിച്ചിട്ടു, "അമ്മ മുൻപേ പോയ്ക്കൊള്ളൂ, ഞാൻ പിന്നാലെ വന്നുകൊള്ളാം"എന്നു മകൾ പറയുകയാൽ വൃദ്ധ പോയി, പുഴയിലിറങ്ങി കുളി ആരംഭിച്ചു. അപ്പോൾ മറുകരയിൽ നിന്ന് ആരോ വെള്ളത്തിലിറങ്ങി നടന്നു തന്റെ നേരെ വരുന്നതായി ത്തോന്നുകയാൽ വൃദ്ധ സ്വല്പം ഭയത്തോടുകൂടി 'കാർത്ത്യായനീ' എന്ന് ഉറക്കെ വിളിച്ചു. അപ്പോൾ വെള്ളത്തിൽക്കൂടി നടന്ന വന്ന ആൾ ഉച്ചത്തിൽ വിളികേട്ടുകൊണ്ടു കോതയമ്മയുടെ അടുക്കലേക്കു ചെന്നു. അതു തന്റെ മകളായിരിക്കുമെന്നു വിചാരിച്ചിട്ട് കോതയമ്മ "നീയിപ്പോൾ അക്കയരയ്ക്കു പോയതെന്തിനാണ്?" എന്നു ചോദിച്ചു. അപ്പോൾ ആ വന്നയാൾ "അമ്മേ! ഞാൻ ഒരു കാർത്ത്യായനി തന്നെയാണ്; എങ്കിലും നിങ്ങളുടെ മകളല്ല" എന്നു പറഞ്ഞു. അതുകേട്ട് വൃദ്ധ സൂക്ഷിച്ചുനോക്കി. വൃദ്ധയ്ക്കു നയനേന്ദ്രിയശക്തി കുറഞ്ഞു പോയിരുന്നു എങ്കിലും അപ്പോൾ കുറേശ്ശേ നിലാവുണ്ടായിരുന്നതിനാൽ ആ വന്നയാൾ സർവാംഗ സുന്ദരിയും നവയൗവനയുക്തയുമായ ഒരു കന്യകയാണെന്നും ആ ബാലിക തലമുടി ഭംഗിയായി ചീകിക്കെട്ടി സുരഭിലകുസുമങ്ങൾ ചൂടുകയും കാതിൽ ഓലയും കഴുത്തിൽ പാലയ്ക്കാമോതിരവും അരയിൽ പട്ടുവസ്ത്രവും ധരിക്കുകയും ചെയ്തിട്ടുണ്ടെന്നും വൃദ്ധ മനസ്സിലാക്കുകയും അവർ തമ്മിൽ സ്വല്പം സംഭാഷണം നടക്കുകയും ചെയ്തു.

വൃദ്ധ: നീ എവിടെനിന്നാണു വരുന്നത്? എങ്ങോട്ടു പോകുന്നു?

കന്യക: ഞാൻ സ്വല്പം കിഴക്കുനിന്നാണ് വരുന്നത്. ഇവിടെ കുന്നിന്മേൽ പുത്തനായി ഒരു ക്ഷേത്രം പണികഴിപ്പിച്ചിട്ടുണ്ടല്ലോ. ഞാൻ അവിടെക്കയറി പാർക്കാനായിട്ടാണു പോകുന്നത്.

വൃദ്ധ: ആ അമ്പലം ശാസ്താവിനെ പ്രതിഷ്ഠിപ്പിക്കാനായിട്ടു പണിയിച്ചിട്ടുള്ളതാണല്ലോ.

കന്യക: അതു ശരിതന്നെ. എങ്കിലും ഞാൻ തന്നെ അവിടെപ്പാർക്കും. ഞങ്ങൾ ഏഴുപേരാണ് കിഴക്കുനിന്ന് പോന്നത്. ശേഷമെല്ലാവരും ഇടയ്ക്ക് ഓരോ സ്ഥലങ്ങളിൽക്കയറി താമസമായി. എനിക്കു മാത്രം എങ്ങും സ്ഥലംകിട്ടിയില്ല. അപ്പോഴാണ് ഇങ്ങനെ ഒരു സ്ഥലം തയ്യാറായിട്ടുണ്ടെന്നറിഞ്ഞത്. ഉടനെ ഇങ്ങോട്ടു പോരികയും ചെയ്തു. ശാസ്താവിനെ പ്രതിഷ്ഠിക്കാൻ വേണമെങ്കിൽ വേറെ അമ്പലം പണിയിച്ചുകൊള്ളുവാൻ നിങ്ങൾ നിങ്ങളുടെ സഹോദരൻ മുഖാന്തരം പള്ളിയിൽ മേനോൻ മുതലായവരെ അറിയിച്ചേക്കണം. അവർ രാജാവിന്റെ അടുക്കൽ അറിയിച്ചുകൊള്ളുമല്ലോ. ഇനി മേലാൽ ഈ കരയിൽ കുട്ടികൾക്കു കാർത്ത്യായനി എന്നു പേരിടുകയും പാലയ്ക്കാമോതിരം കെട്ടിക്കുകയും ചെയ്യരുതെന്നും നിങ്ങൾ നിങ്ങളുടെ സഹോദരൻ

മുഖാന്തരം ജനങ്ങളെ അറിയിച്ചേക്കണം. ഇതൊന്നും പറഞ്ഞതായിട്ടും നമ്മൾ തമ്മിൽ കണ്ടതായിട്ടും ആരോടും നിങ്ങൾ പറയുകയുമരുത്.

ഇവരുടെ ഈ സംഭാഷണം കേട്ടുകൊണ്ട് ആ ദേശക്കാരനും നല്ല ജ്യോൽസ്യനും പ്രശ്നമാർഗനിപുണനനും ഒരു ദിവ്യനുമായ കണിയാമ്പറമ്പിൽക്കണിയാൻ ഒരു മരത്തിനു മറഞ്ഞുനിന്നിരുന്നു. കന്യകയുടെ സംഭാഷണമവസാനിച്ച ഉടനെ ആ കണിയാൻ, 'അടിയൻ ഇതെല്ലാം കേട്ടുവല്ലോ' എന്നു പറഞ്ഞു. അപ്പോൾ കന്യക, "എന്നാൽ നീയും ഇതൊന്നും ആരോടും മിണ്ടിപ്പോകരുത്. നീ ആരോടെങ്കിലും ഇക്കാര്യം വല്ലതും പറഞ്ഞാൽ നിന്റെ സന്താനങ്ങളെല്ലാം എന്നും ചട്ടനും പൊട്ടനും (മുടന്തനും ബധിരനും) ആയിത്തീരും" എന്നും, വൃദ്ധയോട് "കുന്നിന്മേൽ വന്നാൽ ഇനിയും നിങ്ങൾക്ക് എന്നെക്കാണാം" എന്നും പറഞ്ഞിട്ട് ഉടനെ അദൃശ്യയായി ഭവിക്കുകയും ചെയ്തു.

ആ കന്യകയുടെ സ്വരൂപം കാണുകയും സംഭാഷണം കേൾക്കുകയും ചെയ്തിട്ട് ഭയവിസ്മയവിഹ്വലയായിത്തീർന്ന കോതയമ്മ ക്ഷണത്തിൽ കുളികഴിച്ചു വീട്ടിലെത്തി പതിവുള്ള ജപവും മറ്റും കഴിച്ചുകൂട്ടി. അപ്പോഴേക്കും കോതയമ്മയുടെ സഹോദരനായ കൊച്ചയ്യപ്പനും അവിടെയെത്തി. ഉടനെ കോതയമ്മ കൊച്ചയ്യപ്പനോട്, "എടാ! കൊച്ചയ്യപ്പാ! കുന്നിന്മേൽ പണികഴിപ്പിച്ചിരിക്കുന്ന അമ്പലത്തിൽ ഒരു ഭഗവതി ഇളകൊണ്ടിരിക്കുന്നു. അതിനാൽ ഇനി ശാസ്താവിനെ പ്രതിഷ്ഠിപ്പിക്കണമെങ്കിൽ അമ്പലം വേറെ ഉണ്ടാക്കിക്കണം. അവിടെ ഇളകൊണ്ടിരിക്കുന്നതു സാക്ഷാൽ കാർത്ത്യായനിയാണ്. അതിനാൽ ഇനി മേലാൽ ഈ കരയിൽ ആർക്കും കാർത്ത്യായനി എന്നു പേരിട്ടുകൂടാ. ആരെയും പാലയ്ക്കാമോതിരം കെട്ടിക്കയുമരുത്. നീ ഈ വിവരം കരയിൽ പ്രധാനന്മാരായ പള്ളിയിൽ [1]മേനോൻ, വെട്ടിക്കുളങ്ങരക്കയ്മൾ മുതലായവരെ ഇപ്പോൾത്തന്നെ ധരിപ്പിക്കണം. രാജാവിന്റെ അടുക്കൽ അവരറിയിച്ചുകൊള്ളുമല്ലോ" എന്നു പറഞ്ഞു. ഇതു കേട്ടിട്ട് കോതയമ്മ എന്തോ പിച്ചു പറയുന്നു എന്നാണ് കൊച്ചയ്യപ്പനു തോന്നിയത്. എങ്കിലും അയാൾ ഉടനെ ഈ വിവരം പള്ളിയിൽ മേനോൻ മുതലായവരെ ഗ്രഹിപ്പിക്കുകയും മേനോൻ തെക്കുകൂർ രാജാവിന്റെ അടുക്കൽ അറിയിക്കുകയും ചെയ്തു. കോതയമ്മ പറഞ്ഞതായതുകൊണ്ട് ഇതു കേവലം അബദ്ധമായിരിക്കുകയില്ലെന്നു വിചാരിച്ച് രാജാവും പള്ളിയിൽ മേനോൻ മുതലായവരും കുന്നിന്മേൽകൂടുകയും കണിയാൻപറമ്പിൽക്കണിയാനെ വരുത്തി പ്രശ്നം വയ്പിച്ചു നോക്കിക്കുകയും ചെയ്തു. ഈ പണിക്കുറ തീർത്തിരിക്കുന്ന ക്ഷേത്രത്തിൽ ദേവീസാന്നിദ്ധ്യമുണ്ടായിട്ടുണ്ടെന്നുള്ളതു വാസ്തവംതന്നെയാണെന്നും സാക്ഷാൽ മഹാമായയാകുന്ന കാർത്ത്യായനീ ദേവി ലോകരക്ഷാർഥം പല മൂർത്തികളായിപ്പിരിഞ്ഞ്

1. ആ കുടുംബം ഇപ്പോഴില്ല

ഇപ്പോൾ കേരളത്തിൽ സഞ്ചരിച്ച് ഓരോ സ്ഥലങ്ങളിൽ കയറി ഇള കൊണ്ടു തുടങ്ങിയിരിക്കുകയാണെന്നും അക്കൂട്ടത്തിൽ ഒരു മൂർത്തി യാണ് ഇവിടെയും ഇളകൊണ്ടിരിക്കുന്നതെന്നും പല മൂർത്തികളായി പിരിഞ്ഞിരിക്കുന്നുവെങ്കിലും എല്ലാം ആ മഹാമായ ഒരാൾതന്നെയാ ണെന്നും "ഏകൈവാഹം ജഗത്യത്ര ദ്വിതീയ കാമമാപരാ?" എന്നാണല്ലോ ദേവി അരുളിച്ചെയ്തിരിക്കുന്നത് എന്നും കണിയാൻ പറഞ്ഞു. അപ്പോൾ എല്ലാവരും ഇതെല്ലാം വിശ്വസിക്കുകയും ചെയ്തു.

ഈ സമയം കോതയമ്മയും കുന്നിന്മേലെത്തി. "കുന്നിന്മേൽ വന്നാൽ ഇനിയും നിങ്ങൾക്ക് എന്നെക്കാണാം" എന്നു ദേവി അരുളി ച്ചെയ്തതിനെ ഓർത്ത് അവർ അമ്പലത്തിൽക്കയറി ശ്രീകോവിലക ത്തേക്കു നോക്കി. അപ്പോൾ അവർ അവിടെ "നാലെട്ടു തൃക്കൈകളി ലുജ്ജ്വലിക്കും ശൂലാദിനാനായുധഭാസമാന"യായും "മൂർത്ത്യാ മനോജ്ഞ"യായുമിരിക്കുന്ന കാർത്ത്യായനിയെ പ്രത്യക്ഷമായിക്കണ്ടിട്ടു ഭയവിസ്മയാകുലയായിത്തീരുകയും ചില സ്തോത്രങ്ങൾ ചൊല്ലി ദേവിയെ സ്തുതിക്കുകയും ചെയ്തു. ആ സമയം ആ ഭക്തയെ തൊട്ടു കൊണ്ടു നോക്കിയവരെല്ലാം ദേവിയുടെ രൂപം മേൽപറഞ്ഞ പ്രകാരം കണ്ട് ഏറ്റവും ഭയാദ്ഭുതപരവശന്മാരായിത്തീർന്നു. കുറച്ചു സമയം കഴിഞ്ഞപ്പോൾ അവിടെ ദുർന്നിരീക്ഷ്യമായ ഒരു തേജസ്സുമാത്രം ശേഷി ക്കുകയും ക്രമേണ അതും അദൃശ്യമായിത്തീരുകയും ചെയ്തു.

അനന്തരം അവിടെക്കൂടിയിരുന്ന മഹാന്മാരുടെ ആലോചന "അടുത്ത മുഹൂർത്തത്തിൽ പ്രതിഷ്ഠിപ്പാനായി പണിയിച്ചുവെച്ചിരി ക്കുന്ന ശാസ്താവിന്റെ വിഗ്രഹം ഇനി എന്താണു ചെയ്യേണ്ടത്" എന്നാ യിരുന്നു. പുത്തനായി പണിയിച്ചിട്ടുള്ള അമ്പലത്തിന്റെ അടുക്കൽ ത്തന്നെ തത്ക്കാലം ഒരു ശ്രീകോവിൽ മാത്രം പണിയിച്ച് ശാസ്താ വിനെ പ്രതിഷ്ഠ നടത്തിക്കാമെന്ന് എല്ലാവരുംകൂടി തീർച്ചപ്പെടുത്തു കയും അപ്രകാരം അഞ്ചെട്ടു ദിവസംകൊണ്ട് ഒരു ശ്രീകോവിൽ പണി യിച്ചു കുറ തീർപ്പിക്കുകയും ചെയ്തു.

പ്രതിഷ്ഠയ്ക്കുള്ള ക്രിയകൾ തുടങ്ങുന്നതിനു തലേദിവസംതന്നെ തന്ത്രി, പരികർമ്മികൾ മുതലായവർ സ്ഥലത്തെത്തി. അപ്പോൾ അവിടെ ഉണ്ടായ വിശേഷങ്ങളെല്ലാം പള്ളിയിൽ മേനോൻ തന്ത്രി നമ്പൂരി പ്പാട്ടിലെ അടുക്കൽ അറിയിച്ചു. ഉടനെ നമ്പൂരിപ്പാട്ടീന്ന്, "എന്നാൽ ദേവീപ്രതിഷ്ഠ കൂടി ഇപ്പോൾത്തന്നെ നടത്തുകയാണല്ലോ വേണ്ടത്. ദേവി ഇവിടെ ഇളകൊണ്ടിട്ടുണ്ടെന്നു നിങ്ങൾക്കെല്ലാവർക്കും വിശ്വാസം വന്നിട്ടുണ്ടെങ്കിലും എല്ലാവർക്കും കാണത്തക്കവിധം ഒരർച്ചനാ ബിംബം പ്രതിഷ്ഠകൂടി ചെയ്യേണ്ടത് അത്യാവശ്യമാണ്. അങ്ങനെ തീർച്ചപ്പെടുത്തുന്നപക്ഷം അതിലേക്കും വേണ്ടുന്ന ഉപകരണങ്ങളും ഒരു ബിംബവും വേണം" എന്നു പറഞ്ഞു. അപ്പോൾ മേനോൻ മുതലായവർ,

"ഉപകരണങ്ങളൊക്കെ ഉണ്ടാക്കാം. അതിനു പ്രയാസമില്ല. ഈ മുഹൂർത്തത്തിനു പ്രതിഷ്ഠിക്കത്തക്കവണ്ണം ബിംബമുണ്ടാക്കിക്കുന്ന കാര്യം അസാദ്ധ്യമാണ്. അതിനാൽ ദേവിപ്രതിഷ്ഠ ഇനി ആദ്യമുണ്ടാകുന്ന മുഹൂർത്തത്തിലാകാമെന്നുവെയ്ക്കാനേ നിവൃത്തിയുള്ളൂ" എന്നു പറഞ്ഞു."എന്നാൽ അങ്ങനെ മതി" എന്നു നമ്പൂരിപ്പാട്ടീന്നും സമ്മതിച്ചു.

അന്നു രാത്രിയിൽ കോതയമ്മയ്ക്കു ഒരു സ്വപ്നമുണ്ടായി. കുറച്ചു ദിവസംമുമ്പ് ആറ്റുകടവിൽവെച്ചു കണ്ടതായ ആ കന്യക അവരുടെ അടുക്കൽച്ചെന്ന്, "നിങ്ങൾ പതിവായി കുളിക്കുന്ന കടവിൽനിന്നു സ്വല്പം പടിഞ്ഞാട്ടു മാറി ഒരു കയമുണ്ടല്ലോ. ആ കയത്തിൽ എന്റെ ഒരു ശിലാവിഗ്രഹം കിടക്കുന്നുണ്ട്. അതെടുപ്പിച്ച് ഈ അടുത്ത മുഹൂർത്തത്തിൽത്തന്നെ എന്റെ പ്രതിഷ്ഠയും നടത്തിക്കണം. തോണിയിൽക്കയറി ആ കയത്തിന്റെ സമീപത്തുചെന്നാൽ അവിടെ വെള്ളത്തിനടിയിൽനിന്നു ധാരാളമായി പാലക്കായ് പൊങ്ങിവരുന്നതു കാണാം. ആ സ്ഥലത്തു മുങ്ങിത്തപ്പിയാൽ വിഗ്രഹം കണ്ടുകിട്ടും" എന്നു പറഞ്ഞു എന്നായിരുന്നു സ്വപ്നം. സ്വപ്നം കണ്ട ഉടനെ ആ വൃദ്ധ ഉണർന്നു കണ്ണുതുറന്നു നോക്കീട്ട് അവിടെ ആരെയും കണ്ടില്ല. എങ്കിലും ഇതു ദേവി എഴുന്നള്ളിച്ചു അരുളിച്ചെയ്തതുതന്നെയാണെന്നു വിശ്വസിച്ചു കൊണ്ട് കോതയമ്മ ഈ വിവരം കൊച്ചയ്യപ്പൻ മുഖാന്തരം അതിരാവിലെ പള്ളിയിൽ മേനോൻ മുതലായവരെ അറിയിച്ചു. കോതയമ്മയുടെ വാക്ക് ഒരിക്കലും മിഥ്യയായിപ്പോവുകയില്ലെന്നുള്ള വിശ്വാസം എല്ലാവർക്കുമുണ്ടായിരുന്നതിനാൽ പള്ളിയിൽ മേനോൻ മുതലായ ചില പ്രധാനന്മാർ വെള്ളത്തിൽ മുങ്ങിത്തപ്പാൻ പരിചയവും സാമർഥ്യവുമുള്ള ചിലരോടുകൂടി ഉടനെ വള്ളത്തിൽക്കയറി ആ കയത്തിങ്കലേക്കു പോയി. അവിടെച്ചെന്നപ്പോൾ ഒരു സ്ഥലത്തു സംഖ്യയില്ലാതെ പാലക്കായ് വെള്ളത്തിനടിയിൽനിന്നു പൊങ്ങിവരുന്നതായി കാണുകയും അവിടെ ച്ചിലർ മുങ്ങിത്തപ്പിയപ്പോൾ ബിംബം കണ്ടുകിട്ടുകയും അതെടുത്തു കുന്നിന്മേൽകൊണ്ടുവരികയും പിന്നെ ബിംബപരിഗ്രഹം മുതലായ സകല ക്രിയകളും ചെയ്തു നിശ്ചിതമുഹൂർത്തത്തിൽത്തന്നെ ദേവിയുടെയും ശാസ്താവിന്റെയും പ്രതിഷ്ഠയും കലശവും നടത്തുകയും ചെയ്തു. അതോടുകൂടി അതികേമമായി ഉത്സവവും നടത്തി.

അക്കാലത്ത് തെക്കുംകൂർ രാജാവും തന്ത്രിയും പള്ളിയിൽ മേനോൻ മുതലായവരുംകൂടി ക്ഷേത്രത്തിൽ ഉത്സവം മുതലായ ആട്ടവിശേഷങ്ങൾ, മാസവിശേഷങ്ങൾ, നിത്യനിദാനം മുതലായവയ്ക്കു പടിത്തരം നിശ്ചയിക്കുകയും അവയ്ക്കെല്ലാം വഹവെച്ചു ധാരാളം വസ്തുക്കൾ ദേവസ്വംപേരിൽ പതിക്കുകയും ചെയ്തു. അതിനാൽ ആ ഭഗവതീ ദേവസ്വം ഏറ്റവും ധനപുഷ്ടിയുള്ളതായിത്തീർന്നു. അവിടെ പ്രധാന്യവും

ദേവിക്കുതന്നെ സിദ്ധിച്ചു. ശാസ്താവിന് അവിടെ ഒരുപദേവന്റെ സ്ഥാനംമാത്രമേ സിദ്ധിച്ചുള്ളൂ. എങ്കിലും ദേവിക്ക് ഇതൊന്നുകൊണ്ടും നല്ല തൃപ്തിയായില്ല.

പടിത്തരം നിശ്ചയിച്ചദിവസം രാത്രിയിൽ തെക്കുംകൂർ രാജാവിന് ഒരു സ്വപ്നമുണ്ടായി. സർവാംഗസുന്ദരിയായ ഒരു സ്ത്രീ അദ്ദേഹത്തിന്റെ അടുക്കൽച്ചെന്ന്, "ഇതൊന്നുകൊണ്ടും എനിക്ക് തൃപ്തിയായിട്ടില്ല. എനിക്ക് തൃപ്തിയാകണമെങ്കിൽ എന്റെ കോതയമ്മയ്ക്കുകൂടി എന്തെങ്കിലും കൊടുക്കണം. കോതയമ്മ സന്തോഷിച്ചാൽ ഞാനും സന്തോഷിക്കും" എന്നു പറഞ്ഞതായിട്ടായിരുന്നു സ്വപ്നം. ആ സമയത്തുതന്നെ ഇപ്രകാരമൊരു സ്വപ്നം പള്ളിയിൽ മേനോനുമുണ്ടായി. നേരം വെളുത്തയുടനെ പള്ളിയിൽ മേനോൻ രാജസന്നിധിയിലെത്തി തനിക്കുണ്ടായ സ്വപ്നത്തിന്റെ വിവരം അറിയിച്ചു. തനിക്കും ഇപ്രകാരമൊരു സ്വപ്നമുണ്ടായി എന്നു രാജാവും പറഞ്ഞു. ഉടനെ രണ്ടുപേരുംകൂടി ആളയച്ചു കണിയാൻപറമ്പിൽ കണിയാനെ വരുത്തി പ്രശ്നംവയ്പിച്ചുനോക്കിച്ചു. അപ്പോൾ ഈ ഉണ്ടായിട്ടുള്ളതു ദേവിയുടെ ദർശനംതന്നെതാണെന്നും കോതയമ്മയ്ക്കുകൂടി എന്തെങ്കിലും ശരിയായിട്ടുകൊടുത്തില്ലെങ്കിൽ ദേവിയുടെ കോപവും തന്നിമിത്തം അനേകം അനർഥങ്ങളുമുണ്ടായിത്തീരുമെന്നും കണിയാൻ വിധിച്ചു. അതിനാൽ കോതയമ്മയുടെ പേരിൽ ഏതാനും പുഞ്ചനിലം ഇനാമായി പതിച്ചുകൊടുത്തതുകൂടാതെ അവരുടെ സഹോദരനായ കൊച്ചയ്യപ്പനെ ദേവസ്വത്തിൽ മാറാച്ചന്തിരമായി നിയമിക്കുകയും ചെയ്തു. കോതയമ്മയുടെ പേരിൽ പതിച്ചുകൊടുത്ത നിലത്തിനു 'കോത നേടിയ നിലം' എന്നാണ് പേരു പറഞ്ഞുവന്നിരുന്നത്. അതു കാലക്രമേണ ലോപിച്ചു കോതാടി നിലമെന്നായിത്തീർന്നു. ആ നിലം ഏതാനും കൊല്ലങ്ങൾക്കുമുമ്പു (*1070-ാമാണ്ട്*) വരെ കണ്ണാട്ടുവീട്ടുകാരുടെ കൈവശാനുഭവത്തിൽത്തന്നെ ഇരുന്നിരുന്നു. പിന്നീട് അവർ എഴുതി വിറ്റുകളഞ്ഞിരുന്നതിനാൽ അന്യാധീനപ്പെട്ടുപോയി. എങ്കിലും ഇപ്പോഴും ആ നിലത്തിനു കോതാടിനിലം എന്നുതന്നെയാണ് പേരു പറഞ്ഞുവരുന്നത്. ആ വീട്ടുകാർക്കു ദേവസ്വത്തിൽ 1030-ാമാണ്ടു വരെ മാറാച്ചന്തിരവുമുണ്ടായിരുന്നു. പിന്നീടു ചില കാരണങ്ങളാൽ അതും മാറിപ്പോയി. എങ്കിലും ആ വീട്ടുകാർക്കു പ്രതിവർഷം 72 പറ നെല്ലു വീതം ഗവൺമേണ്ടിൽനിന്ന് ഇനാമായി ഇപ്പോഴും കൊടുത്തുവരുന്നുണ്ട്.

കോതയമ്മയ്ക്ക് ഇനാമായി നിലം പതിച്ചുകൊടുത്ത കാലത്ത് കണിയാൻപറമ്പിൽ കണിയാനും ചില വസ്തുക്കൾ പതിച്ചുകൊടുത്തിരുന്നു. വിശേഷിച്ച് അവരുടെ തറവാട്ടേക്ക് മെച്ചര് എന്നൊരു സ്ഥാനപ്പേരു കൂടി തെക്കുംകൂർ രാജാവു കല്പിച്ചുകൊടുത്തു. വസ്തുക്കളെല്ലാം

അവർ ഓരോ കാലത്തായി എഴുതി വിറ്റുകളഞ്ഞതിനാൽ ഇപ്പോൾ അവർക്കു കുടിപാർക്കുന്ന പുരയിടവും മെച്ചരെന്നുള്ള സ്ഥാനപ്പേരും മാത്രമേ ഉള്ളൂ. എങ്കിലും ദേവിയുടെ ശാപം അവർ ഇന്നും അനുഭവിച്ചുകൊണ്ടുതന്നെ ഇരിക്കുന്നുണ്ട്. കോതയമ്മയും ദേവിയും തമ്മിൽ ആറ്റുകടവിൽ വെച്ചുണ്ടായ സംഭാഷണം മറഞ്ഞുനിന്നു കേട്ട കണിയാൻ ആ വർത്തമാനം അപ്പോൾ തന്നെ സ്വകാര്യമായി അവന്റെ ഭാര്യയോടു പറഞ്ഞു. അതിനാൽ അവന്റെ കുടുംബത്തിലുണ്ടാകുന്ന പുരുഷന്മാർ പൊട്ടനോ ചട്ടനോ ആയിരിക്കുമെന്നുള്ള ദേവിയുടെ ശാപത്തിന് ഇപ്പോഴും വ്യത്യാസം വന്നിട്ടില്ല.

പ്രസ്തുത ഭഗവതീക്ഷേത്രത്തിൽ ആദ്യകാലം മുതൽക്കുതന്നെ തെക്കുംകൂർ രാജാവിനു നാമമാത്രമായി ഒരു മേലാഴ്മസ്ഥാനമുണ്ടായിരുന്നുവെങ്കിലും അവിടെ സകല കൈകാര്യകർത്തൃത്വവും കരക്കാർക്കുതന്നെയായിരുന്നു. തെക്കുംകൂർരാജ്യം തിരുവിതാംകൂറിൽ ചേർന്നിട്ടും വളരെക്കാലത്തേക്ക് ആ ദേവസ്വം കരക്കാരുടെ കൈവശത്തിൽതന്നെ ഇരുന്നിരുന്നു. കൊല്ലം 987-ാമാണ്ട് ഈ ദേവസ്വം തിരുവിതാംകൂർ സർക്കാരിൽ ചേർക്കുകയും അതോടുകൂടി കരക്കാരുടെ അധികാരങ്ങളെല്ലാം വിട്ടുപോവുകയും ചെയ്തു. എങ്കിലും ആ ദേശക്കാർ ആ ദേവിയെ ഇപ്പോഴും തങ്ങളുടെ പരദേവതയായിത്തന്നെ ആദരിക്കുകയും ആചരിക്കുകയും ചെയ്തുവരുന്നുണ്ട്. മൂവായിരപ്പറ നിലവും അസംഖ്യം പുരയിടങ്ങളും തനതു പേരിൽത്തന്നെ ഉണ്ടായിരുന്ന ഈ ദേവസ്വം സർക്കാരിൽച്ചേർത്തപ്പോൾ അന്നു ബ്രിട്ടീഷ് റസിഡണ്ടും തിരുവിതാംകൂർ ദിവാനുമായിരുന്ന മൺട്രോ സായ്പവർകൾ ക്ഷേത്രത്തിലെ അടിയന്തരങ്ങൾക്കു മുമ്പു നിശ്ചയിച്ചിരുന്ന പതിവുകളെല്ലാം കുറച്ചു കളഞ്ഞതിനാൽ അവിടെ ഉത്സവാദികൾക്കു മുതൽ ഒട്ടും മതിയാകാതെയായിത്തീർന്നു. ഇയ്യിടെയുണ്ടായ ദേവസ്വം പരിഷ്കാരത്തോടുകൂടി ആ മതിയായ്ക പരമകാഷ്ഠയെ പ്രാപിക്കുകയും ചെയ്തു. എങ്കിലും ദേശക്കാർക്കു ക്ഷേത്രകാര്യങ്ങളിലുള്ള പ്രതിപത്തിയും ശ്രദ്ധയും ഒട്ടും കുറഞ്ഞുപോയിട്ടില്ലാത്തതിനാൽ അവിടെ വേണ്ടുന്ന കാര്യങ്ങളെല്ലാം ഇപ്പോഴും ഭംഗിയായിത്തന്നെ നടന്നുപോരുന്നുണ്ട്. ക്ഷേത്രകാര്യങ്ങൾക്കായി ദേശക്കാർ ഏതാനും പണം ശേഖരിച്ചിട്ടുള്ളതിനാൽ സർക്കാരിൽനിന്നു പതിവുള്ളതു കഴിച്ചു പോരാത്തതിനു ദേശക്കാരുടെ ആ പണത്തിന്റെ പലിശയിൽ നിന്നുകൂടി ചെലവു ചെയ്താണ് അവിടെ അവർ ഉത്സവം മുതലായവ നടത്തിപ്പോരുന്നത്. കരക്കാർ വിശേഷാൽ ചില തിരുവാഭരണങ്ങളും മറ്റുംകൂടി ഉണ്ടാക്കി വെച്ചിട്ടുണ്ട്. അവയെല്ലാം കരക്കാരുടെ കൈവശംതന്നെയാണ് ഇപ്പോഴുമിരിക്കുന്നത്. ഉത്സവകാലത്തും മറ്റും വിശേഷദിവസങ്ങളിലും ഉപയോഗിക്കുന്നതിനായി അവർ അവ എടുത്തുകൊടുക്കുകയും അടിയന്തിരം

കഴിഞ്ഞാൽ തിരിയെ വാങ്ങിവെച്ചു സൂക്ഷിക്കുകയും ചെയ്തുവരുന്നു. അവയൊന്നും അവർ സർക്കാരിലേക്കു വിട്ടുകൊടുത്തിട്ടില്ല.

കിളിരൂർ കുന്നിന്മേൽ ദേവീപ്രതിഷ്ഠ കഴിഞ്ഞിട്ട് ആദ്യമായി ഉത്സവം മീനമാസത്തിൽ രോഹിണി കൊടിയേറ്റും പൂരം ആറാട്ടുമായിട്ടായിരുന്നു. അങ്ങനെ തന്നെ ഇപ്പോഴും നടന്നുവരുന്നു. മീനമാസത്തിൽ കാർത്തിക ഭഗവതിയുടെ തിരുനാളെന്നു സങ്കല്പിച്ച് ആ ദിവസത്തെയും ഒരുത്സവം പോലെതന്നെ ആഘോഷപൂർവം കൊണ്ടാടി വരുന്നുണ്ട്. അതും ദേശക്കാർക്കുകൂടി പണം ചെലവുചെയ്താണ് നടത്തി വരുന്നത്. സർക്കാർ ക്ഷേത്രത്തിൽ ദേശക്കാരുടെ സഹകരണം ഇതുപോലെ മറ്റെങ്ങുമുണ്ടെന്നു തോന്നുന്നില്ല. ഈ ക്ഷേത്രത്തിൽ 1022-ാമാണ്ടു ശ്രീകോവിലിനും 1060-ാമാണ്ടു മണ്ഡപത്തിനും ചെമ്പിടുവിച്ചതു ദേശക്കാർതന്നെതാണ്. അടുത്ത കാലത്ത് അഗ്നിബാധയാൽ നഷ്ടപ്പെട്ടുപോയ ശ്രീകോവിൽ സർക്കാരുവാദപ്രകാരം വീണ്ടും പണികഴിപ്പിച്ചു ചെമ്പിടുവിക്കാൻ ഉത്സാഹിച്ചുവരുന്നതും ഈ ദേശക്കാർ തന്നെ. ഇതെല്ലാം ആ ദേശക്കാർക്കു ദേവിയെക്കുറിച്ചുള്ള ഭക്തികൊണ്ടു മാത്രമല്ല; ഭയംകൊണ്ടു കൂടിയാണ്. ആ ദേവിയുടെ ചൈതന്യവും മാഹാത്മ്യവും അത്രയ്ക്കുമാത്രമുണ്ട്. അതിലേക്കു ചില ദൃഷ്ടാന്തങ്ങൾ കൂടി പറയാം.

കിളിരൂർ ദേശത്ത് ആർക്കും കാർത്ത്യായനിയെന്നു പേരിടുകയും പാലയ്ക്കമോതിരം കെട്ടിക്കയുമരുതെന്നു ദേവി മുൻപേതന്നെ അരുളിച്ചെയ്തിട്ടുണ്ടല്ലോ. ആ രണ്ടുകൂട്ടവും ഇപ്പോഴും ആ ദേശത്തു പതിവില്ല. ആ ദേശത്തുള്ള പുരുഷന്മാർ സംബന്ധം ചെയ്തോ മറ്റോ കാർത്ത്യായനി എന്നു പേരായ സ്ത്രീകളെ അന്യദേശത്തുനിന്ന് അവിടെക്കൊണ്ടുവന്നു താമസിപ്പിച്ചാലും സുഖമായി അധിക ദിവസം താമസിക്കാനിടയാകാറില്ല. എന്തെങ്കിലും കാരണവശാൽ ആ സ്ത്രീകൾ പെട്ടെന്ന് ആ ദിക്കു വിട്ടുപോകേണ്ടതായി വരും. ഇത് ഇപ്പോഴും കണ്ടുവരുന്ന ഒരു സംഗതിയാണ്.

പണ്ടൊരിക്കൽ ചെങ്ങളം എന്ന ദേശത്ത് ഒരു വീട്ടിൽ സ്ത്രീസന്താനമില്ലാതെയിരുന്നതിനാൽ "ഒരു പെൺകുട്ടിയുണ്ടായാൽ ആ കുട്ടിയെ കിളിരൂർ കുന്നിന്മേൽ ഭഗവതിയുടെ നടയിൽ കൊണ്ടുപോയി വെച്ചു ചോറുകൊടുത്തേക്കാം" എന്ന് ആ വീട്ടുകാർ നിശ്ചയിച്ചു. അനന്തരം അധികം താമസിയാതെ ആ വീട്ടിൽ ആ സ്ത്രീ ഗർഭം ധരിക്കുകയും യഥാകാലം ഒരു പെൺകുട്ടിയെ പ്രസവിക്കുകയും ചെയ്തു. വീട്ടുകാർ അത്യന്തം സന്തോഷിച്ച് ആറാം മാസത്തിൽ ചോറുകൊടുക്കുന്നതിനായി കുട്ടിയെയുംകൊണ്ട് കിളിരൂർ കുന്നിന്മേലെത്തി ചില വഴിപാടുകൾ നടത്തി, ചോറുകൊടുക്കുന്നതിനായി ആഭരണങ്ങളണിയിച്ചു നടയിൽകൊണ്ടുചെന്നു. ആ സമയം കുട്ടിക്ക് ഒരു ബോധക്ഷയമുണ്ടായി.

കുട്ടി കണ്ണു തുറക്കുകയോ മുല കുടിക്കുകയോ ചെയ്യാതെ വെയിലത്തിട്ട താളുപോലെ വാടിത്തളർന്നു കിടക്കുന്നതു കണ്ടു കുട്ടിയുടെ മാതാപിതാക്കൾ മാത്രമല്ല, ദേവീദർശനത്തിനായി അവിടെ വന്നുകൂടിയിരുന്ന അന്യജനങ്ങൾപോലും അത്യന്തം വിഷണ്ണരായിത്തീർന്നു. ഉടനെ ഒരു ദൈവജ്ഞനെ വരുത്തി പ്രശ്നംവെയ്പിച്ചു നോക്കുകയും കുട്ടിയുടെ അസ്വാസ്ഥ്യത്തിന്റെ കാരണം, അതിനെ പാലയ്ക്കാമോതിരം കെട്ടിച്ചു നടയിൽ കൊണ്ടുവന്നതാണെന്നും ആ മോതിരമഴിച്ചു നടയ്ക്കുവെച്ചാൽ കുട്ടിക്കു സുഖമാകുമെന്നും പ്രശ്നക്കാരൻ വിധിക്കുകയും കുട്ടിയുടെ ഉടമസ്ഥന്മാർ ആ മോതിരമഴിച്ചു നടയ്ക്കുവെക്കുകയും ഉടനെ കുട്ടിക്കു സുഖമാവുകയാൽ ചോറുകൊടുത്തു കൊണ്ടുപോവുകയും ചെയ്തു. ആ പാലയ്ക്കാമോതിരം മറ്റുള്ള തിരുവാഭരണങ്ങളുടെ കൂട്ടത്തിൽ കരക്കാരുടെ കൈവശം ഇപ്പോളുമവിടെ ഇരിക്കുന്നുണ്ട്. അത് അവിടെ ഉത്സവകാലങ്ങളിലും മറ്റും എഴുന്നള്ളിപ്പിന് അങ്കിയിൽ ചാർത്തുകയാണ് ചെയ്തുവരുന്നത്.

വൈക്കത്തു കോട്ടയംമുഖം[2] സന്ധ്യവേലയ്ക്കുവേണ്ടുന്ന അരി, കറിക്കോപ്പുകൾ മുതലായ സാമാനങ്ങളെല്ലാം കോട്ടയം പാർവത്യക്കാരൻ ശേഖരിച്ച്, വള്ളങ്ങളിലാക്കി വൈക്കത്തു കൊണ്ടുപോയി സന്ധ്യവേല നടത്തുകയായിരുന്നു മുൻകാലങ്ങളിൽ പതിവ്. സമാനങ്ങളെല്ലാം വള്ളങ്ങളിലാക്കി വൈക്കത്തേക്ക് പുറപ്പെടുന്ന ദിവസം പാർവത്യക്കാരൻ മുതലായവരുടെ വകയായി കിളിരൂർ കുന്നിന്മേൽ ഭഗവതിക്ക് ഒരു ചരക്കിലട വഴിപാടു നടത്തുകയും പതിവായിരുന്നു. സർക്കാർ വക അടിയന്തിരങ്ങൾക്കുള്ള സാമാനങ്ങൾ പാർവത്യക്കാരന്മാർ ശേഖരിച്ചുകൊണ്ടുപോവുകയെന്നുള്ള പതിവു നിന്നുപോയി. അതോടുകൂടി കുന്നിന്മേൽഭഗവതിക്കു പതിവുണ്ടായിരുന്ന അടവഴിപാടും നിറുത്തലായി. അപ്പോൾ വൈക്കത്തു ചില ദുർലക്ഷണങ്ങൾ കണ്ടുതുടങ്ങി. സന്ധ്യാവേലയ്ക്കുള്ള പ്രഥമനിൽ അട്ട വീഴുക, കാളനിൽ ഗൗളി വീഴുക മുതലായ ദുർലക്ഷണങ്ങൾ പതിവായി കണ്ടുതുടങ്ങിയപ്പോൾ അതിന്റെ കാരണമറിയുന്നതിനായി പ്രശ്നംവെയ്പിച്ചു നോക്കിച്ചു. അപ്പോൾ ഈ അമംഗളങ്ങൾ കാണുന്നതിന്റെ കാരണം കിളിരൂർ കുന്നിന്മേൽഭഗവതിക്കു പതിവുള്ള വഴിപാടു നടത്താത്തതുകൊണ്ടു വൈക്കത്തപ്പനുണ്ടായിട്ടുള്ള വിരോധമാണെന്നും "എന്റെ കാർത്ത്യായനിക്കു പതിവുള്ളതു കൊടുക്കാതെ എനിക്കു പതിവുള്ളതു ഞാൻ സ്വീകരിക്കുകയില്ല" എന്നാണ് വൈക്കത്തപ്പന്റെ ഭാവമെന്നും പ്രശ്നക്കാരൻ വിധിച്ചു. അതിനെസ്സംബന്ധിച്ചും എഴുത്തുകുത്തുകൾ നടത്തുകയാൽ സർക്കാർ വകയായി ആ വഴിപാടു നടത്തിക്കൊള്ളുന്നതിനു ഗവർമ്മെണ്ട് അനുവദിച്ചു. പണ്ടത്തെപ്പോലെയൊന്നുമില്ലെങ്കിലും

2. കോട്ടയം താലൂക്കുവക

സന്ധ്യവേല വകയായി ആ വഴിപാടു നാമമാത്രമായിട്ടെങ്കിലും ഇപ്പോഴും നടന്നുവരുന്നുണ്ട്.

ഇനി ഇവിടെ ദേവിക്ക് അടവഴിപാടു പ്രധാനമായിത്തീർന്നതിന്റെ കാരണംകൂടി പറയാം. ദേവിയുടെ ബിംബത്തിനു പ്രാണപ്രതിഷ്ഠ കഴിച്ചദിവസം തന്ത്രിനമ്പൂരിപ്പാട്ടിലേക്ക് എന്തോ അത്താഴമില്ലാത്ത ദിവസമായിരുന്നു. അതിനാൽ പലഹാരത്തിന് അരിപൊടിച്ചു കൊണ്ടു ചെന്നു കൊടുക്കണമെന്നു ശാന്തിക്കാരൻ കഴകക്കാരോടു പറഞ്ഞു. കഴകക്കാർ ഇരുനാഴി ഉണക്കലരിയാണ് പൊടിച്ചുകൊണ്ടുചെന്നു കൊടുത്തത്. അതിനാൽ ശാന്തിക്കാരൻ അതിനു ചേരുന്ന ശർക്കരയും നാളികേരവും ചേർത്തുണ്ടാക്കിയ വൽസൻ (*അട*) ആയിരുന്നു തന്ത്രിക്കു കൊടുത്തത്. അതു കണ്ടിട്ട് തന്ത്രിനമ്പൂരിപ്പാട് "വൽസനാണോ പലഹാരം? എന്നാൽ അതു നിവേദിച്ചിട്ടു വേണം തിന്നാൻ. ബിംബത്തിനു പ്രാണപ്രതിഷ്ഠ കഴിഞ്ഞിരിക്കുന്നതിനാൽ ഇപ്പോൾ എന്തെങ്കിലും നിവേദിക്കണമല്ലോ. അതിന് ഇതു തന്നെ ആയിക്കളയാം" എന്നു പറഞ്ഞ് ആ വൽസനെടുത്തുവെച്ച് അദ്ദേഹംതന്നെ നിവേദ്യം കഴിച്ചു. അന്നു രാത്രിയിൽ തന്ത്രിനമ്പൂരിപ്പാട്ടിലേക്കു ദേവിയുടെ ദർശനമുണ്ടായി. "വൽസൻനിവേദ്യം എനിക്കു വളരെ തൃപ്തിയായിരിക്കുന്നു. പതിവായി അത്താഴപ്പൂജയോടുകൂടി നിവേദിക്കുന്നതിന് ഏർപ്പാടു ചെയ്യണം" എന്നു ദേവി അരുളിച്ചെയ്തതായിട്ടാണ് നമ്പൂരിപ്പാട്ടിലേക്കു ദർശനമുണ്ടായത്. ഇങ്ങനെ ദർശനമുണ്ടായ വിവരം പിറ്റേദിവസം തന്ത്രി നമ്പൂരിപ്പാട് രാജാവിന്റെ അടുക്കലും പള്ളിയിൽമേനോൻ മുതലായവരോടും പറഞ്ഞു. അവർ പ്രശ്നം വെയ്പ്പിച്ചുനോക്കിയപ്പോൾ അതു ദേവിയുടെ പ്രതിദിനം അത്താഴപ്പൂജയ്ക്ക് ഇരുനാഴിയരിയുടെ വൽസൻകൂടി പടിത്തരക്കണക്കിൽച്ചേർത്തെഴുതി. അതു പതിവായിത്തീരുകയും ചെയ്തു. അതിപ്പോഴും നടന്നുവരുന്നുണ്ട്. അടവഴിപാടു ദേവിക്കു പ്രീതികരമാണെന്ന് അറിയുകയാൽ ഓരോരുത്തർ ഓരോ കാര്യങ്ങൾ സാധിക്കുന്നതിനായി യഥാശക്തി മൂന്നേകാലിടങ്ങഴി അരികൊണ്ടും ആറേകാലിടങ്ങഴി അരികൊണ്ടും പന്ത്രണ്ടേകാലിടങ്ങഴി അരികൊണ്ടും ഇരുപത്തഞ്ചേകാലിടങ്ങഴി അരികൊണ്ടും മറ്റും അടവഴിപാടു പ്രാർഥിച്ചുതുടങ്ങുകയും എല്ലാവർക്കും കാര്യങ്ങൾ സാധിച്ചുതുടങ്ങുകയും ചെയ്തു. അങ്ങനെ അടവഴിപാട് അവിടെ നടപ്പാവുകയും അതിനു പ്രാധാന്യം സിദ്ധിക്കുകയും ചെയ്തു. പന്ത്രണ്ടേ കാലിടങ്ങഴി അരികൊണ്ടുള്ളതിനു 'പന്തിരുനാഴിയട' എന്നാണ് പറഞ്ഞുവരുന്നത്. അതിൽക്കുറഞ്ഞതിന് അരപ്പന്തിരുനാഴി, കാൽപ്പന്തിരുനാഴി എന്നും യഥാക്രമം പേർ പറയുന്നു. ഇരുപത്തഞ്ചേകാലിടങ്ങഴി അരികൊണ്ടുള്ള അട വലിയ ചരക്കിൽ (*വാർപ്പിൽ*) അല്ലാതെ ഉണ്ടാക്കാൻ പാടില്ല. അതിനാൽ അതിനു 'ചരക്കിലട' എന്നും പേർ പറഞ്ഞുവരുന്നു.

ചരക്കിലടയ്ക്കു നൂറ്റൊന്നു നാഴി അരി, നൂറ്റൊന്നു നാളികേരം, നൂറ്റൊന്നു കദളിപ്പഴം മൂന്നു തുലാം ശർക്കര, മുന്നാഴി നെയ്യ് ഇങ്ങനെയാണ് പതിവ്. പന്തിരുനാഴിയട മുതലായവയ്ക്കും ഈ കണക്കനുസരിച്ച് വീതപ്രകാരമുള്ള നാളികേരം, ശർക്കര മുതലായവ ചേർക്കണം. കദളിപ്പഴം കിട്ടാതെ വന്നാൽ അതിനു പകരം നേന്ത്രപ്പഴവും വരിക്കച്ചക്കപ്പഴവും ചേർക്കാറുണ്ട്. അടവഴിപാടുണ്ടായാൽ സമീപസ്ഥന്മാരായ ആബാലവൃദ്ധം അനേകം ജനങ്ങൾ ആ ക്ഷേത്രസന്നിധിയിൽ വന്നുകൂടുക പതിവാണ്. ഇത്രയിടങ്ങഴി അരികൊണ്ട് അടയുണ്ടായാൽ ബ്രഹ്മസ്വമായും ശാന്തിക്കാരൻ, കഴകക്കാരൻ, തോട്ടിപ്പണിക്കാരൻ, പള്ളിയിൽ മേനോൻ, വെട്ടിക്കുളങ്ങരക്കയ്മൾ, പാത്രംതേപ്പുകാരൻ, ഇലയും വിറകും കൊടുക്കുന്നയാൾ മുതലായവർക്ക് ഇത്ര ഇത്ര അടവീതം കൊടുക്കണമെന്നു കണക്കുണ്ട്. അതൊക്കെക്കഴിഞ്ഞാൽ ഉള്ളതിന്റെ അവസ്ഥപോലെ ഒന്നോ രണ്ടോ അടവീതം വന്നുകൂടുന്നവർക്കെല്ലാവർക്കും കൊടുക്കണമെന്നുള്ളതു നിർബന്ധമാണ്. അതുപോലെ ഒരുഭാഗം വഴിപാടു നടത്തുന്ന ആൾക്കുമുണ്ട്. അതു കൊടുത്തില്ലെങ്കിലും വെറുതെ വരുന്നവർക്കു കൊടുക്കാതെയിരിക്കാൻ പാടില്ല. അവർക്കു കൊടുക്കാതെയിരുന്നാൽ ആ വഴിപാടുകൊണ്ടു യാതൊരു ഫലമുണ്ടാവുകയില്ലെന്നു മാത്രമല്ല, ദേവിയുടെ വിരോധമുണ്ടാവുകയും ചെയ്യും. ഇതിനു ദൃഷ്ടാന്തമായി പല സംഗതികളുമുണ്ടായിട്ടുണ്ട്. അവയിൽ ഒന്നുമാത്രം പ്രസ്താവിച്ചുകൊള്ളുന്നു.

ഒരാണ്ടിൽ വൈക്കത്തു സന്ധ്യവേലയ്ക്കു സാമാനങ്ങളെല്ലാം ശേഖരിച്ചു വള്ളങ്ങളിലാക്കിക്കൊണ്ടുപോയ പാർവത്യക്കാരൻ, പതിവുള്ള ചരക്കിലട കഴിച്ചിട്ടു ശാന്തിക്കാരൻ മുതലായ അനുഭവക്കാർക്കുമാത്രം പതിവുള്ളതു കൊടുത്തതിന്റെശേഷം പിന്നെയുണ്ടായിരുന്ന അടയെല്ലാം വാങ്ങി ഭാണ്ഡംകെട്ടിക്കൊണ്ടുപോയി. ഉടനെ വൈക്കത്തിനു യാത്രയാവുകയും ചെയ്തു. അട കിട്ടുമെന്നാഗ്രഹിച്ചു വന്നവരെല്ലാം ഇച്ഛാഭംഗത്തോടുകൂടി തിരികെപ്പോയി. ചില കുട്ടികൾ ഉറക്കെ കരഞ്ഞുകൊണ്ടാണ് മടങ്ങിയത്. അതു കണ്ടിട്ടു ചിലർ, "ഇതു ഭഗവതി സഹിക്കുമെന്നു തോന്നുന്നില്ല. എന്തെല്ലാമാപത്തുകൾ വന്നുകൂടുമോ എന്തോ" എന്നു പറഞ്ഞുകൊണ്ടാണ് മടങ്ങിപ്പോയത്. കാര്യം അങ്ങനെ തന്നെ പറ്റുകയും ചെയ്തു.

പാർവത്യക്കാരൻ മുതലായവർ വേമ്പനാട്ടുകായലിൽ എത്തിയപ്പോഴേക്കും അതികലശലായി കാറ്റും മഴയും തുടങ്ങി. കായലിൽ ഓളം പെരുകി വള്ളങ്ങളിൽ വെള്ളം അടിച്ചുകയറി, വള്ളം മുങ്ങുമെന്നുള്ള ദിക്കായി. പാർവത്യക്കാരൻ മുതലായവർക്കു പരിഭ്രമവും കലശലായി. പ്രാണഭീതി നിമിത്തം ചിലർ നിലവിളിയും തുടങ്ങി. അപ്പോൾ പഴമപരിചയമുള്ളവരായി വള്ളത്തിലുണ്ടായിരുന്നവരിൽ ചിലർ, "അവിടെ വന്നു

കൂടിയിരുന്നവർക്കാർക്കും അട കൊടുക്കാത്തത് ഭഗവതിക്കൊട്ടും രസിച്ചില്ല. ദേവിയുടെ വിരോധം കൊണ്ടുതന്നെയാണ് ഇപ്പോൾ ഈ കാറ്റും പിശറും വന്നുകൂടിയത്. എന്തെങ്കിലും ഒരു പ്രായശ്ചിത്തം ചെയ്യാമെന്നു നിശ്ചയിച്ചില്ലെങ്കിൽ വള്ളങ്ങൾ മുങ്ങുകതന്നെ ചെയ്യും" എന്നു പറഞ്ഞു. അതുകേട്ടു പാർവത്യക്കാരൻ, "എന്നാൽ വൈക്കത്തു പോയി സന്ധ്യവേല കഴിഞ്ഞു തിരിച്ചെത്തിയാലുടനെ പ്രായശ്ചിത്തമായി ഒരു ചരക്കിലടകൂടി കഴിക്കുകയും അവിടെ വരുന്നവർക്കെല്ലാം ധാരാളമായി കൊടുക്കുകയും ചെയ്തേക്കാം. ഈ കാറ്റും പിശറും മാറട്ടെ" എന്നു പറഞ്ഞു. ഉടനെ കാറ്റും മഴയും മാറുകയും കായൽ ശാന്തതയെ പ്രാപിക്കുകയും ചെയ്തു. സന്ധ്യവേലകഴിഞ്ഞു മടങ്ങിയെത്തിയ ഉടനെ പാർവത്യക്കാരൻ നിശ്ചയിച്ചതുപോലെ പ്രായശ്ചിത്തവഴിപാടു നടത്തുകയും അന്നവിടെ ചെന്നുകൂടിയവർക്കെല്ലാം അട പതിവിലധികം കൊടുക്കുകയും ചെയ്തു. ദേവിയുടെ മാഹാത്മ്യത്തെസ്സംബന്ധിച്ച ഒന്നു രണ്ടു സംഗതികൾകൂടി പറഞ്ഞിട്ട് ഈ ലേഖനമവസാനിപ്പിക്കാമെന്നു വിചാരിക്കുന്നു.

1078-മാണ്ടു കുംഭമാസത്തിൽ കിളിരൂർദേശത്തുതന്നെയുള്ള 'പുത്തൻമഠത്തിൽ ശിവയ്യൻ' എന്ന പരദേശബ്രാഹ്മണനു മസൂരികാ (*വസൂരി*) ദീനമുണ്ടായി. ദീനം ഏറ്റവും കടുത്ത വകയായിരുന്നു. അവിടെ ദീനരക്ഷയ്ക്കായിട്ടിരുന്നവരും ദീനം ചെന്നു കണ്ടവരായ അന്യന്മാരുമെല്ലാം ആ ബ്രാഹ്മണൻ കുളിക്കുന്ന കാര്യം അസാദ്ധ്യമാണെന്നുതന്നെ തീർച്ചപ്പെടുത്തി. താൻ ഇതിനാലെ മരിച്ചുപോകുമെന്നു രോഗിക്കും തോന്നി. അങ്ങനെയിരിക്കുമ്പോൾ ഒരു ദിവസം രാത്രിയിൽ ഒരാൾ അദ്ദേഹത്തിന്റെ അടുക്കൽചെന്ന്, "കുന്നിന്മേൽ ഭഗവതിക്കു പന്ത്രണ്ടു ചരക്കിലട കഴിച്ചേക്കാമെന്നു നിശ്ചയിക്കൂ. അങ്ങേയ്ക്കു കുളിച്ചുതൊഴാൻ സംഗതിയാകും" എന്നു പറഞ്ഞതായി തോന്നി. അദ്ദേഹം കണ്ണുതുറന്നു നോക്കിയപ്പോൾ ആരെയും കണ്ടില്ല. 'എന്തോ വെറുതെ സ്വപ്നം കണ്ടതായിരിക്കും' എന്നു വിചാരിച്ച് അദ്ദേഹം പിന്നെയും കണ്ണടച്ചു കിടന്നു. അദ്ദേഹം മയങ്ങിത്തുടങ്ങിയപ്പോൾ പിന്നെയും യഥാപൂർവ്വം ഒരാൾ അടുക്കൽചെന്നു പറഞ്ഞതായി അദ്ദേഹത്തിനു തോന്നി. അങ്ങനെ മൂന്നു പ്രാവശ്യമുണ്ടായി. മൂന്നാം പ്രാവശ്യം അദ്ദേഹം കണ്ണുതുറന്നു നോക്കിയപ്പോൾ സർവാംഗസുന്ദരിയായ ഒരു തരുണി ആ മുറയിൽനിന്ന് ഇറങ്ങിപ്പോകുന്നതായി അദ്ദേഹം കാണുകയും ചെയ്തു. അപ്പോൾ ഇത് ദേവിയുടെ അരുളപ്പാടുതന്നെയാണെന്ന് അദ്ദേഹത്തിനു തോന്നുകയും കുളിച്ചുതൊഴുന്ന ദിവസംതന്നെ പന്ത്രണ്ടു ചരക്കിലട കഴിച്ചേക്കാമെന്ന് അദ്ദേഹം നിശ്ചയിക്കുകയും ചെയ്തു. പിറ്റേ ദിവസം മുതൽ ദീനത്തിന് ഇറക്കം തുടങ്ങി. ദീനമാരംഭിച്ചതിന്റെ ഇരുപത്തിരണ്ടാം ദിവസം അദ്ദേഹത്തെ കുളിപ്പിച്ചു. ഒരു

വെള്ളിയാഴ്ചയാണ് അദ്ദേഹത്തെ കുളിപ്പിച്ചത്. അടുത്ത ഞായറാഴ്ച അദ്ദേഹത്തെ കുന്നിന്മേൽകൊണ്ടുപോയി തൊഴീക്കുകയും അന്നു തന്നെ പന്ത്രണ്ടു ചരക്കിലട കഴിക്കുകയും ചെയ്തു.

ഈ ദേശത്തുതന്നെ മറ്റൊരു മഠത്തിൽ 1085-ാമാണ്ട് യുവാവായ ഒരു ബ്രാഹ്മണനു വസൂരിദീനമുണ്ടായി. ആ ദീനവും ഏറ്റവും കടുത്ത വകയായിരുന്നു. അദ്ദേഹവും ഈ ദീനത്താൽ മരിച്ചുപോകുമെന്ന് എല്ലാവരും തീർച്ചപ്പെടുത്തി. ആ ബ്രാഹ്മണന്റെ ഭാര്യയായ അമ്മ്യാർ വ്യസനാക്രാന്തയായിട്ട്, "എന്റെ ഭർത്താവിനെ കുളിപ്പിച്ചു തൊഴീക്കാൻ സംഗതിയായാൽ തൊഴീക്കുന്ന ദിവസം എന്റെ കഴുത്തിൽ പതിവായി കെട്ടിവരുന്ന പവൻമാല ഞാൻ നടയ്ക്കുവെച്ചേക്കാം" എന്നു നിശ്ചയിച്ചു. ഇതു മറ്റാരോടും പറഞ്ഞുമില്ല. ബ്രാഹ്മണനു ക്രമേണ ദീനം ഭേദപ്പെട്ടുതുടങ്ങി. പതിനെട്ടാംദിവസം അദ്ദേഹത്തെ കുളിപ്പിച്ചു. അപ്പോൾ അമ്മ്യാർക്കു വിചാരമായി. "അയ്യോ! എന്റെ പവൻമാല കൊടുക്കണമല്ലോ. അതു പ്രയാസമാണ്. ഇതിൽനിന്ന് ഒരു പവൻ ഊരിയെടുത്തു നടയ്ക്കു വെച്ചേക്കാം; അതു മതി" എന്നു ആലോചിച്ചു തീർച്ചപ്പെടുത്തി. ബ്രാഹ്മണനെ നടയിൽക്കൊണ്ടുപോയി തൊഴീച്ച ദിവസം അമ്മ്യാരും കൂടെപ്പോയിരുന്നു. അവർ നിശ്ചയിച്ചതുപോലെ ഒരു പവൻ ഊരിയെടുത്തു നടയ്ക്കുവെച്ചു. ദീനമുണ്ടായ ബ്രാഹ്മണൻ ഉടൻ വിറച്ചു തുടങ്ങി. അതു ക്രമേണ വർദ്ധിച്ച് അദ്ദേഹത്തിനു കലി കൊണ്ടതുപോലെയായിട്ടു വെളിച്ചപ്പാടന്മാർ പറയുന്നതുപോലെ "കൊണ്ടുവാ, പവൻമാല അഴിച്ചുകൊണ്ടുവാ. അല്ലാതെ ഞാൻ സമ്മതിക്കയില്ല" എന്നു വിളിച്ചു പറഞ്ഞുതുടങ്ങി. ഉടനെ ബ്രാഹ്മണന്റെ ഭാര്യ പവൻമാല അഴിച്ചു ബ്രാഹ്മണന്റെ കൈയിൽക്കൊടുത്തു. അദ്ദേഹം അതു നടയ്ക്കു വെച്ചിട്ടു പള്ളിയിൽ മേനോനെ വിളിച്ച് "ഇതെടുത്തു മറ്റുള്ള തിരുവാഭരണങ്ങളുടെ കൂട്ടത്തിൽ സൂക്ഷിച്ചുകൊള്ളണം. വിശേഷദിവസങ്ങളിൽ അകത്തു കൊടുത്തു ബിംബത്തിന്മേൽ ചാർത്തിക്കണം" എന്നു പറയുകയും കലിയടങ്ങി ബ്രാഹ്മണൻ പൂർവസ്ഥിതിയെ പ്രാപിക്കുകയും ചെയ്തു. ആ പവൻമാല ഇപ്പോഴും കരക്കാരുടെ കൈവശംതന്നെ ഇരിക്കുന്നു. വിശേഷദിവസങ്ങളിൽ ദേവിയുടെ ബിംബത്തിന്മേൽ ചാർത്തിക്കുകയും ചെയ്യുന്നുണ്ട്. ഈ പവൻമാലയിൽ ഒറ്റക്കുഴ വെച്ചതായ പതിനെട്ട് അരപ്പവനും ഒരു മുഴുപ്പവനുമാണുള്ളത്.

ഇങ്ങനെ പറയുകയാണെങ്കിൽ കിളിരൂർ കുന്നിന്മേൽ ഭഗവതിയുടെ അദ്ഭുതമാഹാത്മ്യങ്ങൾ ഇനിയും വളരെയുണ്ട്. വിസ്തരഭയത്താൽ അതിനായി തുനിയുന്നില്ല. ഈ ദേവിയുടെ പ്രതിഷ്ഠയെപ്പറ്റി ഒരു വിദ്വാൻ ഉണ്ടാക്കീട്ടുള്ളതായി കേട്ടിട്ടുള്ള ശ്ലോകംകൂടി താഴെ എഴുതിക്കൊള്ളുന്നു.

"കോളംബാബ്ദേ'സംപൂജ്യേ' ദിനകൃതിതധഷഗേ, കീരദേശാലയേസ്മിൻ
മംഗല്യേ സന്മുഹൂർത്തേ നിജ്ജനഹിതകൃൽ ബിംബിലീശോ മഹാത്മാ
യസ്യാം ബിംബപ്രതിഷ്ഠാം ക്ഷിതിവിബുധവരൈഃ കാരയാമാസ ധീര-
സ്സാ ദേവീ ശൈലകന്യാ കലയത കുശലം സർവദാ സർവഥാ നഃ"

ഈ ശ്ലോകംകൊണ്ട് ഇവിടെ ദേവീപ്രതിഷ്ഠ നടന്നതു കൊല്ലം ഒരുനൂറ്റിപ്പതിനേഴാമാണ്ടു മീനമാസത്തിലാണെന്നും അതു നടത്തിച്ചതു തദ്ദേശവാസികളായ ജനങ്ങളുടെ ഇഷ്ടപ്രകാരം തെക്കുംകൂർ രാജാവാണെന്നും സ്പഷ്ടമാകുന്നുണ്ടല്ലോ.

11. പൂന്താനത്തു നമ്പൂരി

പൂന്താനത്തു നമ്പൂരി വേദാർഹനല്ലാത്ത ഒരു ബ്രാഹ്മണനായിരുന്നു വെന്നാണ് കേട്ടിരിക്കുന്നത്. ബാല്യകാലത്തു കുറച്ചേതാണ്ടൊക്കെ പഠിച്ചിരുന്നുവെന്നല്ലാതെ അദ്ദേഹം വിദ്വാനല്ലായിരുന്നു. അദ്ദേഹത്തിന്റെ ഇല്ലം ബ്രിട്ടീഷുശീമയിൽ 'അങ്ങാടിപ്പുറം' എന്ന ദിക്കിലായിരുന്നു. പൂന്താനത്തു നമ്പൂരിയും മേൽപ്പത്തൂർ നാരായണഭട്ടതിരിയും ജീവിച്ചിരുന്നത് ഒരു കാലത്താണെന്നു കാണുന്നു. ഭട്ടതിരിയുടെ നാരായണീയം ഉണ്ടാക്കിക്കുറതീർന്നത് അതിലെ 'ആയുരാരോഗ്യ സൗഖ്യം' എന്നുള്ള കലിസംഖ്യകൊണ്ടു കൊല്ലവർഷം 762-ാമാണ്ടു വൃശ്ചികമാസം 28-ാം തീയതി ആണെന്നു നിശ്ചയിക്കാമല്ലോ. അതിനാൽ പൂന്താനത്തു നമ്പൂരി ജീവിച്ചിരുന്നതു കൊല്ലം 8-ാംശതാബ്ദത്തിലായിരുന്നുവെന്നു തീർച്ചപ്പെടുത്താവുന്നതാണ്.

പൂന്താനത്തുനമ്പൂരിക്ക്, വളരെ ആഗ്രഹിച്ചിരുന്ന് സീമന്തപുത്രനായിട്ട് ഒരുണ്ണിയുണ്ടായി. ആ ഉണ്ണിയുടെ അന്നപ്രാശനമടിയന്തിരം പ്രമാണിച്ച് സ്വജനങ്ങളുടെ ഇല്ലങ്ങളിലെല്ലാം ക്ഷണിച്ചിരുന്നു. മുഹൂർത്തം രാത്രിയിലായിരുന്നു. ക്ഷണപ്രകാരം വന്നുചേർന്ന അന്തർജനങ്ങൾ അവരുടെ വസ്ത്രഭാണ്ഡങ്ങൾ അവിടെയൊരു സ്ഥലത്ത് ഉറക്കിക്കിടത്തിയിരുന്ന ഉണ്ണിയുടെമീതെ അറിയാതെ കൊണ്ടുചെന്നിട്ടു. ചോറൂണിനു മുഹൂർത്തമടുത്തപ്പോൾ ഉണ്ണിയുടെ അമ്മ ഉണ്ണിയെ എടുത്തു കുളിപ്പിക്കാനായി ചെന്നപ്പോഴേക്കും ഉണ്ണി ശ്വാസംമുട്ടി മരിച്ചിരിക്കുന്നതായിക്കണ്ടു. അപ്പോൾ അവിടെ കൂടിയിരുന്നവർക്കും വിശേഷിച്ച് ഉണ്ണിയുടെ മാതാപിതാക്കന്മാർക്കുണ്ടായിരുന്ന വ്യസനം എത്രമാത്രമായിരുന്നുവെന്നുള്ളതു പറയണമെന്നില്ലല്ലോ. പ്രകൃത്യാ തന്നെ ഒരു വിഷ്ണുഭക്തനും സാധുവുമായിരുന്ന പൂന്താനത്തുനമ്പൂരി ഉണ്ണി മരിച്ചതോടുകൂടി ഒരു വിരക്തനുംകൂടി ആയിത്തീർന്നു. അദ്ദേഹം തന്റെ പുത്രൻ മരിച്ചതിനാലുള്ള വ്യസനത്തോടുകൂടി ഉണ്ടാക്കിയ കൃതിയാണ് പ്രസിദ്ധമായ ജ്ഞാനപ്പാന. അത്യന്തം ദുസ്സഹങ്ങളായ വ്യസനങ്ങൾ നേരിടുന്ന കാലങ്ങളിൽ ഈ ജ്ഞാനപ്പാന വായിച്ചാൽ മനസ്സിനു വളരെ സമാധാനമുണ്ടാകുമെന്നുള്ളതിനു സംശയമില്ല. ഇത്

എല്ലാവർക്കും അർഥം മനസ്സിലാകത്തക്കവണ്ണം വളരെ ലളിതവും സരസവുമായിട്ടുള്ള ഒരു കൃതിയാണ്.

ഉണ്ണി മരിച്ചതിന്റെ ശേഷം പൂന്താനത്തു നമ്പൂരി കുളിയും ജപവും പ്രദക്ഷിണവും നമസ്കാരവുമായി മിക്കവാറും ഗുരുവായൂർ ക്ഷേത്രത്തിൽത്തന്നെ താമസിച്ചുകൊണ്ടിരുന്നു. അക്കാലത്താണ് ഭജനത്തിനായി മേൽപ്പത്തൂർ ഭട്ടതിരിയും അവിടെച്ചെന്നു ചേർന്നത്. നാരായണഭട്ടതിരി നാരായണീയമുണ്ടാക്കാനായി ആരംഭിച്ചപ്പോൾ പൂന്താനത്തു നമ്പൂരി സന്താനഗോപാലം സന്താനകരമായിട്ടുള്ളതാണല്ലോ എന്നു വിചാരിച്ച് ആ കഥ ഒരു പാനയായിട്ടുണ്ടാക്കാനും തുടങ്ങി. അതിവിദ്വാനും വേദജ്ഞനുമായിരുന്ന ഭട്ടതിരിക്കു ഭാഷാകവിതയെക്കുറിച്ചും വേദഹീനനും അവ്യുലപ്ന്നനും ആയ പൂന്താനത്തു നമ്പൂരിയെക്കുറിച്ചും ആന്തരത്താൽ വളരെ പുച്ഛമുണ്ടായിരുന്നു. സാധുവായ നമ്പൂരി ആ സൂക്ഷ്മാവസ്ഥ അറിയാതെ ഒരു ദിവസം താൻ ഉണ്ടാക്കിയ, ഏതാനുമായിരുന്ന സന്താനഗോപാലംപാന ഭട്ടതിരിയുടെ അടുക്കൽ കൊണ്ടുചെന്നു പിഴ നോക്കിത്തിരുത്തിക്കൊടുക്കണമെന്നപേക്ഷിച്ചു. അപ്പോൾ ഭട്ടതിരി "ഭാഷാകവിതയിൽ നോക്കാനെന്തിരിക്കുന്നു? അതിൽ അബദ്ധമല്ലാതെ വല്ലതും കാണുമോ? വിശേഷിച്ചും പൂന്താനത്തിനു വിഭക്തിയുറച്ചിട്ടുമില്ല; അതിനാൽ അതു മുഴുവനും പിഴ തന്നെയായിരിക്കും" എന്നു പറഞ്ഞു. പലരും കേൾക്കെ ഭട്ടതിരി ഇങ്ങനെ പറഞ്ഞപ്പോൾ നമ്പൂരി വ്യസനം സഹിക്കവഹിയാതെ പൊട്ടിക്കരഞ്ഞുപോയി. ആ സമയത്തു ശ്രീകോവിലകത്തുനിന്ന് "പൂന്താനത്തിനു ഭട്ടതിരിയോളം വിഭക്തി ഉറച്ചിട്ടില്ലെങ്കിലും ഭട്ടതിരിയെക്കാൾ ഭക്തിയുറച്ചിട്ടുണ്ട്" എന്നൊരു അശരീരിവാക്കുണ്ടായി. ഗുരുവായൂരപ്പന്റെ ഈ അരുളപ്പാടു കേട്ടപ്പോൾ ഭട്ടതിരിക്കു വളരെ വ്യസനവും ലജ്ജയും പശ്ചാത്താപവുമുണ്ടായിയെന്നുള്ളതു പറയണമെന്നില്ലല്ലോ. ഉടനെ ഭട്ടതിരി നമ്പൂരിയെ അന്വേഷിച്ചപ്പോൾ നമ്പൂരി വ്യസനിച്ചു കരഞ്ഞുകൊണ്ട് അമ്പലത്തിന്റെ ഒരു കോണിൽപ്പോയിക്കിടക്കുന്നതായി അറിഞ്ഞ് അവിടെച്ചെന്ന്, "ഹേ! പൂന്താനം, ഞാൻ പറഞ്ഞതുകൊണ്ടു മുഷിഞ്ഞു വന്നു കിടക്കുകയാണോ? ഞാനപ്പോൾ ഒരു മനോരാജ്യം വിചാരിച്ചുകൊണ്ടിരുന്നതിനാൽ അങ്ങനെ പറഞ്ഞുവെന്നേ ഉള്ളൂ. പൂന്താനത്തിന്റെ കവിത വളരെ നല്ലതാണെന്ന് അങ്ങേടെ ജ്ഞാനപ്പാനകൊണ്ടു തന്നെ സർവസമ്മതമായിട്ടുള്ളതല്ലേ? പിന്നെ ഞാനങ്ങനെ നേരമ്പോക്കായിട്ടു പറഞ്ഞതിന് ഇത്ര മനസ്താപപ്പെടാനുണ്ടോ? സന്താനഗോപാലം തീർന്നേടത്തോളം കാണട്ടെ. ഞാൻ നോക്കി തിരുത്തിത്തരാമല്ലോ" എന്നു പറഞ്ഞു നമ്പൂരിയെ സമാശ്വസിപ്പിക്കയും സന്താനഗോപാലം വാങ്ങി തീർന്നേടത്തോളം ഭാഗം മുഴുവനും നോക്കി അതിനെക്കുറിച്ചും വളരെ ശ്ലാഘിച്ചു പറഞ്ഞ് നമ്പൂരിയെ സന്തോഷിപ്പിക്കുകയും ചെയ്തു.

സന്താനഗോപാലത്തിൽ ശ്രീകൃഷ്ണനും അർജ്ജുനനുംകൂടി വൈകുണ്ഠത്തിൽ ചെന്ന ഭാഗത്ത് വൈകുണ്ഠത്തെ ഏതുപ്രകാരമാണ് വർണിക്കേണ്ടതെന്നു വിചാരിച്ചുകൊണ്ടു നമ്പൂരി ഒരു ദിവസം കിടന്നുറങ്ങുമ്പോൾ ഗുരുവായൂരപ്പൻ വൈകുണ്ഠത്തെ നമ്പൂരിക്കു സ്വപ്നത്തിൽ കാണിച്ചുകൊടുത്തുവെന്നും അതിൻപ്രകാരമാണ് നമ്പൂരി വർണിച്ചിരിക്കുന്നതെന്നും ഒരു കേഴ്വിയുണ്ട്. ഭട്ടതിരിയുടെ നാരായണീയം മുഴുവനും തീർന്ന ദിവസം തന്നെയാണ് പൂന്താനത്തു നമ്പൂരിയുടെ സന്താനഗോപാലം പാനയും കുറ തീർന്നതെന്നാണ് കേൾവി. ഭക്തശിരോമണിയായ പൂന്താനത്തു നമ്പൂരിയെ യോഗ്യനാക്കാൻവേണ്ടി ഗുരുവായൂരപ്പൻ പലരെയും അബദ്ധരാക്കീട്ടുള്ളതായി പല കഥകളുമുണ്ട്.

ഒരു ദിവസം നമ്പൂരി ഒരു സ്തോത്രം ജപിക്കുമ്പോൾ "പത്മനാഭോമരപ്രഭുഃ" എന്നു ചൊല്ലി. അതു കേട്ടു വിദ്വാനായ മറ്റൊരു നമ്പൂരി, "വിഡ്ഢി! മരപ്രഭുവല്ല, അമരപ്രഭുവാണ്. 'പത്മനാഭോമരപ്രഭുഃ' എന്നു സന്ധിചേർത്തു ചൊല്ലുകതന്നെയാണ്," എന്നു പറഞ്ഞു. അപ്പോൾ, "പിന്നെ മരപ്രഭു ആരാണ്; ഞാൻ മരപ്രഭുവുമാണ്," എന്നൊരു അശരീരിവാക്കു ശ്രീകോവിലകത്തുനിന്നു കേൾക്കപ്പെട്ടു. അപ്പോൾ വിദ്വാൻ നമ്പൂരി അബദ്ധനായിത്തീർന്നുവെന്നുള്ളതു പറയണമെന്നില്ലല്ലോ.

പൂന്താനത്തു നമ്പൂരിക്കു വ്യുത്പത്തിയില്ലായിരുന്നുവെങ്കിലും ഗുരുവായൂർ ക്ഷേത്രത്തിലിരുന്നു പല വിദ്വാന്മാർ ഭാഗവതം വായിച്ച് അർഥം പറയുന്നതു കേട്ടുകേട്ട് അദ്ദേഹത്തിനു ഭാഗവതം ഏതു ഭാഗം വായിക്കുന്നതു കേട്ടാലും അർഥം പറയാറായിത്തീർന്നു. എന്നു മാത്രമല്ല, ഭക്തനായ അദ്ദേഹം ഭക്തിരസത്തോടുകൂടി അർഥം പറയുന്നതു കേൾക്കാൻ എല്ലാവർക്കും വളരെ കൗതുകമുണ്ടായിത്തീർന്നു. ഒടുക്കം ഭാഗവതം ആരു വായിച്ചാലും അർഥം പറയാൻ പൂന്താനത്തു നമ്പൂരി വേണമെന്നു ജനങ്ങൾക്കു നിർബന്ധമായിത്തീർന്നു. അതുകൊണ്ടു വിദ്വാന്മാരായവർക്കു നമ്പൂരിയോട് കുറേശ്ശേ അസൂയയും തോന്നിത്തുടങ്ങി. എങ്കിലും ആരു വായിച്ചാലും അർഥം പറയുക പൂന്താനത്തു നമ്പൂരിതന്നെയെന്നു പതിവായിത്തീർന്നു. ഗുരുവായൂർ ക്ഷേത്രത്തിൽ ഭാഗവതം വായന പതിവായിട്ടുണ്ടല്ലോ. ഒരു ദിവസം ഒരു വിദ്വാൻ വായിക്കാനും പൂന്താനത്തു നമ്പൂരി അർഥം പറയാനും തുടങ്ങി. വായന കേൾക്കാൻ പണ്ഡിതന്മാരും പാമരന്മാരുമായിട്ട് അസംഖ്യം ജനങ്ങളും അവിടെ വന്നുകൂടി. അന്നു വായിച്ച ഭാഗം രുഗ്മിണീസ്വയംവരം കഥയായിരുന്നു. വ്യുത്പത്തിയില്ലാതിരുന്നതിനാൽ നമ്പൂരി അർഥം പറയുന്നത് അദ്ദേഹത്തിന്റെ മനോധർമം പോലെയെന്നല്ലാതെ ശ്ലോകാർഥം മനസ്സിലായിട്ടല്ലായിരുന്നു. അതിനാൽ രുഗ്മിണി കൃഷ്ണന്റെ അടുക്കലേക്കു ബ്രാഹ്മണനെ പറഞ്ഞയയ്ക്കുന്ന ദിക്കിൽ നമ്പൂരി, "രുഗ്മിണി ഇങ്ങനെ

ഒക്കെപ്പറഞ്ഞു ബ്രാഹ്മണന്റെ കൈയിൽ ഒരെഴുത്തും കൊടുത്തയച്ചു" എന്ന് അർത്ഥം പറഞ്ഞു. എഴുത്തു കൊടുത്തയച്ചു എന്നുള്ളതു ഭാഗവതത്തിൽ പറഞ്ഞിട്ടില്ലാത്തതായിരുന്നതിനാൽ ഇതു കേട്ടുകൊണ്ടിരുന്ന വിദ്വാനായ ഒരു നമ്പൂരി പൂന്താനത്തു നമ്പൂരിയോട്, "എഴുത്തു കൊടുത്തയച്ചു എന്നുള്ളത് ഏതു ശ്ലോകത്തിലാണ് പറഞ്ഞിരിക്കുന്നത്?" എന്നു ചോദിച്ചു. അതു കേട്ടപ്പോൾ പൂന്താനത്തു നമ്പൂരി മറുപടി പറയാൻ നിവൃത്തിയില്ലാതെ വിഷമിച്ചു. അപ്പോൾ ശ്രീകോവിലകത്തുനിന്ന് "എഴുത്തു കൊടുത്തയച്ചില്ല എന്ന് ഏതു ശ്ലോകത്തിലാണ് പറഞ്ഞിരിക്കുന്നത്? ആ ബ്രാഹ്മണൻ എന്റെ അടുക്കൽ വന്നപ്പോൾ രുഗ്മിണിയുടെ ഒരെഴുത്തുകൂടി കൊണ്ടുവന്നിരുന്നു" എന്നൊരു അശരീരിവാക്കു കേൾക്കപ്പെട്ടു. ഇതു കേട്ടപ്പോൾ ദുശ്ചോദ്യം ചോദിച്ചു നമ്പൂരി വളരെ മധ്യമമാവുകയും പൂന്താനത്തു നമ്പൂരി സന്തോഷിക്കുകയും ശേഷമുള്ളവർ അദ്ഭുതപ്പെടുകയും ചെയ്തു.

ഇപ്രകാരം കുറച്ചുകാലം കഴിഞ്ഞപ്പോഴേക്കും പൂന്താനത്തു നമ്പൂരിയെക്കുറിച്ച് എല്ലാവർക്കും വളരെ ബഹുമാനമുണ്ടായിത്തീർന്നു. ക്ഷേത്രത്തിൽ പതിവായി നമസ്ക്കാരഭക്ഷണത്തിനിരിക്കുമ്പോൾ വേദജ്ഞന്മാരും വിദ്വാന്മാരും ആയ ബ്രാഹ്മണർ എത്രയുണ്ടായിരുന്നാലും പൂന്താനത്തുനമ്പൂരിയെ മാന്യസ്ഥാനത്ത് ഒന്നാമതായിട്ടിരുത്തുക പതിവായി. ക്രമേണ ആരും പറഞ്ഞില്ലെങ്കിലും അദ്ദേഹം അദ്ദേഹത്തിന് മാന്യസ്ഥാനത്തിരിക്കാമെന്നായിത്തീർന്നു. അങ്ങനെയിരിക്കുമ്പോൾ ദൂരസ്ഥനും വിദ്വാനും വേദജ്ഞനുമായ ഒരു നമ്പൂരിപ്പാട് ഗുരുവായൂർ ക്ഷേത്രത്തിൽ ദർശനത്തിനായി വന്നു. നമ്പൂരിപ്പാട്ടിലേക്ക് ഊണ് ക്ഷേത്രത്തിൽത്തന്നെയായിരുന്നു. അതിനാൽ ക്ഷേത്രാധികാരിയായ നമ്പൂരി അന്നു ഭക്ഷണത്തിന് മാന്യസ്ഥാനത്തു നമ്പൂരിപ്പാടിനെ ഇരുത്തണമെന്നു നിശ്ചയിച്ചു. പൂന്താനത്തു നമ്പൂരി ആ സംഗതിയറിയാതെ പതിവുപോലെ ഊണുകാലമായപ്പോൾ മാന്യസ്ഥാനത്ത് ഒന്നാമനായി പോയിരുന്നു. അപ്പോൾ ക്ഷേത്രാധികാരി പൂന്താനത്തു നമ്പൂരിയോട്, "മഹായോഗ്യനായിരിക്കുന്ന ഒരുത്തമ ബ്രാഹ്മണൻ ഇവിടെ വന്നിരിക്കുന്ന സ്ഥിതിക്ക് ഇന്നു താനിവിടെക്കടന്നിരുന്നത് ന്യായമായില്ല. അതിനാൽ വേഗമെണീറ്റു മാറിയിരിക്കൂ" എന്നു പറഞ്ഞു. എങ്കിലും പല യോഗ്യന്മാർ കൂടി തനിക്കു സമ്മതിച്ചുതന്നിരിക്കുന്ന മാന്യസ്ഥാനം വിട്ടുകൊടുക്കുന്നതിനു മനസ്സുവരായ്കയാൽ പൂന്താനത്തു നമ്പൂരി എണീറ്റുമാറിയില്ല. അതിനാൽ ക്ഷേത്രാധികാരി അദ്ദേഹത്തിന്റെ കൈയ്ക്കു പിടിച്ചെണീപ്പിച്ചു. താൻ ദേവാർഹനും വിദ്വാനുമല്ലാഞ്ഞിട്ടാണല്ലോ തന്നെ ഇങ്ങനെ അപമാനിച്ചതെന്നു വിചാരിച്ചിട്ടു പൂന്താനത്തു നമ്പൂരിക്ക് വളരെ വ്യസനമുണ്ടായി. അദ്ദേഹം ഉടനെ കരഞ്ഞുകൊണ്ടു പുറത്തേക്കിറങ്ങി. അപ്പോഴും ശ്രീകോവിലകത്തുനിന്ന്

"പൂന്താനം ഇനി ദുഷ്ടന്മാരുടെ അടുക്കൽ താമസിക്കുകയും ഇവിടെ വരികയും വേണ്ട. പൂന്താനത്തിന് എന്നെക്കാണണമെങ്കിൽ ഞാൻ പൂന്താനത്തിന്റെ ഇല്ലത്തു വന്നുകൊള്ളാം" എന്നൊരു അശരീരി വാക്കുണ്ടായി. നമ്പൂരി അതു കേട്ടു സന്തോഷിച്ച് അപ്പോൾത്തന്നെ തന്റെ ഇല്ലത്തേക്കു പോവുകയും ചെയ്തു.

നമ്പൂരി ഇല്ലത്തു ചെന്നതിന്റെ ശേഷം ഭഗവാൻ വന്നുകണ്ടല്ലാതെ ഊണുകഴിക്കില്ലെന്നു നിശ്ചയിച്ച് അവിടെയിരുന്നു. അപ്പോൾ ഭക്തവത്സലനായ ഭഗവാൻ ശ്രീകൃഷ്ണൻ, നമ്പൂരിയുടെ ഇല്ലത്തെഴുന്നള്ളി. ഭക്തശിരോമണിയായ നമ്പൂരി ഭക്തവത്സലനായ ഭഗവാനെ തന്റെ വാമ(*ഇടതു*)ഭാഗത്തുപ്രത്യക്ഷമായിക്കണ്ടു.നമ്പൂരി ഉടനെ എണീറ്റു ഭഗവാനെ സാഷ്ടാംഗമായി നമസ്കരിച്ചു വന്ദിച്ചു. അപ്പോൾ ഭഗവാൻ, "ഇനി പൂന്താനം എന്നെ ഇവിടെയിരുന്നു സേവിച്ചാൽ മതി. എന്റെ സാന്നിദ്ധ്യം ഇവിടെയുണ്ടായിരിക്കും"എന്ന് അരുളിച്ചെയ്തതിന്റെ ശേഷം മറയുകയും ചെയ്തു. നമ്പൂരി ഭഗവാനെ കണ്ടതായ സ്ഥലത്തു ഒരമ്പലം (*ശ്രീകോവിൽമാത്രം*) പണിയിച്ച് അവിടെ ശ്രീകൃഷ്ണന്റെ വിഗ്രഹത്തെ കുടിയിരുത്തി പതിവായി പൂജാനിവേദ്യാദികൾ കഴിച്ചു സേവിച്ചുകൊണ്ടിരുന്നു. ആ സ്ഥലം നമ്പൂരി ഇരുന്നതിന്റെ ഇടുതു വശത്തായിരുന്നതിനാൽ ആ അമ്പലത്തിന് 'ഇടതുപുറത്തമ്പലം' എന്നു പേരിടുകയും ചെയ്തു.

ഭാഗവതവും മറ്റും വായിച്ചു കേട്ടിട്ടുണ്ടായ പദപരിചയംകൊണ്ടും ഭഗവദ്ഭക്തികൊണ്ടും ഭാഗവദ്കാരുണ്യംകൊണ്ടും പൂന്താനത്തു നമ്പൂരി കാലക്രമേണ സംസ്കൃതത്തിലും കവിതയുണ്ടാക്കാൻ ശക്തനായി ത്തീർന്നു.

പൂന്താനത്തു നമ്പൂരി ഗുരുവായൂർ ക്ഷേത്രം വിട്ട് ഇല്ലത്തും സ്ഥിരവാസമാക്കിയതിന്റെ ശേഷം ഭഗവദ്കാരുണ്യത്താൽ അദ്ദേഹത്തിന് ദീർഘായുസ്സോടുകൂടിയ പുത്രസന്താനങ്ങൾ ധാരാളമുണ്ടാവുകയും അദ്ദേഹം പിന്നെയും വളരെക്കാലം അർഥപുത്രമിത്രാദികളോടും ഭഗവാങ്കൽ നിശ്ചഞ്ചലതയും സുദൃഢവുമായ ഭക്തിയോടുംകൂടി സുഖമാകും വണ്ണം ജീവിച്ചിരിക്കുകയും ചെയ്തു.

12. ആലത്തൂർ നമ്പി

പൂലത്തൂർ നമ്പിയുടെ ഇല്ലം ബ്രിട്ടീഷുമലബാറിൽ പൊന്നാനി ത്താലൂക്കിൽ തൃക്കണ്ടിയൂരംശത്തിൽ ആലത്തൂർ ദേശത്താണ്. ഇതു കൂടാതെ അവിടേക്കുകൊച്ചി സംസ്ഥാനത്തു തലപ്പള്ളിത്താലൂക്കിൽ ചൂണ്ടൽ പ്രവൃത്തിയിൽ തായങ്കാവുദേശത്തും ഒരില്ലമുണ്ട്. അതു രണ്ടാമതുണ്ടായതാണ്. ആ ദേശത്തു പണ്ടു ചൂണ്ടൽ മൂസ്സ് എന്നൊരഷ്ടവൈദ്യനുണ്ടായിരുന്നു. ആ ഇല്ലത്ത് ഒരുകാലത്ത് പുരുഷന്മാരാരുമില്ലാതെ ഒരു വിധവയും ഒരു കന്യകയും മാത്രമായിത്തീർന്നു. ആ കന്യകയെ ആലത്തൂർ നമ്പിമാരിലൊരാൾ സർവസ്വദാനമായി വിവാഹം കഴിച്ച് അവിടെ ദത്തുകയറി. അതിനാലാണ് അവിടെയും ഒരില്ലം അവിടേക്കുണ്ടായത്. ചൂണ്ടൽ മൂസ്സിന്റെ ഇല്ലം വകയായിട്ടുണ്ടായിരുന്ന ഏതാനും വസ്തുവകകളും നമ്പിക്കു കിട്ടി. ഏതാനും വസ്തുക്കളും ഒരു ദേവസ്വവും അന്യാധീനപ്പെട്ടുപോയിട്ടുമുണ്ട്.

ആലത്തൂർനമ്പിയുടെ ഇല്ലത്ത് ഒരിക്കൽ പുരുഷന്മാരാരുമില്ലാതെ ഒരു കന്യക മാത്രമായിത്തീർന്നു. അന്ന് ആ കന്യകയെ സർവസ്വദാനമായി വിവാഹം കഴിച്ച് അവിടെ ദത്തുകയറിയത് കറുത്തപാറ നമ്പൂരിയുടെ ഇല്ലത്തുനിന്നൊരാളാണ്. അതിനാൽ കറുത്തപാറ നമ്പൂരിയും ആലത്തൂർ നമ്പിയും പരസ്പരം പുലയുള്ളവരായിത്തീർന്നു. അജാമിളമോക്ഷം, ധ്രുവചരിതം മുതലായവയുടെ നിർമാതാവായ കറുത്തപാറ ദാമോദരൻനമ്പൂരി മരിച്ചിട്ട് അധികം കാലമായില്ലല്ലോ. ആ ദാമോദരൻ നമ്പൂരി മരിച്ചപ്പോഴും ആലത്തൂർ നമ്പിമാർ പുല ആചരിച്ചിരുന്നതായിട്ടാണ് അറിയുന്നത്. അതിനാൽ ഇപ്പോൾ ആലത്തൂർ നമ്പിയുടെ ഇല്ലത്തുള്ളവർ കറുത്തപാറ നമ്പൂരിയുടെ സന്താനപരമ്പരയിലുൾപ്പെട്ടവരാണെന്ന് വിശേഷിച്ചു പറയണമെന്നില്ലല്ലോ.

ആലത്തൂർ നമ്പിമാരുടെ ചികിത്സയ്ക്ക് അനിതരസാധാരണമായ ഒരു വിശേഷമുണ്ടെന്നുള്ളതു പ്രസിദ്ധമാണ്. അതിനുള്ള കാരണങ്ങളെസ്സംബന്ധിച്ചു പല ഐതിഹ്യങ്ങളുമുണ്ട്.

ആലത്തൂർ നമ്പിയുടെ ഇല്ലത്തിനു സമീപം 'വൈദ്യൻ തൃക്കോവിൽ' എന്നു പ്രസിദ്ധമായിട്ട് ഒരു ശിവക്ഷേത്രമുണ്ട്. പണ്ടൊരു

കാലത്തുണ്ടായിരുന്ന ഒരു നമ്പി പതിവായി രണ്ടുനേരവും ആ ശിവ ക്ഷേത്രത്തിൽപ്പോയി ദർശനം കഴിച്ചുവന്നിരുന്നു. നമ്പി അമ്പലത്തിലേക്കു പോകുമ്പോൾ വഴിക്കുണ്ടായിരുന്ന ഒരാലിന്മേലിരുന്നു രണ്ടു പക്ഷികൾ "കോരുക്ക്, കോരുക്ക്" എന്നു ശബ്ദിക്കുകയും പതിവായിരുന്നു. ഒരു ദിവസം നമ്പി ആ പക്ഷികൾ മേൽപറഞ്ഞപ്രകാരം ശബ്ദിച്ചപ്പോൾ തിരിഞ്ഞുനിന്ന് ആ പക്ഷികളെ നോക്കി.

"കാലേ ഹിതമിതഭോജീ കൃതചംക്രമണഃ ക്രമേണ വാമശയഃ
അവിധൃതമൂത്രപുരീഷഃ സ്ത്രീഷു യതാത്മാ ച യോ നരഃ സോരുക്ക്"

എന്നു പറഞ്ഞിട്ട് ഇല്ലത്തേക്കു പോയി. അതിൽപ്പിന്നെ ആ പക്ഷികളെ കാണുകയോ അവയുടെ ശബ്ദം കേൾക്കുകയോ ഉണ്ടായിട്ടില്ല. 'കോരുക്ക്' എന്നുള്ളതിന് കഃ അരുക്ക്? (*രോഗമില്ലാത്തവനാര്*) എന്നാണല്ലോ അർഥം. ആ ചോദ്യത്തിന് നമ്പിയുടെ മറുപടി, വേണ്ടുന്ന കാലത്ത് ഹിതമായും മിതമായും ഭക്ഷിക്കുന്നവനും ഊണുകഴിഞ്ഞാൽ കുറച്ചു നടക്കുകയും ഇടതുവശം ചെരിഞ്ഞുകിടക്കുകയും ചെയ്യുന്നവനും മലമൂത്രങ്ങളെ തടുക്കാതെ വേണ്ടുന്ന സമയത്തു വിസർജിക്കുന്നവനും സ്ത്രീകളിൽ അത്യാസക്തിയില്ലാത്ത(*അടക്കമുള്ള*)വനുമായിരിക്കുന്നത് ആരോ ആ മനുഷ്യൻ അരോഗിയായിരിക്കും എന്നാണല്ലോ. ഇത് അവർക്ക് സമ്മതമായതിനാലായിരിക്കാം ആ പക്ഷികൾ പിന്നെ വരാഞ്ഞത്.

പക്ഷികളെ കാണാതായതിന്റെ ശേഷം രണ്ടു ദിവസം കഴിഞ്ഞപ്പോൾ രണ്ടു ബ്രാഹ്മണകുമാരന്മാർ നമ്പിയുടെ അടുക്കൽ ചെന്നു തങ്ങളെക്കൂടെ അവിടെ താമസിപ്പിച്ചു വൈദ്യശാസ്ത്രം പഠിപ്പിക്കണമെന്ന് അപേക്ഷിക്കുകയും നമ്പി സമ്മതിക്കുകയും അവർ അന്നു തന്നെ പഠിച്ചുതുടങ്ങുകയും ചെയ്തു. ആ കുട്ടികൾ മഹാവികൃതികളായിരുന്നുവെങ്കിലും അത്യന്തം ബുദ്ധിമാന്മാരുമായിരുന്നതിനാൽ നമ്പിക്ക് അവരെക്കുറിച്ച് വിരോധമില്ല. ഏറ്റവും സ്നേഹവും വാത്സല്യവുമാണുണ്ടായത്. അവർ എന്തെല്ലാം കുസൃതികൾ കാട്ടിയാലും പറഞ്ഞാലും നമ്പി അവരെ ശാസിക്കാറില്ല. അതിനതിന് അവരുടെ ദുസ്സാമർഥ്യങ്ങൾ വർദ്ധിച്ചുകൊണ്ടുതന്നെ ഇരുന്നു. പഠിക്കുന്ന സമയം നമ്പി പറഞ്ഞുകൊടുക്കുന്നതൊന്നും അവർ കേൾക്കുകയും മനസ്സിലാക്കുകയും ചെയ്യുകയില്ല. നമ്പി ഒരു വിധത്തിൽ ഒരു വാക്യത്തിന് അർഥം പറഞ്ഞുകൊടുക്കുമ്പോൾ അവർ അതിനു വേറെ നാലുവിധത്തിൽ അർഥം പറഞ്ഞ് അങ്ങനെയായാലെന്താ, ഇങ്ങനെയായാലെന്താ എന്നു ചോദ്യം തുടങ്ങും. അവയെല്ലാം ചേരുന്നവയും മറ്റാരും വിചാരിക്കുകയും ധരിക്കുകയും ചെയ്തിട്ടില്ലാത്തവയുമായിരിക്കും. അതിനാൽ ആ സമയങ്ങളിലും നമ്പിക്കു സന്തോഷവും അദ്ഭുതവുമല്ലാതെ അവരോടു കോപമോ വിരോധമോ ഉണ്ടായില്ല. ഒടുക്കം നമ്പി അവരെ

പഠിപ്പിക്കുന്നത് അവരിൽനിന്ന് അനേകവിധത്തിലുള്ള വിശേഷാർഥങ്ങൾ കേട്ടു ധരിക്കാനായിത്തീർന്നുവെന്നു പറഞ്ഞാൽ മതിയല്ലോ.

ഒരു ദിവസം നമ്പി ഇല്ലത്തില്ലാതിരുന്ന സമയം ഈ ബ്രാഹ്മണകുമാരന്മാർ അവിടെയുണ്ടായിരുന്ന പടിപ്പുരമാളികയ്ക്കു തീ വെച്ചു ചുട്ട് അതു ഭസ്മാവശേഷമാക്കിക്കളഞ്ഞു. നമ്പി തിരിച്ചുവന്നപ്പോൾ സംഗതി മനസ്സിലായി. എങ്കിലും അതിനെക്കുറിച്ച് അവരോടൊന്നു ചോദിക്കുക പോലും ചെയ്തില്ല.

ഒരു ദിവസം നമ്പിയുടെ അച്ഛന്റെ ശ്രാദ്ധമായിരുന്നു. ബലിക്കു കുളിക്കാനായി നമ്പി പോയിരുന്ന സമയം ചില നായാടികൾ (*വേടന്മാർ*) പടിക്കൽവന്നു ഭിക്ഷയ്ക്കായി വിളിച്ചു. ഈ ബ്രാഹ്മണബാലന്മാർ ഈ അടുക്കളയിൽകടന്നു ബലിക്കായി വെച്ചുവെച്ചിരുന്ന കവ്യൻ (*ചോറ്*) എടുത്തുകൊണ്ടുപോയി നായാടികൾക്കു കൊടുത്തു. നമ്പി കുളിച്ചു വന്നപ്പോൾ ഈ വിവരമറിഞ്ഞു. എങ്കിലും വേറെ കവ്യൻ വെച്ചുണ്ടാക്കി ശ്രാദ്ധം നടത്തിയതല്ലാതെ ഇതിനെക്കുറിച്ചും ആ ബ്രാഹ്മണബാലന്മാരോട് ഒന്നും ചോദിച്ചില്ല.

പിന്നൊരിക്കൽ നമ്പി ഈ ബ്രാഹ്മണകുമാരന്മാരോടുകൂടി ഒരു രോഗിയെ കാണുന്നതിനായി ഒരു സ്ഥലത്തേക്കുപോയി. അപ്പോൾ മധ്യേമാർഗം ഒരു ചെറിയ നദിയുണ്ടായിരുന്നു. മൂന്നുപേരുംകൂടി അവിടെയുണ്ടായിരുന്ന പാലത്തിന്മേൽ ചെന്നു കയറി. ഏകദേശം മധ്യത്തിങ്കലായപ്പോൾ ഈ ബാലന്മാർ നമ്പിയെ പിടിച്ചു പുഴയിലേക്കു തള്ളിയിട്ടു. നമ്പി നീന്തി അക്കരെയെത്തി. പിഴിഞ്ഞുടുത്തു തയ്യാറായി. അപ്പോഴേക്കും ബ്രാഹ്മണബാലന്മാരും അവിടെയെത്തി. പിന്നീട് മൂന്നുപേരും ഒരുമിച്ചുതന്നെ പോയി. ഇതിനെക്കുറിച്ചു നമ്പി അവരോടൊന്നും ചോദിച്ചില്ല.

ഒരു തലവേദനക്കാരൻ തലവേദന കലശലാകുമ്പോൾ നമ്പിയുടെ അടുക്കൽ ചെന്നു പറയുകയും നമ്പി വല്ലതും ചികിത്സ പറഞ്ഞയയ്ക്കുകയും അതുകൊണ്ടു കുറച്ചു ദിവസത്തേക്കു സുഖമായിരിക്കുകയും പിന്നെയും തലവേദന വരികയും സഹിക്കാൻ വയ്യാതാകുമ്പോൾ നമ്പിയുടെ അടുക്കൽ ചെന്നു പറയുകയും പതിവായിരുന്നു. ആ പതിവുപോലെ ഒരിക്കൽ അയാൾചെന്നപ്പോൾ നമ്പി അവിടെ ഉണ്ടായിരുന്നില്ല. തലവേദന ദുസ്സഹമായിത്തീരുകയാൽ അയാൾ "അയ്യോ! ഞാനിനി എന്താണ് വേണ്ടത്? ഞാൻ ഇവിടെ കിടന്ന് മരിക്കും" എന്നു പറഞ്ഞ് ആ മുറ്റത്തു കിടന്ന് നിലവിളിച്ചു. അപ്പോൾ ആ ബ്രാഹ്മണകുമാരന്മാർ അവിടെനിന്നിറങ്ങി പുരയിടത്തിലേക്ക് പോയി. രണ്ടുകൂട്ടം പച്ചിലകൾ പറിച്ചുകൊണ്ടു തിരിച്ചുവന്ന്, ആ തലവേദനക്കാരനെ വിളിച്ചുംകൊണ്ട് ഒരു മുറിക്കകത്തേക്കു കയറിപ്പോയി. അകത്തു കടന്നയുടനെ വാതിലടച്ചു സാക്ഷയിട്ടു. നമ്പിയുടെ പുത്രന്മാരായ

ചെറിയ ഉണ്ണികൾ ഇവരെന്താണ് ചെയ്യുന്നതെന്നു കാണാനായി ആ മുറിയുടെ നിരയ്ക്കുണ്ടായിരുന്ന ചെറിയ ദ്വാരത്തിൽക്കൂടി ഒളിഞ്ഞു നോക്കിക്കൊണ്ടു നിന്നു. അകത്തുകടന്ന ബ്രാഹ്മണകുമാരന്മാർ ഒരു കൂട്ടം പച്ചമരുന്നു തിരുമ്മിപ്പിഴിഞ്ഞു രോഗിയുടെ തലയിൽ പുരട്ടി. ഉടനെ തലയുടെ തൊലി ആകപ്പാടെ രോമത്തോടുകൂടി പൊങ്ങിവന്നു. ബ്രാഹ്മണബാലന്മാർ ആ തൊലിയെടുത്തു മാറ്റിവെച്ചിട്ടു തലയോട്ടിൽ പറ്റിയിരുന്ന ഒരുതരം ചെറുപ്രാണികളെ തൂത്തുകളയുകയും തൊലിയെടുത്തു വീണ്ടും തലയിൽ പതിക്കുകയും പിന്നെ ഒരുകൂട്ടം മരുന്നുകൂടെ ഉണ്ടായിരുന്നത് തിരുമ്മിപ്പിഴിഞ്ഞു നീരെടുത്തു തലയിൽ പുരട്ടുകയും തൊലി യഥാപൂർവം ഒട്ടിപ്പിടിപ്പിക്കുകയും ചെയ്തു. രോഗിക്കു തലവേദന മാറി സുഖമാവുകയാൽ വാതിൽ തുറന്നു പുറത്തിറങ്ങിയയുടനെ യാത്ര പറഞ്ഞ് അയാൾ പോയി. ബ്രാഹ്മണകുമാരന്മാർ പുറത്തിറങ്ങിയപ്പോൾ നമ്പിയുടെ ഉണ്ണികളെ കണ്ടിട്ട് "ഇങ്ങനെ നോക്കിയാൽ കോങ്കണ്ണുണ്ടാകും" എന്നു പറയുകയും ഉള്ളങ്കയ്യിൽ പറ്റിയിരുന്ന മരുന്ന് അങ്കണത്തിന്റെ തൂണിന്മേൽ തേച്ചുകളയുകയും അതിന്റെ പിന്നീട് ആരും കാണാതെ അവർ എവിടെയോ കളയുകയും ചെയ്തു.

നമ്പി മടങ്ങിയെത്തി കുളി കഴിഞ്ഞ് അകത്തു ചെന്നു പുത്രന്മാരോടുകൂടി ഉണ്ണാനിരുന്നു. ഉണ്ടുകൊണ്ടിരുന്നപ്പോൾ ആ ഉണ്ണികൾ തലവേദനക്കാരൻ വന്നതു മുതൽ ഉണ്ടായ സകലസംഗതികളും നമ്പിയോടു പറഞ്ഞു. ആ സമയം മറ്റേ ബ്രാഹ്മണകുമാരന്മാർ നമ്പിയുടെ അടുക്കൽച്ചെന്ന്, "ഞങ്ങൾക്ക് ഇനി ഇവിടെ താമസിക്കാൻ നിവൃത്തിയില്ല. പോകാനുള്ള സമയമായിരിക്കുന്നു. ഞങ്ങൾ ഇവിടെത്താമസിച്ചു പഠിക്കുകയും അങ്ങേ പലവിധത്തിൽ ഉപദ്രവിക്കുകയും ചെയ്തു. അതിനൊക്കെ തക്കതായ പ്രതിഫലം തരുന്നതിനു ഞങ്ങളുടെ കൈവശമൊന്നുമില്ല. എങ്കിലും ഇതിരിക്കട്ടെ" എന്നു പറഞ്ഞ് ഒരു ചെറിയ ഗ്രന്ഥം നമ്പിയുടെ നേരേ നീട്ടിക്കൊടുത്തു. നമ്പി ഉണ്ടുകൊണ്ടിരിക്കുകയായതിനാൽ ഇടതുകൈ നീട്ടി അതു മേടിച്ചു. അപ്പോൾ ബ്രാഹ്മണകുമാരന്മാർ "ഒരു നിവൃത്തിയുമില്ലാതെ മുട്ടുന്ന സമയം ഈ ഗ്രന്ഥമഴിച്ചു നോക്കിയാൽ ഇതിൽ എന്തെങ്കിലും സമാധാനം കാണും. ഈ ഗ്രന്ഥം ഈ ഇല്ലത്തുള്ളവരല്ലാതെ മറ്റാരും കാണാനിടയാകരുത്" എന്നു പറഞ്ഞ് യാത്രയായി. നമ്പി വലതു കൈ മടക്കിപ്പിടിച്ചുകൊണ്ട് അനുയാത്രയായി അവരുടെ പിന്നാലെ ചെന്നു. അവർ മുറ്റത്തിറങ്ങുന്നതിനിടയ്ക്കു നമ്പിയും അവരും തമ്മിൽ ചെറിയ സംഭാഷണം നടന്നു.

നമ്പി: നിങ്ങൾ ആരാണ്?

ബ്രാഹ്മണകുമാരന്മാർ: അതറിഞ്ഞിട്ട് എന്തു വേണം?

നമ്പി: ഒന്നും വേണ്ടീട്ടല്ല. നിങ്ങൾ കേവലം മനുഷ്യരല്ലെന്നു തോന്നി. അതുകൊണ്ട് ചോദിച്ചതാണ്.

ബ്രാഹ്മണകുമാരന്മാർ: എന്നാൽ ഞങ്ങൾ പക്ഷികളോ ദേവന്മാരോ ആണെന്നു വിശ്വസിച്ചുകൊള്ളണം.

നമ്പി: നിങ്ങൾ ഇവിടെ വന്നതെന്തിന്?

ബ്രാഹ്മണകുമാരന്മാർ: ആയുർവേദചികിത്സയ്ക്കു പ്രസിദ്ധിയും ഫലസിദ്ധിയും പ്രചാരവും വർദ്ധിപ്പിക്കാൻ.

നമ്പി: നിങ്ങൾ എന്റെ പടിപ്പുരയ്ക്ക് തീവെച്ചതോ?

ബ്രാഹ്മണകുമാരന്മാർ: ആ സമയം ഇവിടെ ഇല്ലത്തിന് അഗ്നിബാധയുണ്ടാകാനുള്ള ഒരു യോഗമുണ്ടായിരുന്നു. അതിങ്ങനെ തീരട്ടെ എന്നു വിചാരിച്ചാണ്. എങ്കിലും അത് ഇനിയൊരു കാലത്തുണ്ടാകും.

നമ്പി: ശ്രാദ്ധത്തിനുവെച്ചു കവ്യൻ എടുത്തു നായാടികൾക്കു കൊടുത്തതെന്തിനാണ്?

ബ്രാഹ്മണകുമാരന്മാർ: അവർ വാസ്തവത്തിൽ നായാടികളല്ല. പിതൃക്കളാണ്. ശ്രാദ്ധത്തിനു സമയം അതിക്രമിച്ചതിനാൽ അവർ ഈ രൂപത്തിൽ വന്നു വിളിച്ചതാണ്. അപ്പോൾ അതെടുത്തു കൊടുത്തില്ലെങ്കിൽ അവർ ശപിക്കുകയും ഇവിടെ സന്തതിയും സമ്പത്തും നശിക്കുകയും ചെയ്യുമായിരുന്നു. അങ്ങനെ വരരുതെന്നു വിചാരിച്ച് ഇപ്രകാരം ചെയ്തതാണ്.

നമ്പി: എന്നെ പുഴയിൽ ഉരുട്ടിയിട്ടതെന്തിനാണ്?

ബ്രാഹ്മണകുമാരന്മാർ: ആ സമയത്ത് ആ പുഴയിൽ ഗംഗയുടെയും യമുനയുടെയും സരസ്വതിയുടെയും സാന്നിദ്ധ്യമുണ്ടായിരുന്നു. അപ്പോൾ അവിടെ സ്നാനം ചെയ്താൽ ത്രിവേണീസംഗമസ്നാനത്തിന്റെ ഫലം സിദ്ധിക്കുമായിരുന്നു. അത് അങ്ങേയ്ക്ക് സിദ്ധിക്കാനായിട്ടാണ് അങ്ങനെ ചെയ്തത്.

ഇത്രയും പറഞ്ഞപ്പോഴേക്കും അവർ മുറ്റത്തിറങ്ങുകയും അവിടെയുള്ള ആൽത്തറയിൽ കയറുകയും അവിടെവെച്ച് അവർ അദൃശ്യരായി ഭവിക്കുകയും ചെയ്തു.

ബ്രാഹ്മണകുമാരന്മാരുടെ ആ സംഭാഷണം നിമിത്തം അവർ അശ്വിനീദേവന്മാരായിരുന്നുവെന്നും അവർ തന്നെയാണ് തന്നെ പരീക്ഷിക്കാനായി ആലിന്മേൽ വന്നിരുന്നു 'കോരുക്ക്' എന്നു ചോദിച്ചതെന്നും നമ്പിക്കു മനസ്സിലായി. അശ്വനീദേവന്മാർ അന്തർദ്ധാനം ചെയ്ത ആ ആൽത്തറയിൽവെച്ച് ഇപ്പോഴും ആണ്ടുതോറും പത്മമിട്ട് അശ്വനീദേവന്മാരെ പൂജിച്ചുപോരുന്നുണ്ട്. ആലത്തൂർ നമ്പിമാർക്ക് ചികിത്സാവിഷയത്തിൽ അനിതരസാധാരണമായ പ്രചാരവും പ്രസിദ്ധിയും സിദ്ധിച്ചത് ആ ഇല്ലത്ത് അശ്വിനീദേവന്മാരുടെ സാന്നിദ്ധ്യമുണ്ടായതുകൊണ്ടാണെന്ന് ഇനി വിശേഷിച്ചു പറയണമെന്നില്ലല്ലോ. അശ്വനീദേവന്മാർ അവരുടെ കയ്യിന്മേൽ പറ്റിയ മരുന്നുതേച്ച തുണ്ടു

ചുരണ്ടി സ്വൽപം പൊടിയെടുത്തു വെള്ളത്തിൽ കുഴച്ചു നെറ്റിക്കു പുരട്ടിയാൽ ഏതു തലവേദനയും തൽക്ഷണം മാറുമായിരുന്നു. അതു പലർക്കും അനുഭവപ്പെട്ടിട്ടുള്ള ഒരു കാര്യമാണ്. എങ്കിലും അന്നത്തെ ആ ഇല്ലം അന്നുതന്നെ ആ ദേവവൈദ്യന്മാർ പറഞ്ഞിരുന്നതുപോലെ ഏതാനും കാലത്തിനുമുമ്പ് അഗ്നിഭഗവാന് ആഹാരമായിത്തീരുകയും അതോടുകൂടി ആ തൂണും ഭസ്മാവശേഷമായിപ്പോവുകയും ചെയ്തു. അശ്വനിദേവന്മാർ കൊടുത്ത ഗ്രന്ഥം ഇടതുകൈകൊണ്ട് വാങ്ങിയതിനാൽ ആലത്തൂർ നമ്പിമാർ ഇപ്പോഴും മരുന്നുകളോ മരുന്നിനു കുറിച്ചതോ ഇടതുകൈകൊണ്ട് കൊടുത്താൽ അധികം ഫലം കാണുമെന്നാണ് ജനവിശ്വാസം. ഇനി ആ ഇല്ലത്തുള്ളവർ ചികിത്സാവിശേഷമായി ചെയ്തിട്ടുള്ള ചില അദ്ഭുതകർമങ്ങളെപ്പറ്റിക്കൂടി സ്വൽപം പറഞ്ഞുകൊള്ളുന്നു.

സർപ്പശ്രേഷ്ഠനായ സാക്ഷാൽ തക്ഷകൻ ഒരിക്കൽ ഒരു ഉദരരോഗം നിമിത്തം അവശനായിത്തീരുകയാൽ ഒരു ബ്രാഹ്മണന്റെ രൂപം ധരിച്ച് അന്നു ഗൃഹസ്ഥനായിരുന്ന നമ്പിയുടെ അടുക്കൽ ചെന്നു തന്റെ രോഗത്തിന്റെ വിവരമറിയിക്കുകയും തന്റെ ദീനം ഭേദമാക്കി അയയ്ക്കണമെന്ന് അപേക്ഷിക്കുകയും ചെയ്തു. നമ്പി ഒരു മരുന്നു ചുക്കുവെള്ളത്തിൽ കലക്കി, ആ ബ്രാഹ്മണനെ അവിടെ കിടത്തീട്ടു വായിൽ ഒരു കുഴൽ വെച്ചു വലതുകൈകൊണ്ടു പിടിച്ചുകൊണ്ട് ഇടതുകൈകൊണ്ട് മരുന്ന് കുഴലിലൂടെ ഒഴിച്ചുകൊടുത്തു. ആ മരുന്നു സേവിച്ച ക്ഷണത്തിൽത്തന്നെ വയറ്റിൽ വേദന മാറി അദ്ദേഹം പൂർണസുഖത്തെ പ്രാപിക്കുകയും അദ്ദേഹത്തോടു നമ്പി, "ഇനി പോകാം, ഇനി ഈ ദീനം ഒരിക്കലുമുണ്ടാവുകയില്ല" എന്നു പറയുകയും ചെയ്തു. അപ്പോൾ ആ ബ്രാഹ്മണൻ "എന്റെ രോഗം ശമിപ്പിച്ചു കഷ്ടപ്പാടു നീക്കിയ മഹാനായ അങ്ങേ വഞ്ചിക്കുന്നത് എനിക്കു വിഹിതമല്ലല്ലോ? അതിനാൽ ഞാനെന്റെ സത്യസ്ഥിതി അറിയിച്ചുകൊള്ളുന്നു. വാസ്തവത്തിൽ ഞാനൊരു മനുഷ്യനല്ല. ഞാൻ തക്ഷകനെന്നു പറയപ്പെടുന്ന സർപ്പമാണ്. അവിടുന്ന് എന്റെ രോഗം ശമിപ്പിച്ചതിൽ എനിക്കുള്ള അപാരമായ സന്തോഷം നിമിത്തം ഇതാ ഞാൻ അനുഗ്രഹിക്കുന്നു. ഈ ഇല്ലത്തു ജനിക്കുന്നവരെ ആരെയും ഒരു കാലത്തും സർപ്പങ്ങൾ ദംശിക്കുകയില്ല. അഥവാ ദംശിച്ചാലും വിഷം വ്യാപിക്കുകയില്ല. ഈ ഇല്ലപ്പുരയിടത്തിനകത്തുവെച്ച് അന്യന്മാരെയും അപ്രകാരംതന്നെ. എനിക്ക് ഇടതുകൈകൊണ്ട് മരുന്നൊഴിച്ചുതന്നാണല്ലോ എന്റെ ദീനം ഭേദമാക്കിയത്. അതിനാൽ ഈ ഇല്ലത്തുള്ളവർ ഇടതുകൈകൊണ്ടു കൊടുക്കുന്ന മരുന്നിനും മറ്റും കൂടുതൽ ഫലമുണ്ടായിരിക്കും. എന്നും ഇവിടെ ഒരാൾക്കെങ്കിലും സർപ്പദൃഷ്ടിയുണ്ടായിരിക്കുകയും ചെയ്യും." എന്നു പറഞ്ഞിട്ട് ബ്രാഹ്മണവേഷധാരിയായ തക്ഷകൻ അവിടെനിന്ന് ഇറങ്ങിപ്പോവുകയും ചെയ്തു.

അശ്വനിദേവന്മാരുടെയും തക്ഷകന്റെയും അനുഗ്രഹം നിമിത്തം ഇപ്പോഴും ഇവിടെ കോങ്കണ്ണോ സർപ്പദൃഷ്ടിയോ ഇല്ലാതെ ആരും ഉണ്ടാകാറില്ല. തക്ഷകന്റെ അനുഗ്രഹംകൂടി സിദ്ധിച്ചപ്പോൾ ഇടതുകയ്യിന്റെ മാഹാത്മ്യം ഒന്നുകൂടി വർദ്ധിക്കുകയും ചെയ്തു. നമ്പിയുടെ ഇല്ലപ്പുരയിടം ഏകദേശംനാലേക്കറോളം വിസ്താരമുള്ളതാണ്. അതിന്റെ നാലു മൂലയ്ക്കും ഓരോ സർപ്പക്കാവുമുണ്ട്. ആ ഇല്ലത്തുള്ളവരെയും ആ പുരയിടത്തിൽവെച്ച് അന്യന്മാരെയും ഇപ്പോഴും പാമ്പു കടിക്കുകയോ കടിച്ചാലും വിഷം വ്യാപിക്കുകയോ ചെയ്യാറില്ല.

ഒരിക്കൽ പാമ്പുമ്മേക്കാട്ടു നമ്പൂതിരിമാരിൽ ഒരാൾക്കു ദീനമായിട്ടു ചികിത്സക്കായി അന്നുണ്ടായിരുന്ന ഒരാലത്തൂർ നമ്പിയെ വരുത്തിയിരുന്നു. ഒരു ദിവസം ഉച്ചതിരിഞ്ഞ സമയം മേക്കാട്ടു നമ്പൂരിയും നമ്പിയും കൂടി വെടി പറഞ്ഞുകൊണ്ടിരുന്ന സമയം അതിഭയങ്കരാകൃതിയായ ഒരു സർപ്പം അവരുടെ അടുക്കലേക്ക് ഇഴഞ്ഞു ചെന്നു. അതു കണ്ട് നമ്പി ഭയപ്പെട്ട് എണീറ്റോടാൻ ഭാവിച്ചു. അപ്പോൾ നമ്പൂരി "ഭയപ്പെടുകയും പരിഭ്രമിക്കുകയും ഒന്നും വേണ്ടാ. ഇവർ ഉപദ്രവിക്കുന്നവരല്ല" എന്നു പറഞ്ഞു. എന്നിട്ടും നമ്പിക്ക് ഉറപ്പുവന്നില്ല. സർപ്പം ഇഴഞ്ഞു ചെന്ന് നമ്പൂരിയുടെ മടിയിൽ കയറിക്കിടന്നു. അതുകൊണ്ട് നമ്പൂരിക്ക് ഒരിളക്കവുമുണ്ടായില്ലെന്ന് പറയേണ്ടതിലല്ലോ. അതു കണ്ടപ്പോൾ നമ്പിക്കു ഒട്ടു സമാധാനമായതിനാൽ യഥാപൂർവ്വം നമ്പൂരിയുടെ അടുക്കൽത്തന്നെ ചെന്നിരുന്നു. അപ്പോൾ ആ സർപ്പം നമ്പിയുടെ അടുക്കലേക്കു തലനീട്ടി. അതു കണ്ടപ്പോൾ നമ്പി വീണ്ടും പരിഭ്രമിച്ച് എണീക്കാൻ ഭാവിച്ചു. അപ്പോഴും നമ്പൂരി "വേണ്ടാ, അവിടെത്തന്നെ ഇരിക്കാം. ഭയപ്പെടേണ്ടാ. അത് ഉപദ്രവിക്കാനല്ല; അതിന്റെ തലയ്ക്ക് എന്തോ സുഖക്കേടുള്ളതിനാൽ അതു നമ്പിയെ കാണിക്കാനായിട്ടു തല നീട്ടിയതാണ്' എന്നു പറഞ്ഞു. നമ്പി സൂക്ഷിച്ചു നോക്കിയപ്പോൾ ആ സർപ്പത്തിന്റെ തലയിൽ സ്വല്പം നീര് ഉരുണ്ടുകൂടിയിരിക്കുന്നതായിക്കണ്ടു. നമ്പി നമ്പൂരിയുടെ വാക്കു വിശ്വസിച്ച് ഒരുവിധം ധൈര്യത്തെ അവലംബിച്ചുകൊണ്ട് ഒരുകത്തിയെടുത്ത് ആ നീരു കീറുകയും അതിനകത്ത് ഒളിഞ്ഞിരുന്ന ഇല്ലിമുള്ള് എടുത്തുകളയുകയും അവിടെ ഒരു മരുന്ന് പുരട്ടുകയും സർപ്പം പതുക്കെ ഇറങ്ങി വന്ന വഴിയേ പോവുകയും ചെയ്തു.

ഏതാനും ദിവസംകൊണ്ട് പാമ്പുമ്മേക്കാട്ടു നമ്പൂരിക്കു ദീനം മാറി സുഖമാവുകയാൽ നമ്പൂരി നമ്പിക്കു പലവിധ സമ്മാനങ്ങളും മറ്റും കൊടുത്തു യാത്രയാക്കി. നമ്പി പോകാനായിട്ട് ഇറങ്ങിയപ്പോൾ അനുയാത്രയായി നമ്പൂരിയും പിന്നാലെ ചെന്നു. ആ സമയം മുമ്പു നമ്പി മുള്ളെടുത്തുകളഞ്ഞുവിട്ട സർപ്പം അവിടെ വന്നു. നമ്പി നോക്കിയപ്പോൾ നീരെല്ലാം പോയി, വ്രണവുമുണങ്ങി സർപ്പത്തിനു നല്ല

സുഖമായിരിക്കുന്നതായി കണ്ടു. ഉടനെ ആ സർപ്പം വായിൽനിന്ന് ഒരു മാണിക്യക്കല്ല് നമ്പിയുടെ മുൻപിൽ ഇട്ടുകൊടുത്തു. നമ്പി അതു കണ്ട് സംശയിച്ച് നിന്നപ്പോൾ നമ്പൂരി "ഒട്ടും സംശയിക്കണ്ടാ, നമ്പി ദീനം ഭേദമാക്കിയതിനാൽ സന്തോഷിച്ചു സർപ്പം അതു നമ്പിക്കു സമ്മാനമായി തന്നതാണ്. എടുത്തുകൊണ്ടു പോകാം" എന്നു പറഞ്ഞു. നമ്പി ആ മാണിക്യക്കല്ലുമെടുത്തുകൊണ്ടുപോവുകയും ചെയ്തു. ആ നാഗമാണിക്യം ഇപ്പോഴും ആലത്തൂർ നമ്പിയുടെ ഇല്ലത്ത് ഇരിക്കു ന്നുണ്ടെന്നാണ് കേൾവി.

നവയൗവനയുക്തനും നല്ല സുന്ദരനും രസികനുമായ ഒരു നമ്പൂരി കുഷ്ഠരോഗബാധിതനായിത്തീരുക നിമിത്തം പല വൈദ്യന്മാരെ ക്കൊണ്ടു ചികിത്സിപ്പിച്ചിട്ടും ഒരു ഫലവുമുണ്ടാകായ്കയാൽ ഒടുക്കം ആലത്തൂർ നമ്പിയുടെ അടുക്കൽ ചെന്നു വിവരങ്ങളെല്ലാം പറഞ്ഞു. നമ്പി സ്വല്പനേരം മനസ്സിരുത്തി വിചാരിച്ചതിന്റെ ശേഷം, "ഒരു മുന്നാഴി പെരുമ്പാമ്പിൻ നെയ്യ് സേവിക്കാമെങ്കിൽ ഞാൻ ഈ ദീനം ഭേദമാക്കാം. അല്ലാതെ ഞാനെന്നല്ല, ആരു വിചാരിച്ചാലും ഇതു ഭേദപ്പെടുത്താൻ സാധിക്കയില്ല" എന്നാണ് പറഞ്ഞത്. അതു കേട്ടപ്പോൾ നമ്പൂരിക്ക് വ്യസനം സഹിക്കവയ്യാതെയായി. എന്തായാലും പെരുമ്പാമ്പിൻ നെയ്യ് സേവിക്കുന്ന കാര്യം പ്രയാസംതന്നെ എന്നു തീർച്ചപ്പെടുത്തി. ആലത്തൂർ നമ്പി തന്നെ ഇങ്ങനെ പറഞ്ഞിരിക്കുന്ന സ്ഥിതിക്ക് പിന്നെ വൈദ്യന്മാരെ കണ്ടതുകൊണ്ട് പ്രയോജനമൊന്നുമില്ലല്ലോ എന്നു വിചാ രിച്ച് അദ്ദേഹം ഉടനെ ചമ്രവട്ടത്തെത്തി ഭജനം തുടങ്ങി.

"അരുവി ചിതറി വീഴും പേരാറുതന്റെ
വടകരെ മരുതിൻകീഴ്ച്ചെന്നു ചേർന്നൊരു ദൈവം
അമരകൾ പലവട്ടം കൈതൊഴും ചമ്രവട്ടം
വിലസിന കുലദൈവം താങ്ങുവോനാകയെന്ന"

എന്നുള്ള പ്രാർഥനയോടുകൂടി അദ്ദേഹം പന്ത്രണ്ടു ദിവസം അവിടെ ഭജിച്ചതിനുശേഷം ഒരു ദിവസം രാത്രിയിൽ അദ്ദേഹം അമ്പലത്തിൽ കിടന്ന് ഉറങ്ങിയിരുന്നപ്പോൾ ആരോ ഒരാൾ അദ്ദേഹത്തിന്റെ അടു ക്കൽ ചെന്ന്, "പതിവായി രാവിലെ പുഴയിൽച്ചെന്ന് കുളിക്കുമ്പോൾ സന്ധ്യാവന്ദനം കഴിഞ്ഞാലുടനെ പുഴയിൽനിന്നു മൂന്നു കുടന്ന (*രണ്ടു കയ്യും നിറച്ചു*) വെള്ളം എടുത്തു കുടിക്കണം. അങ്ങനെ നാല്പതു ദിവസം ചെയ്താൽ ദീനം ഭേദമാകും" എന്നു പറഞ്ഞതായി അദ്ദേഹ ത്തിനു തോന്നി. ഇതു ചമ്രവട്ടത്തു ശാസ്താവ് അരുളിച്ചെയ്തതു തന്നെയാണെന്നു വിശ്വസിച്ചു നമ്പൂരി പിന്നെ പതിവായി അങ്ങനെ ചെയ്തുകൊണ്ടു ഭജിച്ചു. അങ്ങനെ നാല്പതു ദിവസം കഴിഞ്ഞപ്പോ ഴേക്കും ദീനമൊക്കെ ഭേദമായി നമ്പൂരി സ്വസ്ഥശരീരനായിത്തീർന്നു.

അനന്തരം നമ്പൂരി ആലത്തൂർ നമ്പിയുടെ അടുക്കൽ ചെന്ന്, പെരുമ്പാമ്പിൻ നെയ്യ് സേവിക്കാതെ തന്നെ എന്റെ ദീനം ഭേദമായി" എന്നു പറഞ്ഞു. അപ്പോൾ നമ്പി, "പിന്നെ എന്തു സേവിച്ചു?" എന്നു ചോദിച്ചപ്പോൾ നമ്പൂരി "ഞാൻ ചമ്രവട്ടത്തയ്യപ്പനെ സേവിച്ചു. അല്ലാതെ ഒന്നും സേവിച്ചില്ല" എന്നു പറഞ്ഞു. പിന്നെ നമ്പി ഉണ്ടായ സംഗതികളെല്ലാം വിവരമായി പറയാൻ പറഞ്ഞപ്പോൾ നമ്പൂരി ഭജനത്തിന്റെ വിവരവും അതിനിടയ്ക്കു തനിക്കു ദർശനമുണ്ടായതും പുഴയിൽനിന്നു വെള്ളം കോരിക്കുടിച്ചിരുന്നതുമെല്ലാം വിസ്തരിച്ചു പറഞ്ഞു. ഉടനെ, നമ്പി "എങ്ങനെയെങ്കിലും നമ്പൂരിക്കു സുഖമായല്ലോ, അതു സന്തോഷം തന്നെ. എങ്കിലും എനിക്ക് ആ സ്ഥലമൊന്നു കാണണം. നമ്പൂരി കൂടെ വരണം" എന്നു പറഞ്ഞു. പിന്നെ അവർ രണ്ടുപേരുംകൂടിപ്പോയി ചമ്രവട്ടത്തെ അമ്പലക്കടവിൽനിന്നു പുഴവക്കത്തൂടെ കുറച്ചുദൂരം ചെന്നപ്പോൾ അവിടെ ഒരു വലിയ പെരുമ്പാമ്പു ചത്തു ചീഞ്ഞുകിടക്കുന്നതും മഴവെള്ളത്തോടുകൂടി അതിന്റെ നെയ്യ് പുഴയിലേക്ക് ഒഴുകിച്ചേരുന്നതും കണ്ടിട്ടു നമ്പി നമ്പൂരിയോട്, "ഇതാ, ഇതു കണ്ടുവോ? ഈ നെയ്യോടുകൂടിയ വെള്ളമാണ് നമ്പൂരി പതിവായി കുടിച്ചിരുന്നത്. മൂന്നാഴി നെയ്യു സേവിക്കണമെന്നേ ഞാൻ പറഞ്ഞുള്ളൂ. ഇപ്പോൾ മൂന്നിടങ്ങഴിയിലധികം നെയ്യ് നമ്പൂരി സേവിച്ചിരിക്കും" എന്നു പറയുകയും ശരിതന്നെയെന്നു നമ്പൂരി സമ്മതിക്കുകയും ചെയ്തു. ഇന്ന രോഗത്തിന് ഇന്നതു ചെയ്യണമെന്നുള്ള നിശ്ചയം നമ്പിക്ക് എത്രമാത്രമുണ്ടെന്നും അതുതന്നെ ചെയ്യാതെ ആ രോഗം ഭേദമാവുകയില്ലെന്നും ഇതുകൊണ്ടു സ്പഷ്ടമാകുന്നുണ്ടല്ലോ.

പണ്ടൊരിക്കൽ ഒരാലത്തൂർ നമ്പി കല്പനപ്രകാരം വളരെക്കാലം തിരുവനന്തപുരത്തു താമസിച്ചിരുന്നു. അക്കാലത്തു കിളിമാനൂർ കൊട്ടാരത്തിൽ അന്നത്തെ മൂത്ത കോയിത്തമ്പുരാന് ഒരു ദീനമുണ്ടായി. ദീനം തണ്ണീർ ദാഹമായിരുന്നു. അതു വർദ്ധിച്ച് എത്ര വെള്ളം കുടിച്ചാലും മതിയാകാത്ത നിലയിലായി. അങ്ങനെ കണക്കില്ലാതെ വെള്ളം കുടിക്കുന്നത് ശരിയല്ലല്ലോ എന്നു വിചാരിച്ച് കഞ്ഞി മുതലായവ കൂടാതെ പ്രതിദിനം നൂറ്റൻപത് ഇളനീരിന്റെ വെള്ളം കൂടി കുടിക്കുക എന്നൊരു പതിവുവെച്ചു. അതുകൊണ്ടു മതിയായിട്ടല്ല. എങ്കിലും ഒരു കണക്കു വേണമല്ലോ എന്നു വിചാരിച്ച് അങ്ങനെ നിശ്ചയിച്ചതാണ്.

അങ്ങനെയിരിക്കുമ്പോൾ കോയിത്തമ്പുരാൻ "എന്റെ ഈ ദാഹം ആരെങ്കിലും മാറ്റിയാൽ മാറ്റുന്നവർക്ക് ഞാൻ ആയിരം രൂപ കൊടുത്തേക്കാം" എന്നു പറഞ്ഞു തുടങ്ങി. അങ്ങനെ പല ദിവസം കേട്ടപ്പോൾ കിളിമാനൂർ കൊട്ടാരത്തിൽ ഒരു തമ്പുരാട്ടിയുടെ ഭർത്താവായി താമസിക്കുന്ന ആളും തിരുവനന്തപുരത്തു വലിയ കൊട്ടാരത്തിലെ പൂജക്കാരനും നമ്പിയുടെ സ്നേഹിതനുമായ ഒരു നമ്പൂരി കോയിത്തമ്പുരാന്റെ

ഒരാളെന്ന നിലയിൽ തിരുവനന്തപുരത്തു ചെന്ന് നമ്പിയെ കണ്ട് വിവരമെല്ലാം പറഞ്ഞു ക്ഷണിച്ചു കിളിമാനൂർക്കു കൊണ്ടുപോയി. അവിടെ എത്തിയ ദിവസം തന്നെ നമ്പി കോയിത്തമ്പുരാനെ കാണുകയും ഒരു മരുന്നു കൊടുത്തു സേവിപ്പിക്കുകയും ചെയ്തു. പിറ്റേ ദിവസമായപ്പോൾ നൂറ്റി നാൽപതു കരിക്കു (*ഇളനീർ*)കൊണ്ടു മതിയായി. അന്നും മരുന്നു കൊടുത്തു. അടുത്ത ദിവസമായപ്പോൾ ഇളനീർ പത്തു കൂടി കുറഞ്ഞു. അങ്ങനെ പതിനഞ്ചു ദിവസം കൊണ്ട് ഒരു ഇളനീരായാൽ മതിയെന്നുള്ള സ്ഥിതിയിലായി. അപ്പോൾ നമ്പി "ഇപ്പോൾ ഇങ്ങനെയിരിക്കട്ടെ. ഇനി ഞാൻ നാട്ടിലേക്കു ഒന്നു പോയി വരാം. ഇല്ലത്തു നിന്നു പോന്നിട്ട് വളരെ നാളായി" എന്നു പറഞ്ഞ് യാത്രയായി. കോയിത്തമ്പുരാൻ നമ്പിക്ക് നൂറു രൂപ കൊടുത്തു. നമ്പി ഒന്നും മിണ്ടാതെ സന്തോഷസമേതം കൊടുത്തതു വാങ്ങിക്കൊണ്ടു പോവുകയും ചെയ്തു.

നമ്പി പോയതിന്റെ പിറ്റേ ദിവസം മുതൽ കോയിത്തമ്പുരാന് ദാഹം വർദ്ധിച്ചു തുടങ്ങി. പതിനഞ്ചു ദിവസംകൊണ്ട് പൂർവസ്ഥിതിയിൽ നൂറ്റൻപതു കരിക്കിന്റെ വെള്ളം കുടിച്ചാലും മതിയവുകയില്ല എന്നായി. കോയിത്തമ്പുരാൻ മുൻപു നമ്പിയെ വിളിച്ചുകൊണ്ടുവന്ന നമ്പൂരിയെ വിളിച്ചു നമ്പിയെ ഒരിക്കൽക്കൂടി കൊണ്ടുവരണമെന്നു പറഞ്ഞപ്പോൾ, നമ്പൂരി "അതു പ്രയാസമാണ്. ഒരിക്കൽ ഞാൻ വിഡ്ഢിയായി. ഇനി അതിനു തയ്യാറില്ല. അല്ലെങ്കിൽ ഇപ്പോൾ കൊടുത്തിട്ടുള്ളതുകൂടാതെ മുൻപു പറഞ്ഞിട്ടുള്ളതുപോലെ ആയിരംരൂപ തികച്ചു കൊടുക്കണം. അങ്ങനെ ചെയ്യാമെന്നു നിശ്ചയമുണ്ടെങ്കിൽ ഞാൻ പോയി നമ്പിയെ കൊണ്ടുവരാം. ആ സംഖ്യ നമ്പി വന്നാലുടനെ കൊടുക്കുകയും വേണം" എന്നു പറഞ്ഞു. നമ്പൂരിയുടെ അഭിപ്രായംപോലെ ചെയ്യാമെന്ന് കോയിത്തമ്പുരാൻ സമ്മതിക്കുകയും നമ്പൂരി പോയി വീണ്ടും നമ്പിയെ കൊണ്ടുവരികയും ഉടനെ കോയിത്തമ്പുരാൻ ആയിരം രൂപ കെട്ടിക്കൊടുക്കുകയും നമ്പി ചികിത്സിച്ചു ഭേദപ്പെടുത്തുകയും ചെയ്തു.

ആലത്തൂർ നമ്പിയുടെ ഇല്ലത്ത് അപ്ഫന്മാരാണ് വൈദ്യത്തിൽ അധികം വിദഗ്ദ്ധന്മാരും പ്രസിദ്ധരുമായിത്തീരുക പതിവ്. അച്ഛന്റെ നമ്പിമാർക്കു സ്വല്പമൊരു കമ്പച്ഛായ* ഉണ്ടായിരിക്കുകയും പതിവാണ്. എങ്കിലും ഗുരുത്വത്തിനും കൈപ്പുണ്യത്തിനും ആർക്കും കുറവുണ്ടായിരിക്കാറില്ല. ഇക്കഴിഞ്ഞ 1092–ാമാണ്ടു കഴിഞ്ഞുപോയ അപ്ഫൻനമ്പി തന്നെ ഏറ്റവും വിദഗ്ദ്ധനും പ്രസിദ്ധനുമായിരുന്നുവല്ലോ.

1092–ൽ കഴിഞ്ഞുപോയ അപ്ഫൻ നമ്പിയുടെ ജ്യേഷ്ഠനായി ഒരാൾ ഉണ്ടായിരുന്നു. അവിടേക്കു പഠിപ്പും പ്രസിദ്ധിയും വളരെ കുറവായിരുന്നു. സ്വല്പമായ ഉന്മാദച്ഛായയുമുണ്ടായിരുന്നു. ഒരിക്കൽ അവിടുന്ന്

* കിറുക്ക്

ഒറ്റപ്പാലത്തിനു സമീപം ഒരു സ്ഥലത്തുപോയി മടങ്ങിവരുമ്പോൾ കുതിരവട്ടത്തു വലിയ നായരുടെ ചില ഭൃത്യന്മാർ കണ്ടുകൂടി. വലിയ നായർക്ക് അതികലശലായി ഒരു വയറ്റിൽവേദനയായിട്ട് ഇളയ നമ്പിയെ കൂട്ടിക്കൊണ്ടു ചെല്ലാനായി അവരെ പറഞ്ഞയച്ചിരിക്കുകയായിരുന്നു. അവർ മൂത്ത നമ്പിയെ കണ്ടപ്പോൾ ഇളയ നമ്പിയാണെന്ന് തെറ്റിദ്ധരിച്ചു കൂട്ടിക്കൊണ്ടുപോയി. വലിയനായർ വേദനയുടെ കാഠിന്യം നിമിത്തം ആഹാരം കഴിക്കാനും ഇരിക്കാനും കിടക്കാനും വയ്യാതെയായിട്ടു മുകളിൽ ഒരു കയറുകെട്ടി അതിന്മേൽ പിടിച്ചുകൊണ്ട് നിന്നു നിലവിളിക്കുകയായിരുന്നു. നമ്പി അവിടെ എത്തിയ ഉടനെ “എനിക്കു ദാഹം കലശലായിരിക്കുന്നു; അതിനു വല്ലതും വേണം” എന്നു പറഞ്ഞിട്ടു കുളിക്കാൻ പോയി. നമ്പി കുളി കഴിഞ്ഞു വന്നപ്പോൾ അഞ്ചാറു കരിക്കും പത്തു പതിനഞ്ചു പൂവൻപഴവും കൊണ്ടുചെന്നു കൊടുത്തു. നമ്പി അതിൽ രണ്ടു കരിക്കെടുത്തു തുളച്ചു വെള്ളം തലയിൽ ഒഴിച്ചു. ഒരു കരിക്കിന്റെ വെള്ളം കുടിച്ചു. രണ്ടു പഴവും തിന്നു. പിന്നെ രോഗിയോട് “കുറച്ചു പഴം തിന്നാമോ?” എന്നു ചോദിച്ചു. “വയ്യാ” എന്നു വലിയ നായർ പറഞ്ഞപ്പോൾ നമ്പി എങ്കിലും പരീക്ഷിച്ചുനോക്കൂ” എന്നു പറഞ്ഞ് ഒരു പഴമെടുത്തു ശകലം മുറിച്ചു കൊടുത്തു തീറ്റി. അതു തിന്നു കഴിഞ്ഞപ്പോൾ നമ്പി “ഇപ്പോൾ വേദന എങ്ങനെയിരിക്കുന്നു” എന്നു ചോദിച്ചു. “കുറച്ചു കുറവുണ്ടോ എന്നു സംശയം” എന്നു നായർ പറഞ്ഞു. നമ്പി കുറേശ്ശെ കുറേശ്ശെയായി ഒരു പഴം മുഴുവൻ തീറ്റീട്ട് “ഇപ്പോൾ എങ്ങനെയിരിക്കുന്നു” എന്നു ചോദിച്ചു. “വളരെ ഭേദമുണ്ട്” എന്നു നായർ സമ്മതിച്ചു. പിന്നെ നമ്പി അവിടെയിരുന്ന് “ഒരു പഴവുംകൂടി തിന്ന് ഒരു കരിക്കിന്റെ വെള്ളം കൂടി കുടിക്കൂ” എന്നു പറഞ്ഞു. അത്രയുംകൂടി കഴിഞ്ഞപ്പോൾ വലിയ നായർ “ഇപ്പോൾ വേദന ഒട്ടുമില്ല. എനിക്കു നല്ല സുഖമായി” എന്നു പറഞ്ഞു. നമ്പി അപ്പോൾത്തന്നെ അവിടെനിന്ന് ഇറങ്ങിപ്പോയി. വലിയ നായർക്ക് പിന്നെ മരിക്കുന്നതുവരെ വയറ്റിൽവേദന ഉണ്ടായില്ല.

മേല്പറഞ്ഞ സംഗതിയുണ്ടായത് ഒരു മീനമാസത്തിലാണ്. മദ്ധ്യാഹ്ന സമയത്താണ് നമ്പി പോയത്. കുറച്ചുനടന്നപ്പോഴേക്കും വെയിലിന്റെ ചൂടുകൊണ്ട് നടക്കാൻ വയ്യാതാവുകയാൽ നമ്പി വഴിക്കു കണ്ട ഒരു പടിപ്പുരയിൽ കയറിയിരുന്ന് വിശ്രമിച്ചു. അതു വലിയ ധനവാനായ ഒരു നായരുടെ വീടിനുള്ള പടിപ്പുരയായിരുന്നു. ആ വീട്ടിലെ കാരണവർ കണ്ടാലും കാര്യത്തിനും വളരെ യോഗ്യനും ചെറുപ്പക്കാരനുമായിരുന്നു. എങ്കിലും അയാൾ കുറച്ചു നാളായി ബധിരനായിത്തീർന്നു. അതിനു വളരെ ചികിത്സകളൊക്കെ ചെയ്തു നോക്കീട്ടും യാതൊരു ഗുണവും കാണായ്കയാൽ അയാളും വീട്ടിലുള്ള മറ്റാളുകളും അത്യന്തം വ്യസനിച്ചു

കൊണ്ടിരുന്ന അവസരത്തിലാണ് നമ്പി അവിടെ ചെന്നു കയറിയത്. നമ്പിയെ അറിയുന്നവരായി ആ വീട്ടിലാരുമുണ്ടായിരുന്നില്ല. അപ്പോൾ നമ്പിയുമായി പരിചയമുള്ള ഒരാൾ ദൈവഗത്യാ അവിടെ വന്നുചേരുകയും ആ മനുഷ്യൻ ഈ വന്നിരിക്കുന്നത് ഇന്നയാളാണെന്ന് ആ വീട്ടുകാരെ ഗ്രഹിപ്പിക്കുകയും ചെയ്തു. "അനേകം വൈദ്യൻമാർ പഠിച്ച വിദ്യകളെല്ലാം പ്രയോഗിച്ചു നോക്കീട്ടും ഒരു ഗുണവുമുണ്ടാകാത്ത സ്ഥിതിക്കു വിശേഷിച്ചു ഫലമൊന്നും ഉണ്ടാവുകയില്ലായിരിക്കാം, എങ്കിലും ഇതുകൂടി ഒന്നു പരീക്ഷിച്ചു നോക്കിക്കളയാം, എന്നു വിചാരിച്ചു വീട്ടുകാർ ആ പരിചിതൻ മുഖാന്തരം വിവരം നമ്പിയെ അറിയിക്കുകയും ആ ബധിരനെ കൊണ്ടുചെന്നു കാണിക്കുകയും ചെയ്തു. നമ്പി ഉടനെ കുറച്ചു കൊട്ടെണ്ണ (*വിളക്കിലൊഴിക്കുന്ന ഒരു മാതിരി എണ്ണ*) വരുത്തി രോഗിയുടെ തലയിൽ തേപ്പിച്ചു വെയിലത്തു പിടിച്ചു നിറുത്തി. തീപോലെയുള്ള വെയിലത്തു കുറച്ചുനേരം നിന്നപ്പോഴേക്കും രോഗി വല്ലാതെ വിഷമിച്ചു. അയാളുടെ കഷ്ടപ്പാട് കണ്ട് വീട്ടിലുള്ളവരെല്ലാം കരച്ചിലും പിഴിച്ചിലും അലയും മുറയും തുടങ്ങി. ഒടുക്കം രോഗിയുടെ അമ്മ നമ്പിയുടെ അടുക്കൽചെന്ന് "എന്റെ പ്രിയപ്പെട്ട ഏക പുത്രൻ ഇങ്ങനെ വെയിലത്തു നിന്നു പൊരിയുന്നതു കണ്ടു സഹിക്കാൻ എനിക്കു ശക്തിയില്ല. രണ്ടു നാഴികയിലധികവും നേരമായല്ലോ അവൻ കഷ്ടപ്പെടുന്നു; ഇനിയെങ്കിലും കയറിപ്പോകാനനുവദിച്ചാൽ കൊള്ളാം" എന്നു വ്യസനസമേതം കരഞ്ഞുകൊണ്ടു പറഞ്ഞു. ഉടനെ നമ്പി രോഗിയുടെ അടുക്കൽ ചെന്നു രണ്ടു ചെകിടത്തും ഓരോ 'വീക്കു' വെച്ചുകൊടുത്തു. അതു കണ്ട് വീട്ടുകാർ പൂർവാധികം ഉറക്കെ നിലവിളിച്ചു. എങ്കിലും തല്ലുകൊണ്ടതിനോടുകൂടി രോഗിക്കു ചെവി കേൾക്കാറായി. ഉടനെ നമ്പി അവിടെനിന്നു പോവുകയും ചെയ്തു.

ഒരിക്കൽ കോട്ടയ്ക്കൽ താമസിച്ചിരുന്ന ഏറാൾപ്പാടു തമ്പുരാൻ ക്ഷയരോഗബാധിതനായിത്തീരുകയാൽ ചികിത്സയ്ക്കായി അനുജൻ നമ്പിയെ കൊണ്ടുപോയിരുന്നു. നമ്പി അവിടെയെത്തി കണ്ടപ്പോൾ തന്നെ രോഗം അസാദ്ധ്യമെന്നു തീർച്ചപ്പെടുത്തി. എങ്കിലും അതു പറയുകയോ ഭാവിക്കുകയോ ചെയ്യുന്നതു ശരിയല്ലല്ലോ എന്നു വിചാരിച്ചു ചില ചികിത്സകൾ ചെയ്തുകൊണ്ട് അവിടെ താമസിച്ചു. രോഗം പ്രതിദിനം വർദ്ധിച്ചുകൊണ്ടിരുന്നു. തമ്പുരാനു രുചി ലവലേശമില്ലാതെയായി. ഭക്ഷണം കുറഞ്ഞതിനോടുകൂടി ക്ഷീണവും കലശലായി. "രുചിയോടുകൂടി ഒരുളച്ചോറുണ്ടിട്ട് അപ്പോൾതന്നെ മരിച്ചാലും സങ്കടമില്ല. അതിനു വല്ലതും നിവൃത്തിയുണ്ടോ?" എന്നു തമ്പുരാൻ നമ്പിയോടു ചോദിച്ചു. "രുചിയുണ്ടാക്കാം" എന്നു നമ്പി മറുപടിയും പറഞ്ഞു. അങ്ങനെയല്ലാതെ പറയരുതല്ലോ എന്നു വിചാരിച്ചാണ് നമ്പി അങ്ങനെ പറഞ്ഞത്. പറഞ്ഞു കഴിഞ്ഞപ്പോൾ "ഇനി എന്താണ് നിവൃത്തി" എന്നു

വിചാരിച്ചിട്ടു നമ്പിക്കു മാർഗമൊന്നും തോന്നിയില്ല. അപ്പോൾ ജ്യേഷ്ഠൻ അവിടെ സമീപം 'അച്ചിപ്ര' എന്ന ദേശത്തു ചെന്നിട്ടുണ്ടെന്നു കേട്ട് ഉടനെ ആളയച്ചു കോട്ടയ്ക്കൽ വരുത്തി വിവരമെല്ലാം പറഞ്ഞു. ജ്യേഷ്ഠൻനമ്പി തമ്പുരാനെ ചെന്നു കണ്ട് "എന്തു ഭക്ഷിക്കാനാണ് അവിടേക്കു രുചി തോന്നുന്നത്?" എന്നു ചോദിച്ചു. "എനിക്ക് ഒന്നിനും രുചി തോന്നുന്നില്ല. എന്നാൽ ഒരുരുളച്ചോറെങ്കിലും, രുചിയോടുകൂടി ഉണ്ടാൽ കൊള്ളാമെന്നു മോഹമുണ്ട്. രുചിയില്ലതാനും; പിന്നെ എന്താ ചെയ്ക" എന്നു തമ്പുരാൻ മറുപടി പറഞ്ഞു. ഉടനെ നമ്പി ഒരു വലിയ സദ്യയ്ക്കുള്ള വിഭവങ്ങളൊക്കെ ഉണ്ടാക്കുവാൻ പറഞ്ഞു. ക്ഷണത്തിൽ എല്ലാം തയ്യാറായി. ഇല വെച്ചു തമ്പുരാനെ പിടിച്ചെണീപ്പിച്ച് അവിടെയിരുത്തി. ജ്യേഷ്ഠൻ നമ്പി എന്തോ ഒരു മരുന്ന് കയ്യിലിട്ടു തിരുമ്മി ഒരു ചെറിയ ഗുളികപോലെയാക്കി തമ്പുരാന്റെ വായിൽ ഇട്ടുകൊടുത്തിട്ട് ഇറക്കാൻ പറഞ്ഞു. അത് ഇറക്കിയ ഉടനെ നെയ്യും പരിപ്പുംകൂട്ടി ഒരുരുള ചോറ് കൊടുത്തു. അത് ഉണ്ടുകഴിഞ്ഞപ്പോൾ മുൻപിലത്തെപ്പോലെ ഒരു പ്രാവശ്യം കൂടി മരുന്നു കൊടുത്തു. 'ഇപ്പോൾ രുചി തോന്നുന്നുണ്ടോ?' എന്നു നമ്പി ചോദിച്ചു. "കുറച്ചുകൂടി ഉണ്ണാമെന്നു തോന്നുന്നുണ്ട്" എന്നു തമ്പുരാൻ പറഞ്ഞു. പിന്നെ കാളൻ മുതലായവയും മോരുംകൂട്ടി ഏകദേശം നാഴിയരിയുടെ ചോറും കുറെ പ്രഥമനും കഴിച്ചു. തമ്പുരാനു വളരെ സന്തോഷമാവുകയും ചെയ്തു. ജ്യേഷ്ഠൻ നമ്പി അന്നവിടെത്തന്നെ താമസിച്ചു. പിറ്റേ ദിവസം രാവിലെ യാത്രയായപ്പോൾ 'അനുജൻ ഇന്നു വരുന്നുവോ?' എന്നു ചോദിച്ചതിനു 'ഞാൻ നാലു ദിവസം കഴിഞ്ഞുവരാം' എന്ന് അനുജൻ നമ്പി മറുപടി പറഞ്ഞപ്പോൾ ജ്യേഷ്ഠൻ നമ്പി 'അതു വേണ്ടാ, ഇന്നില്ലെങ്കിൽ നാളെ രാവിലെ പോരൂ' എന്നു പറഞ്ഞിട്ടു പോയി. അന്നു രാത്രിയിൽ തമ്പുരാൻ തീപ്പെടുകയും ചെയ്തു.

ആ ജ്യേഷ്ഠൻ നമ്പിക്ക് പഠിപ്പ് അധികമുണ്ടായിരുന്നില്ലെന്നു മാത്രമല്ല, കുറേശ്ശെ കമ്പച്ഛായയുമുണ്ടായിരുന്നു. എങ്കിലും കൈപ്പുണ്യം മറ്റാർക്കും അത്രയുമുണ്ടായിരുന്നില്ല. ചികിത്സ അപ്പോഴപ്പോൾ തോന്നുന്നതുപോലെയാണ് ചെയ്ക; ശാസ്ത്രപ്രകാരമൊന്നുമായിരിക്കയില്ല. എങ്കിലും ഒന്നും ഫലിക്കാതെ വരാറില്ല. എണ്ണ കാച്ചി തേച്ചിട്ട് ഒരെണ്ണയും പിടിക്കാതെയാകുമ്പോൾ ആരെങ്കിലും ചെന്നു പറഞ്ഞാൽ ജ്യേഷ്ഠൻ നമ്പി കുളിക്കുന്നതിനു മുമ്പാണെങ്കിൽ എന്തെങ്കിലും കുറെ എണ്ണയെടുത്ത് ഇടതുകൈകൊണ്ട് അവരുടെ തലയിൽ തേപ്പിച്ചയയ്ക്കും. കുളി കഴിഞ്ഞിട്ടാണെങ്കിൽ എണ്ണ തലയിൽ ഒഴിച്ചുകൊടുക്കും. പിന്നെ അവർക്കു പച്ചെണ്ണ തേച്ചാൽ മതി. ഒരു ദീനവുമുണ്ടാകാറില്ല.

ഈ ജ്യേഷ്ഠൻ നമ്പി ഒരു കുട്ടഞ്ചേരി മൂസ്സിന്റെ അവതാരമാണെന്നുകൂടി ജനങ്ങളുടെ ഇടയിൽ ഒരു വിശ്വാസമുണ്ടായിരുന്നു. അതിന്റെ കാരണമായി ഒരൈതിഹ്യമുണ്ട്.

ആലത്തൂർ നമ്പിമാർ വൈദ്യശാസ്ത്രം പഠിക്കുക കുട്ടഞ്ചേരി മൂസ്സിന്റെ അടുക്കലാണ് പതിവ്. ആ പതിവനുസരിച്ച് ഈ ജ്യേഷ്ഠൻ നമ്പിയുടെ മുത്തശ്ശനും അവിടെച്ചെന്നു പഠിച്ചു താമസിച്ചിരുന്നു. അന്നു ണ്ടായിരുന്ന കുട്ടഞ്ചേരി മൂസ്സ് വൈദ്യ സംബന്ധമായി ഭൂലോകത്തി ലുള്ള സകല ഗ്രന്ഥങ്ങളും നോക്കീട്ടുണ്ടായിരുന്നുവത്രേ. അദ്ദേഹം ഒരു ദിവസം ശിഷ്യനായ നമ്പിയോട്, "ഞാൻ അഷ്ടാംഗഹൃദയം, അഷ്ടാംഗസംഗ്രഹം, ചരകം, സുശ്രുതം മുതലായി ഭൂലോകത്തിലുള്ള സകല വൈദ്യഗ്രന്ഥങ്ങളും നോക്കീട്ടുണ്ട്. ഇനി ഒരാഗ്രഹമേ ഉള്ളൂ. നമ്പിയുടെ ഇല്ലത്ത് അശ്വിനീദേവൻമാർ കൊടുത്തതായ ഒരു ഗ്രന്ഥ മുണ്ട് എന്നു കേട്ടിട്ടുണ്ട്. അതുകൂടി ഒന്നു നോക്കിയാൽ കൊള്ളാ മെന്നാണ് ആഗ്രഹം. അതിനെന്താ നിവൃത്തി?" എന്നു ചോദിച്ചു. അതിനു മറുപടിയായി നമ്പി, "അതിനെന്താ പ്രയാസം? അവിടെ ച്ചെന്നൊന്നു ജനിച്ചാൽ മതിയല്ലോ" എന്നു പറഞ്ഞു. അതു കേട്ടിട്ട് മൂസ്സിന് വളരെ സന്തോഷമാണുണ്ടായത്. ഉടനെ മൂസ്സ് "മറുപടി വളരെ ഭംഗിയായി. ഇങ്ങനെ തന്നെയാണ് പറയേണ്ടത്. ഇങ്ങനെ എല്ലാ വിഷയത്തിലും എല്ലായ്പ്പോഴും ഉചിതമായതു തോന്നട്ടെ" എന്നു പറഞ്ഞ് നമ്പിയുടെ ശിരസ്സിൽ രണ്ടു കയ്യും വച്ച് അനുഗ്രഹിക്കുകയും പെട്ടെന്ന് അവിടെ കിടന്ന് മരിക്കുകയും ചെയ്തു. ആ കുട്ടഞ്ചേരി മൂസ്സ് ഇവിടെ വന്നു ജനിച്ച ആളാണ് ഈ ജ്യേഷ്ഠൻ നമ്പി എന്നാണ് ജനശ്രുതി.

ആലത്തൂർ നമ്പിയുടെ ഇല്ലത്ത് അടുത്ത കാലത്തുണ്ടായിരു ന്നവരിൽ പ്രസിദ്ധനും യോഗ്യനുമായിരുന്നത് 92-ൽ മരിച്ചുപോയ അച്ഛൻ നമ്പി തന്നെയായിരുന്നു. അവിടുന്നു കീർത്തിയും വിത്ത സമ്പത്തും ശിഷ്യസമ്പത്തും ധാരാളമായി സമ്പാദിച്ചു. ഇപ്പോൾ ആ ഇല്ലത്തുള്ള മൂന്നു നമ്പിമാരെയും വൈദ്യശാസ്ത്രം പഠിപ്പിച്ചത് അവി ടുന്നുതന്നെയാണ്. പരേതനായ രാമവർമ്മത്തു ചന്ദ്രശേഖരൻ പിള്ള, ഇപ്പോൾ തൃശ്ശിവപേരൂർ പട്ടണത്തിൽ ഒരു വൈദ്യശാല സ്ഥാപിച്ചു ചികിത്സ നടത്തിവരുന്ന രാമൻപിള്ള അവർകൾ മുതലായി അനേകം വൈദ്യൻമാർ അവിടുത്തെ ശിഷ്യവർഗത്തിൽപ്പെട്ടവരാണല്ലോ.

92-ൽ മരിച്ചുപോയ നമ്പിയുടെ അനുജനായിട്ടും ഒരു നമ്പിയുണ്ടാ യിരുന്നു. അദ്ദേഹത്തിനു പ്രസവചികിത്സയിലാണ് അധികം പ്രസിദ്ധി യുണ്ടായിരുന്നത്. ഒരിക്കൽ കോഴിക്കോട് സാമൂതിരി കോവിലകത്ത് ഒരു തമ്പുരാട്ടിക്ക് പ്രസവവേദന തുടങ്ങിയിട്ട് അഞ്ചാറു ദിവസമായിട്ടും പ്രസവിക്കായ്കയാൽ അനേകം ഡോക്ടർമാരെ വരുത്തിക്കാണിച്ചു. എല്ലാവരും അസാദ്ധ്യമെന്നു പറഞ്ഞ് ഒഴിഞ്ഞതിന്റെശേഷം ഈ നമ്പി ചില വിദ്യകൾ പ്രയോഗിച്ച് തള്ളയ്ക്കും പിള്ളയ്ക്കും യാതൊരു ദോഷവും പറ്റാതെ പ്രസവം നടത്തിയതിനാൽ സാമൂതിരിപ്പാടു തമ്പു രാൻ സന്തോഷിച്ചു നമ്പിക്ക് വീരശ്യംഖല സമ്മാനിച്ചയച്ചു. ഇങ്ങനെ

ആലത്തൂർ നമ്പിമാരെ സംബന്ധിച്ചു പറയുകയെന്നുവെച്ചാൽ ഇനിയും അനേകം സംഗതികളുണ്ട്. വിസ്തരഭയത്താൽ ചുരുക്കുന്നു.

ആലത്തൂർ നമ്പിമാരിൽ ചികിത്സാവിഷയത്തിൽ അധികം പ്രസിദ്ധിയും പ്രചാരവും സിദ്ധിക്കുക അപ്ഫന്മാർക്കാണ് പതിവെന്നു മുമ്പു പറഞ്ഞിട്ടുണ്ടല്ലോ. ആ പാരമ്പര്യക്രമമനുസരിച്ച് ഇപ്പോൾ അവിടെ ആ സ്ഥാനം വഹിച്ചിരിക്കുന്നത് മൂന്നാമൻ നമ്പിയാണ്. അവിടേക്കു ചികിത്സാവിഷയത്തിൽ സിദ്ധിച്ചിട്ടുള്ള പ്രസിദ്ധിയും പ്രചാരവും ഒട്ടും ചില്ലറയല്ല. അവിടുത്തെക്കുറിച്ചു പ്രത്യേകമൊരുപന്യാസമെഴുതേണ്ടതാകയാൽ അതിനിയൊരവസരത്തിലായിക്കൊള്ളാമെന്നു കരുതി ഈ ലേഖനം ഇത്രയുംകൊണ്ട് അവസാനിപ്പിച്ചുകൊള്ളുന്നു.

13. വയസ്കര ചതുർവേദിഭട്ടതിരിയും യക്ഷിയും

വയസ്കരയില്ലത്ത് ഒരു കാലത്ത് പുരുഷന്മാരാരുമില്ലാതെ ഒരു കന്യക മാത്രമായിത്തീരുകയും ആ കന്യകയെ പുലാമന്തോൾ മൂസ്സ് സർവ സ്വാദനമായി വിവാഹം കഴിച്ച് അവിടെ ദത്തുകയറുകയും ചെയ്കയാൽ അക്കാലം മുതൽക്കാണല്ലോ അവിടെയുള്ളവർക്ക് വയസ്കര മൂസ്സ് എന്നുള്ള പേര് സിദ്ധിച്ചത്. ഇതിനു മുമ്പും ഈ ഇല്ലത്ത് പലപ്പോഴും പുരുഷന്മാരില്ലാതെ ഒരു കന്യക മാത്രമായിത്തീരുകയും ഉണ്ടായിട്ടുണ്ട്. അപ്പോഴെല്ലാം ഓരോരുത്തർ ആ കന്യകമാരെ സർവസ്വദാനമായി വിവാഹം കഴിച്ച് അവിടെ ദത്തുകയറുകയും അപ്രകാരം ദത്തുകയറുന്നവരുടെ പേരനുസരിച്ച് അവിടെ ഉണ്ടാകുന്നവർക്ക് വയസ്കര നമ്പൂരി, വയസ്കര ഭട്ടതിരി, വയസ്കര പോറ്റി ഇങ്ങനെ പല പേരുകളും സിദ്ധിക്കുകയും ചെയ്തിരുന്നു. ഒരിക്കൽ അവിടെ ഒരു ഭട്ടതിരി ദത്തുകയറിയതിനാൽ അക്കാലം മുതൽ പിന്നെ ഒരു ദത്തുണ്ടായതുവരെ അവിടെയുള്ളവരെ വയസ്കര ഭട്ടതിരി എന്നാണ് പറഞ്ഞുവന്നിരുന്നത്.

ഒരു കാലത്ത് വയസ്കരയില്ലത്ത് ആയുർവേദമുൾപ്പെടെ നാലു വേദങ്ങളും പഠിച്ച ഒരു മഹാവിദ്വാനുണ്ടായിത്തീർന്നു. അദ്ദേഹത്തെ എല്ലാവരും 'ചതുർവേദി ഭട്ടതിരി'യെന്നാണ് പറഞ്ഞുവന്നിരുന്നത്. അദ്ദേഹം ഒരു മഹാവൈദ്യനും വലിയ മന്ത്രവാദിയുമായിരുന്നു. മന്ത്രവാദത്തിലുള്ള പ്രസിദ്ധികൊണ്ട് അദ്ദേഹത്തെ മന്ത്രവാദത്തിനായി പല ദിക്കുകളിൽനിന്നും ആളുകൾ വന്നു കൂട്ടിക്കൊണ്ടുപോവുകയും പതിവായിരുന്നു.

അങ്ങനെയിരുന്ന കാലത്ത് അന്നു നാടുവാണിരുന്ന സാമൂതിരിപ്പാടു തമ്പുരാന് ഒരു യക്ഷിയുടെ ഉപദ്രവം ഉണ്ടായിത്തീരുകയും പല മന്ത്രവാദികൾ പഠിച്ച വിദ്യകളെല്ലാം പ്രയോഗിച്ചുനോക്കീട്ടും ആ യക്ഷിയെ ഒഴിപ്പിക്കാൻ കഴിയായ്കയാൽ ഒടുക്കം സാമൂതിരിപ്പാടു തമ്പുരാന്റെ ആളുകൾ വന്നു ചതുർവേദി ഭട്ടതിരിയെ കോഴിക്കോട്ടേക്കു കൂട്ടിക്കൊണ്ടുപോവുകയും ഭട്ടതിരി ചില മന്ത്രതന്ത്രപ്രയോഗങ്ങൾ

കൊണ്ട് ആ യക്ഷിയെ സാമൂതിരിപ്പാട് തമ്പുരാന്റെ ദേഹത്തിൽ നിന്ന് ഉഴിഞ്ഞു മാറ്റിക്കളയുകയും ചെയ്തു. യക്ഷി തന്റെ ദേഹത്തിൽനിന്നു വിട്ടുമാറിയെന്നു പൂർണബോധം വരികയാൽ സാമൂതിരിപ്പാടു തമ്പുരാൻ പലവിധ സമ്മാനങ്ങൾ കൊടുത്തു സന്തോഷിപ്പിച്ച് ചതുർവേദി ഭട്ടതിരിയെ സബഹുമാനം തിരിച്ചയച്ചു.

ഭട്ടതിരി കോഴിക്കോട്ടുനിന്നു തിരിച്ചുപോന്നു. നേരം വൈകിയപ്പോൾ വഴിക്ക് ഒരു നമ്പൂരിയുടെ ഇല്ലത്തു കയറി കുളിയും സന്ധ്യാവന്ദനാദികളും അത്താഴവും കഴിച്ച് അവിടെ ഉപഗൃഹമായിട്ടുള്ള ഒരു മാളികയിൽ കിടന്നു.വഴിനടന്നുള്ള ക്ഷീണംകൊണ്ട് കിടന്ന ഉടനെ അദ്ദേഹം ഉറങ്ങിത്തുടങ്ങി. അപ്പോൾ ആരോ അടുക്കൽ വന്ന് "ഹേ! തലയിണയുടെ താഴെയിരിക്കുന്ന ഗ്രന്ഥം അവിടെ നിന്ന് മാറ്റിവയ്ക്കണം" എന്നു പറഞ്ഞതായി അദ്ദേഹത്തിനു തോന്നി. പെട്ടെന്നുണർന്നു കണ്ണുതുറന്നു നോക്കിയപ്പോൾ സർവാംഗസുന്ദരിയായ ഒരു സ്ത്രീ തന്റെ അടുക്കൽ നിൽക്കുന്നതായി അദ്ദേഹം കണ്ടു. വിളക്കു കെടുത്തീട്ടില്ലായിരുന്നതിനാൽ ആ സ്ത്രീയെ അദ്ദേഹത്തിനു പ്രത്യക്ഷമായി കാണാമായിരുന്നു. ആ സ്ത്രീ പിന്നെയും ആ ഗ്രന്ഥം മാറ്റിവെയ്ക്കാൻ പറഞ്ഞു. ചതുർവേദിഭട്ടതിരി എവിടെപ്പോകുമ്പോഴും ഒരു മന്ത്രവാദഗ്രന്ഥം കൊണ്ടുപോവുകയും രാത്രികാലങ്ങളിൽ കിടക്കുമ്പോൾ അത് തലയ്ക്കൽ വെച്ചുകൊണ്ട് കിടക്കുകയും പതിവായിരുന്നു. അദ്ദേഹം പല സ്ഥലങ്ങളിൽനിന്നു ദുഷ്ടദേവതകളെ ഒഴിച്ചിട്ടുള്ള ആളും ഒഴിക്കുന്ന ആളുമാകയാൽ ആ വകക്കാർക്ക് അദ്ദേഹത്തോട് വിരോധമുണ്ടാകുന്നതിനും തന്നിമിത്തം അവർ അദ്ദേഹത്തെ ഉപദ്രവിക്കാനും ഇടയുള്ളതുകൊണ്ടും ഈ ഗ്രന്ഥം കൈവശമുള്ളപ്പോൾ ഒരു ദേവതയ്ക്കും അദ്ദേഹത്തെ ബാധിക്കാൻ നിവൃത്തിയില്ലാത്തതുകൊണ്ടുമാണ് അദ്ദേഹം ആ ഗ്രന്ഥം കൊണ്ടുനടക്കുകയും അതു തലയ്ക്കുവെച്ചുകൊണ്ട് കിടക്കുകയും ചെയ്തിരുന്നത്. ഭട്ടതിരി ആ സ്ത്രീയുടെ അനിതരവനിതാസാധാരണമായ രൂപലാവണ്യം കണ്ട് അവൾ കേവലം മനുഷ്യസ്ത്രീയല്ലെന്ന് നിശ്ചയിക്കുകയും അത്യന്തം വിസമയിക്കുകയും ചെയ്തുകൊണ്ട് "നീ ആര്? ഇവിടെ വന്നതെന്തിന്? ഈ ഗ്രന്ഥം മാറ്റിവയ്ക്കുന്നതെന്തിന്?" എന്നു ചോദിച്ചു. "അങ്ങ് എന്നെ ഉപദ്രവിക്കുകയില്ലെന്ന് സത്യം ചെയ്താൽ ഞാൻ പരമാർഥം പറയാം" എന്ന് ആ സ്ത്രീ പറയുകയും അവളുടെ രൂപവിലാസം കണ്ട് അവളിൽ ആസക്തനായിത്തീർന്ന ഭട്ടതിരി അപ്രകാരം സത്യം ചെയ്കയും ചെയ്തു. ഉടനെ ആ സ്ത്രീ വീണ്ടും പറഞ്ഞു: "ഞാൻ സാമൂതിരിപ്പാടു തമ്പുരാനെ ബാധിക്കുകയും അവിടെ നിന്ന് അങ്ങാൽ നിഷ്കാസിതയായിത്തീരുകയും ചെയ്ത യക്ഷിയാണ്. ഭവാന്റെ രൂപസൗന്ദര്യം കണ്ടു ഭവാനിൽ അത്യന്തം അനുരക്തയായിത്തീരുകയാലാണ് ഞാൻ

ഇവിടെ വന്നിരിക്കുന്നത്. അതിനാൽ അങ്ങ് എന്നെ സദയം സ്വീകരിക്കണം. ആ ഗ്രന്ഥം മാറ്റിവയ്ക്കാതെ എനിക്കു ഭവാനെ തൊടാൻ നിവൃത്തിയില്ലല്ലോ." ഇതു കേട്ടു ഭട്ടതിരി, "നീ എന്നെ ഉപദ്രവിക്കുകയില്ലെന്ന് സത്യം ചെയ്താൽ ഞാൻ ഗ്രന്ഥം മാറ്റിവയിക്കാം"എന്നു പറഞ്ഞു. അതു കേട്ടു യക്ഷി സസന്തോഷം സത്യം ചെയ്യുകയും ഭട്ടതിരി ഗ്രന്ഥമെടുത്ത് മാറ്റിവെയ്ക്കുകയും അവർ സന്തോഷസമേതം ഭാര്യാഭർത്താക്കന്മാരുടെ നിലയിൽ ആ രാത്രിയെ നയിക്കുകയും ചെയ്തു. വെളുപ്പാൻ കാലമായപ്പോൾ തന്നെക്കൂടെ കൊണ്ടുപോകണമെന്ന് യക്ഷി ഭട്ടതിരിയോടും തന്നോടുകൂടി പോരേണമെന്നു ഭട്ടതിരി യക്ഷിയോടും അപേക്ഷിക്കുകയും അപ്രകാരം രണ്ടുപേരും സമ്മതിക്കുകയും ചെയ്തു. അനന്തരം ഭട്ടതിരിയും അന്യന്മാർക്ക് അദൃശ്യയായി യക്ഷിയും അവിടെനിന്നു പുറപ്പെട്ട് ഏതാനും ദിവസങ്ങൾകൊണ്ട് വയസ്കരയില്ലത്തു വന്നുചേരുകയും പിന്നേയും അവർ ഭാര്യാഭർത്താക്കന്മാരെപ്പോലെ പരസ്പരസ്നേഹത്തോടുകൂടിത്തന്നെ വർത്തിക്കുകയും ചെയ്തു. ആ യക്ഷി വിട്ടുപിരിയാതെ സദാ വയസ്കരയില്ലത്തുതന്നെ താമസിച്ചിരുന്നുവെങ്കിലും ഭട്ടതിരിക്കല്ലാതെ മറ്റാർക്കും ആ ദിവ്യമൂർത്തിയെ കാണാൻ പാടില്ലായിരുന്നു. അതിനാൽ ഈ കഥയൊന്നും മറ്റാരും അറിഞ്ഞിരുന്നില്ല.

ഇങ്ങനെ ഏതാനും കാലം കഴിഞ്ഞപ്പോൾ ആ യക്ഷി ഭട്ടതിരിയിൽനിന്നു ഗർഭം ധരിക്കുകയും അചിരേണ പ്രസവിച്ച് ഒരു പെൺകുട്ടിയുണ്ടാവുകയും ചെയ്തു. അപ്പോഴേക്കും ഭട്ടതിരിക്ക് യൗവനം ക്ഷയിക്കുകയാൽ അദ്ദേഹത്തിനും യക്ഷിക്കും പരസ്പരം വിരക്തി ജനിക്കുകയും യക്ഷി സ്വപുത്രിയെ, മേനക ശകുന്തളയെ എന്ന പോലെ, അവിടെ ത്യജിച്ചിട്ടു സ്വസ്ഥാനത്തേക്കു പോവുകയും ചെയ്തു. ആ യക്ഷിയുടെ അനുഗ്രഹത്താൽ ആ പുത്രിയും ദിവ്യയായ ഒരു യക്ഷിയായി പെട്ടെന്നു യൗവനയുക്തയായിത്തീരുകയും അന്യന്മാർക്ക് അദൃശ്യയായി അവിടെത്തന്നെ താമസിക്കുകയും ചെയ്തു.

ചതുർവേദിഭട്ടതിരി ചരമഗതിയെ പ്രാപിക്കാറായ സമയം സ്വപുത്രിയായ യക്ഷിയെ അടുക്കൽ വിളിച്ചു സ്വകാര്യമായി, "ഞാൻ ഇഹലോകവാസം വിടാറായിരിക്കുന്നു. എങ്കിലും നീ കുടുംബപരദേവതയായി എന്നും ഇവിടെത്തന്നെ വസിക്കണം. നിന്നെ ഒരു പരദേവതയായി ഇവിടെയുള്ളവർ എന്നും ആചരിച്ചുകൊള്ളും" എന്നു പറഞ്ഞിട്ട് അദ്ദേഹം തന്റെ സജാതീയഭാര്യയായിലുണ്ടായിരുന്ന പ്രഥമപുത്രനെയും അടുക്കൽ വിളിച്ചു തനിക്കു യക്ഷി ഭാര്യയായിത്തീർന്ന കഥയും പുത്രിയുണ്ടായതും ആ പുത്രി കുടുംബപരദേവതയായി താമസിക്കുന്ന വിവരവും ആ പുത്രിയായ യക്ഷിയെ ആചരിക്കേണ്ടുന്ന ക്രമവും മറ്റും പറയുകയും ഉടനെ മരിക്കുകയും ചെയ്തു.

ചതുർവേദിഭട്ടതിരിയുടെ പുത്രിയായ യക്ഷി ഇപ്പോഴും അദൃശ്യയായി വയസ്കരയില്ലത്തു താമസിച്ചുവരുന്നുണ്ടെന്നാണ് വിശ്വാസം. ആ യക്ഷിയെ സുന്ദരിയായ സ്ത്രീയുടെ രൂപത്തിലും സ്വരൂപത്തിലും അഗ്നിഗോളമായും മറ്റും ഏതാനും കാലങ്ങൾക്കു മുമ്പുവരെ പലരും കണ്ടിട്ടുള്ളതായി കേൾവിയുമുണ്ട്.

വയസ്കരയില്ലത്ത് ഇപ്പോഴും ആണ്ടിലൊരിക്കൽ ഒരു ദിവസം കുറുപ്പന്മാരെക്കൊണ്ടു കളമെഴുത്തും പാട്ടും നടത്തിവരുന്നുണ്ട്. ഇത് മുൻപിനാലേ നടത്തിവരുന്നതാണ്. കുറുപ്പന്മാരെഴുതുന്ന കളങ്ങ(*അഞ്ചു നിറത്തിലുള്ള പൊടികൾകൊണ്ടു നിലത്തു വരയ്ക്കുന്ന സ്വരൂപങ്ങ*)ളുടെ കൂട്ടത്തിൽ ചതുർവേദിഭട്ടതിരിയുടെയും യക്ഷിയുടെയും കളങ്ങൾ കൂടി ഇപ്പോഴും എഴുതിക്കാണുന്നുണ്ട്. യക്ഷിയെക്കുറിച്ചുള്ള പാട്ടിൽ കുറുപ്പന്മാർ "ചതുർവേദിഭട്ടതിരിക്കു തിരുമകളായിരുന്നമ്മ" എന്നു കൂടി പാടുന്നുമുണ്ട്. അതിനാൽ ഈ ഐതിഹ്യം കേവലം അടിസ്ഥാനരഹിതമല്ലെന്നും ഏതോ കാലത്ത് ഏതാണ്ടൊക്കെ ഉണ്ടായിട്ടുള്ളതാണെന്നും വിശ്വസിക്കാവുന്നതായിത്തന്നെ ഇരിക്കുന്നു.

14. രാമപുരത്തു വാര്യർ

രാമപുരത്തു വാര്യരുടെ സ്വദേശം മീനച്ചിൽതാലൂക്കിൽ ചേർന്ന രാമപുരംതന്നെയാണ്. ഇദ്ദേഹത്തിന്റെ ജനനം കൊല്ലം 9-ാം ശതാബ്ദത്തിന്റെ ഒടുവിലായിരിക്കണം. ഇദ്ദേഹം സാമാന്യം വ്യുത്പത്തിയും നല്ല കവിതാവാസനയും ഉള്ള ആളായിരുന്നു. ഇദ്ദേഹത്തിന്റെ പ്രധാന കൃതി കുചേലവൃത്തം വഞ്ചിപ്പാട്ടാണ്. അതു കൂടാതെ ചില ഒറ്റ ശ്ലോകങ്ങളും കീർത്തനങ്ങളും മറ്റുമല്ലാതെയൊന്നും ഇദ്ദേഹം ഉണ്ടാക്കിയിട്ടുള്ളതായി കാണുന്നില്ല. ഇദ്ദേഹം വഞ്ചിപ്പാട്ടുണ്ടാക്കാനുള്ള കാരണം താഴെപ്പറയുന്നു.

രാമപുരത്തു വാര്യർ ദാരിദ്ര്യം സഹിക്കവയ്യാതായിട്ട് സ്വദേശം വിട്ടു പുറപ്പെട്ട് വൈക്കത്തു ചെന്നു ചേർന്നു. ഈ ദാരിദ്ര്യദുഃഖം വൈക്കത്തപ്പൻതന്നെ തീർത്തു തരണം എന്നു പ്രാർത്ഥിച്ചുകൊണ്ട് ഇദ്ദേഹം അവിടെയൊരു സംവൽസരഭജനം തുടങ്ങി. വൈക്കത്ത് "ഊട്ടുപുരയിൽ സദ്യയുള്ള ദിവസം മാത്രം ഒരു നേരം ഊണു കഴിക്കാം. സദ്യയില്ലെങ്കിൽ അന്നുണ്ണുകയും വേണ്ട" എന്നുള്ള നിശ്ചയത്തോടുകൂടിയാണ് വാര്യർ ഭജനം തുടങ്ങിയത്. അദ്ദേഹം ഭജനം തുടങ്ങിയതിൽപ്പിന്നെ അവിടെ ഒരു ദിവസം മുടങ്ങാതെ സദ്യയുണ്ടായിരുന്നുവെന്നാണ് കേട്ടിട്ടുള്ളത്.

ഭജനം കാലംകൂടുന്ന ദിവസം മാർത്താണ്ഡവർമ്മ മഹാരാജാവ് വൈക്കത്തെഴുന്നള്ളി. വാര്യർ മഹാരാജാവിനെ സ്തുതിച്ച് നാലഞ്ചു ശ്ലോകങ്ങളുണ്ടാക്കി എഴുന്നള്ളത്തോടുകൂടെയുണ്ടായിരുന്ന രാമയ്യൻ ദളവാ മുഖാന്തരം തൃക്കൈയിലെത്തിച്ചു. തിരിയെ എഴുന്നള്ളത്തു പുറപ്പെട്ടു ബോട്ടിൽ എഴുന്നള്ളുന്ന സമയം കടവിൽ വാര്യരും ഹാജരുണ്ടായിരുന്നു. വാര്യരുംകൂടി ബോട്ടിൽ കയറിക്കൊള്ളുന്നതിനു കൽപ്പിക്കുകയും വാര്യരുംകൂടി കേറുകയും ചെയ്തു. ബോട്ടു നീക്കി കുറെ പോയപ്പോൾ വാര്യർ ഒരു വഞ്ചിപ്പാട്ടുണ്ടാക്കിപ്പാടുന്നതിനു തമ്പുരാൻ കൽപിച്ചു. ആ കൽപ്പന പ്രകാരമാണ് കുചേലവൃത്തം വഞ്ചിപ്പാട്ടുണ്ടാക്കിയത്. വഴിക്കൊക്കെ വാര്യർ പാട്ടുണ്ടാക്കുകയും പാടുകയും ചെയ്തു

കൊണ്ടുപോയി. പള്ളിബോട്ട് തിരുവനന്തപുരത്ത് കല്പാലക്കടവിലടുത്തപ്പോഴേക്കും പാട്ടു മുഴുവനാക്കുകയും ചെയ്തു. ആ പാട്ടിൽ "എങ്കലുള്ള പരമാർഥം പാട്ടുകൊണ്ടുണ്ടാക്കാം"എന്നുപ്രയോഗിച്ചിരിക്കുന്നതുകൊണ്ട് വാര്യർ കുചേലനെപ്പോലെ ദരിദ്രനാണെന്നു സൂചിപ്പിച്ചിരിക്കുന്നു.

തിരുവനന്തപുരത്തു വന്നുചേർന്നയുടനെ വാര്യർക്കു താമസിക്കുന്നതിന് ഒരു സ്ഥലവും ആഴ്ചമുറയ്ക്ക് എണ്ണയും രണ്ടുനേരവും പക്കത്തു ഭക്ഷണവും മറ്റും കൊടുക്കുന്നതിനു കൽപ്പിച്ചിട്ടു ചട്ടംകെട്ടി. അങ്ങനെ വാര്യർ കുറച്ചു ദിവസം അവിടെ താമസിച്ചു. ഒടുക്കം മുഖം കാണിച്ച് യാത്രയറിയിച്ചുപോയ സമയം വാര്യർക്കു യാതൊന്നും കൽപ്പിച്ചുകൊടുത്തില്ല. കുചേലൻ ദ്വാരകയിൽനിന്നെന്നപോലെ വാര്യർ ഏറ്റവും വിഷാദത്തോടുകൂടി തിരുവനന്തപുരത്തുനിന്നു മടങ്ങിപ്പോയി. സ്വഗൃഹത്തിന്നടുക്കൽ ചെന്നപ്പോഴും വാര്യർക്കു കുചേലനുണ്ടായതുപോലെയുള്ള പരിഭ്രമവും അന്ധാളിത്തവുമൊക്കെയുണ്ടായി; വാര്യർ തിരുവനന്തപുരത്തു താമസിച്ചിരുന്ന കാലംകൊണ്ടു കൽപ്പനപ്രകാരം വാര്യരുടെ ഗൃഹം വലിയ മാളികയായിട്ടു പണിയിക്കുകയും ഗൃഹത്തിൽ വേണ്ടുന്ന സകല പാത്രങ്ങളും അവിടെയുള്ളവർക്കെല്ലാം ആഭരണങ്ങളും കരമൊഴിവായിട്ട് വളരെ വസ്തുക്കളും കൊടുക്കുകയും കഴിഞ്ഞിരുന്നു. അനന്തരം വാര്യർ കുചേലനെപ്പോലെ അർത്ഥമിത്രാപുത്രകളത്രാദികളോടും മഹാരാജാവിങ്കലും ഈശ്വരങ്കലും വളരെ ഭക്തിയോടുംകൂടി സുഖമായി പാർക്കുകയും ചെയ്തു.

15. ചെമ്പ്രയെഴുത്തച്ഛന്മാർ

ചെമ്പ്രയെഴുത്തച്ഛന്റെ ഗൃഹം ബ്രിട്ടീഷ് മലബാറിൽ വള്ളുവനാടു താലൂക്കിൽ തിരുവേഗപ്ര അംശത്തിൽ ചെമ്പ്രദേശത്തു പള്ളിപ്പുറം തീവണ്ടിസ്റ്റേഷനിൽനിന്ന് ഒന്നര നാഴിക വടക്കാണ്. ഇവർക്കു സാമൂതിരി കോവിലകത്തു പെൺവഴിത്തമ്പുരാക്കന്മാരിൽ മൂപ്പായ അമ്പാടി കോവിലകത്തു വലിയ തമ്പുരാട്ടിയാണ് 'എഴുത്തച്ഛൻ' എന്നുള്ള സ്ഥാനം കൊടുത്തിട്ടുള്ളത്. ഈ സ്ഥാനം തറവാട്ടിലേക്കായി കൊടുത്തിട്ടുള്ളതാകയാൽ ആ കുടുംബത്തിലുള്ളവരും ഉണ്ടായിരുന്നവരും ഇനി ഉണ്ടാകുന്നവരും എല്ലാം എഴുത്തച്ഛന്മാർതന്നെ. കുട്ടികളെ എഴുത്തിനിരുത്തുകയും എഴുത്തു പഠിപ്പിക്കുകയും ചെയ്യുന്നവരെ തെക്കൻ ദിക്കുകളിൽ ആശാന്മാരെന്നാണല്ലോ പറഞ്ഞുവരുന്നത്. വടക്കൻ ദിക്കുകളിൽ എഴുത്തച്ഛന്മാരെന്നു പറയപ്പെടുന്നവരുടെ പ്രധാന തൊഴിലും കുട്ടികളെ എഴുത്തിനിരുത്തുകയും എഴുത്തു പഠിപ്പിക്കുകയുമാണ്. അതിനാൽ എഴുത്തച്ഛൻ എന്നുള്ളത് ആശാൻ എന്നുള്ളതിന്റെ പര്യായപദമാണെന്നും ഇതൊരു ജാതിപ്പേരല്ലെന്നും ഈ രണ്ടു പദങ്ങൾക്കും ഗുരു എന്നു മാത്രമാണ് അർത്ഥമെന്നും മനസ്സിലാക്കേണ്ടതാണ്. തുഞ്ചത്തെഴുത്തച്ഛൻ ജാതിയിൽ ചക്കാലനായിരുന്നു എന്നാണല്ലോ പ്രസിദ്ധി. അദ്ദേഹത്തെ തുഞ്ചത്തുഗുരു എന്നും പറയാറുണ്ടല്ലോ. ആധാതാവ്, അന്നദാതാവ്, ഉപനേതാവ്, വിദ്യാദാതാവ്, ഭയത്രാതാവ് ഈ അഞ്ചുപേരും പിതാക്കന്മാരാണെന്നാണല്ലോ പ്രമാണം. അതിനാൽ എഴുത്തച്ഛൻ എന്നുള്ള വാക്ക് ഏറ്റവും ശരിയായിട്ടുള്ളതാണെന്നു തന്നെ പറയേണ്ടിയിരിക്കുന്നു.

ചെമ്പ്രയെഴുത്തച്ഛന്മാരും അവരുടെ പ്രധാന തൊഴിലാക്കിവച്ചിരിക്കുന്നതു സ്വദേശത്തുള്ള അബ്രാഹ്മണബാലന്മാരെ എഴുത്തിനിരുത്തുകയും എഴുത്തു പഠിപ്പിക്കുകയും തന്നെയാണ്. എങ്കിലും മന്ത്രവാദം നിമിത്തമാണ് അവർക്കു പ്രസിദ്ധി സിദ്ധിച്ചിട്ടുള്ളത്. മന്ത്രവാദം ഈ കുടുംബക്കാർക്ക് മുൻപിനാലെ ഉള്ളതാണ്. എങ്കിലും 'മാക്കു' എന്നു പേരായിരുന്ന എഴുത്തച്ഛന്റെ കാലം മുതല്ക്കാണ് തന്നിമിത്തമുള്ള

ഖ്യാതി ലോകത്തിൽ സർവത്ര വ്യാപിച്ചത്. മാക്കു എഴുത്തച്ഛൻ മന്ത്രവാദം പഠിച്ചതു കാക്കശ്ശേരി ഭട്ടതിരിയുടെ അടുക്കൽനിന്നാണ്. ചെമ്പ്രയെഴുത്തച്ഛന്മാരുടെ കുടുംബ പരദേവത വേട്ടയ്ക്കൊരു മകനാണെങ്കിലും മാക്കു എഴുത്തച്ഛൻ ഗണപതിയെ സേവിച്ചു പ്രത്യക്ഷപ്പെടുത്തുകകൂടി ചെയ്തിരുന്നു. അദ്ദേഹം ഗണപതിയെ സ്വഗൃഹത്തിനു സമീപം പ്രതിഷ്ഠിച്ച് പതിവായി പൂജയും കർക്കടകമാസത്തിൽ പന്ത്രണ്ടു ദിവസവും മണ്ഡലകാലം മുഴുവനും (*വൃശ്ചികം ഒന്നാം തീയതി മുതൽ നാല്പത്തൊന്നു ദിവസം*) മുടങ്ങാതെ ഗണപതിഹോമവും നടത്തിയിരുന്നു. ആ ഗണപതിയെ ഇപ്പോഴും ആ ഗൃഹത്തിലുള്ളവർ സ്വയമേവ പതിവായി പൂജിച്ചുവരുന്നുണ്ട്.

മന്ത്രവാദം സംബന്ധിച്ചു മാക്കു എഴുത്തച്ഛൻ അനേകം അദ്ഭുതകർമങ്ങൾ ചെയ്തിട്ടുണ്ട്. അവയിൽ ചിലതു മാത്രം പറഞ്ഞുകൊള്ളുന്നു.

പൊന്നാനി താലൂക്കിലുള്ള ചൊവ്വരത്തു മനയ്ക്കലെ ഒരന്തർജനം ആരുടെയോ ഉപദേശപ്രകാരം ഹനുമാനെ സേവിച്ചുതുടങ്ങി. സേവയിൽ എന്തോ തെറ്റു പറ്റുകയാൽ അന്തർജനത്തിനു ബുദ്ധിഭ്രമം പിടിപെട്ടു. അതു ക്രമേണ വർദ്ധിച്ചു മുഴുഭ്രാന്തായിത്തീർന്നു. അനേകം മന്ത്രവാദികളെ മനയ്ക്കൽ വരുത്തി പലവിധത്തിലുള്ള മന്ത്രവാദങ്ങൾ ചെയ്യിച്ചു. ഒന്നുകൊണ്ടും ഭ്രാന്തിനു യാതൊരു ഭേദവുമുണ്ടായില്ല. വലിയ മരത്തിന്മേലും പുരമുകളിലും മറ്റും കയറി, പാദങ്ങൾ എവിടെയെങ്കിലുമുറപ്പിച്ചിട്ടു തലകീഴായി തൂങ്ങിക്കിടക്കുക, കിണറ്റിൽ ചാടുക, മനുഷ്യർക്കാർക്കും ഇളക്കാൻപോലും വയ്യാത്ത വലിയ കല്ലുകൾ നിഷ്പ്രയാസം എടുത്തുകൊണ്ട് നടക്കുക മുതലായ അദ്ഭുതകർമങ്ങളും, മന്ത്രവാദത്തിനായി ചെല്ലുന്നവരുടെ മുഖത്തു തുപ്പുക ചെകിട്ടത്തടിച്ച് അവരെ ഓടിക്കുക മുതലായ അക്രമങ്ങളുമാണ് ആ അന്തർജനം ഭ്രാന്തു നിമിത്തം ചെയ്തുകൊണ്ടിരുന്നത്. ഒരു നിവൃത്തിയുമില്ലാതായിത്തീരുകയാൽ ഒടുക്കം മാക്കു എഴുത്തച്ഛനെ മനയ്ക്കൽ വരുത്തി വിവരം പറഞ്ഞു. എഴുത്തച്ഛൻ ഒന്നുഴിഞ്ഞു നീക്കുന്നതിനും ഒരു ബലി കൊടയ്ക്കും വേണ്ടുന്ന സാമാനങ്ങൾക്കു ചുരുക്കത്തിൽ ഒരു ചാർത്തെഴുതിക്കൊടുത്തു. അതു കണ്ടിട്ടു മനയ്ക്കലെ കാര്യസ്ഥൻ, "ഇതിനെക്കാൾ കേമമായി വട്ടങ്ങൾകൂട്ടി വലിയ വലിയ മന്ത്രവാദങ്ങൾ പലരും നടത്തീട്ടു മാറാത്ത ഭ്രാന്ത് ഇത്രയും കൊണ്ടാണോ മാറുന്നത്? വിശേഷംതന്നെ" എന്ന് ഹാസ്യമായി പറഞ്ഞു. എങ്കിലും ഒരുക്കുകളെല്ലാം തയ്യാറാക്കിക്കൊടുത്തു. നേരം ഏഴരനാഴിക ഇരുട്ടായതിന്റെ ശേഷം എഴുത്തച്ഛൻ നാലുകെട്ടിൽ ഒരു സ്ഥലത്തിരുന്നു പൂജതുടങ്ങി. ആ സമയം കാര്യസ്ഥൻ പടിപ്പുരമാളികച്ചുവട്ടിൽ ഒരു സ്ഥലത്തു കിടന്നുറങ്ങുകയായിരുന്നു. അപ്പോൾ ആരോ അയാളുടെ തലക്കിട്ടടിക്കുന്നതായിത്തോന്നി. അയാൾ കണ്ണുതുറന്നു നോക്കീട്ട് ആരെയും

കണ്ടുമില്ല. ഇങ്ങനെ പലപ്രാവശ്യമായപ്പോൾ കിടക്കാൻ നിവൃത്തിയില്ലാതെ കാര്യസ്ഥൻ എണീറ്റ് എഴുത്തച്ഛന്റെ അടുക്കൽചെന്നു വിവരം പറഞ്ഞു. അപ്പോൾ എഴുത്തച്ഛൻ "നിങ്ങൾ എന്റെ മന്ത്രവാദത്തെയോ എന്നെയോ പറ്റി ഹാസ്യമായി വല്ലതും വിചാരിക്കുകയോ പറയുകയോ ഉണ്ടായോ?" എന്നു ചോദിക്കുകയും കാര്യസ്ഥൻ പരമാർഥം സമ്മതിച്ചു പറയുകയും ക്ഷമായാചനം ചെയ്യുകയും ചെയ്തു. "ആട്ടെ, ഇനി അങ്ങനെയുള്ള വിഡ്ഢിത്തം വിചാരിക്കുകയും പറയുകയും ചെയ്യരുത്. ആ സ്ഥലത്തുനിന്നു മാറി എവിടെയെങ്കിലും കിടന്നുകൊള്ളൂ. ഉപദ്രവമൊന്നും ഉണ്ടാവുകയില്ല" എന്ന് എഴുത്തച്ഛൻ പറയുകയും കാര്യസ്ഥൻ സ്ഥലം മാറി കിടക്കുകയും ചെയ്തു. പിന്നെ ഉപദ്രവമൊന്നുമുണ്ടായതുമില്ല. എഴുത്തച്ഛൻ പിന്നെയും പൂജ മുറയ്ക്കു നടത്തിക്കൊണ്ടിരുന്നു.

ആ സമയം ഒരു മുറിക്കകത്തിരുന്ന അന്തർജനം പെട്ടെന്നു ചാടിയെണീറ്റു നാലുകെട്ടിലേക്കു ചെന്നു. ഇതുതന്നെ തല്ലാനുള്ള വരവാണെന്നറിഞ്ഞ് എഴുത്തച്ഛൻ വേഗത്തിലെണീറ്റു പുറത്തേക്കിറങ്ങി. പിന്നാലെ അന്തർജനവുമെത്തി. എഴുത്തച്ഛൻ മുമ്പിലും അന്തർജനം പിറകിലുമായി പുരയ്ക്കു മൂന്നുപ്രദക്ഷിണം ഓടി. എഴുത്തച്ഛൻ ഗണപതിയുടെ മൂലമന്ത്രം ജപിച്ചു ഗണപതിയെ ധ്യാനിച്ചുകൊണ്ടാണ് ഓടിയത്. മൂന്നു പ്രദക്ഷിണം ഓടിയതിന്റെശേഷം എഴുത്തച്ഛൻ തിരിഞ്ഞു നിന്നു. അപ്പോൾ അന്തർജനവും നിന്നു. അന്തർജനം "അയ്യോ! എന്നെ ഈ ഒറ്റക്കൊമ്പനെക്കൊണ്ടു കുത്തിക്കല്ലേ; എന്നെ രക്ഷിക്കണേ; ഞാൻ ഈ ദിക്കു വിട്ടു പൊയ്ക്കൊള്ളാമേ" എന്നു നിലവിളിച്ചു പറഞ്ഞുകൊണ്ടാണ് നിന്നത്. "എന്നാൽ അകത്തേക്കു വരിക" എന്നു പറഞ്ഞ് എഴുത്തച്ഛൻ നാലുകെട്ടിലേക്ക് കടന്നു. അന്തർജനം പിന്നാലെ ചെന്നു. അവിടെവെച്ച് അന്തർജനത്തെ ബാധിച്ചിരുന്ന ദേവത പൊന്നുംവിളക്കു പിടിച്ചു സത്യംചെയ്ത് ഒഴിഞ്ഞുപോയി. അതോടുകൂടി അന്തർജനത്തിന്റെ ഭ്രാന്തും ഭേദമായി. അന്തർജനത്തിന്റെ ഭർത്താവായ നമ്പൂതിരിപ്പാട് എഴുത്തച്ഛനു പലവിധ സമ്മാനങ്ങളും മറ്റും കൊടുത്തു സന്തോഷിപ്പിച്ചയയ്ക്കുകയും ചെയ്തു.

എഴുത്തച്ഛന്റെ ദേശത്തിനു സമീപം മരുതൂരംശത്തിൽ വലിയ ധനികനായ ചെള്ളാപ്പുള്ളി മേനോൻ എട്ടുകെട്ടും മാളികയുമായിട്ട് ഒരു പുര പണിയിച്ചു. പുരപണിക്കു കെട്ടിയ മാലിപ്പുരയുടെ നടുത്തൂണ് നടുമുറ്റത്താണ് കുഴിച്ചിട്ടിരുന്നത്. പുരപണി കഴിഞ്ഞതിന്റെ ശേഷം മാലിപ്പുര പൊളിച്ചുമാറ്റി. എങ്കിലും നടുത്തൂണ് അവിടെനിന്ന് എടുത്തുമാറ്റാൻ ഒരു മാർഗവും കാണായ്കയാൽ മേനോൻ ഏറ്റവും വിഷണ്ണനായിത്തീർന്നു. തൂണു വളരെ വണ്ണവും നീളവുമുള്ള ഒരൊറ്റത്തടിയായിരുന്നു. മേനോൻ പലരെയും വരുത്തിക്കാണിച്ചു. പുരയ്ക്ക് കേടുപറ്റാതെ നടുമുറ്റത്തുനിന്ന് ഈ തൂണുമാറ്റുന്ന കാര്യം അസാദ്ധ്യം തന്നെയാണെന്ന്

അതു വന്നു കണ്ടവരെല്ലാം പറഞ്ഞു. മേനോനു കുണ്ഠിതം ദുസ്സഹമായിത്തീർന്നു. ഒടുക്കം മേനോൻ മാക്കു എഴുത്തച്ഛനെക്കണ്ടു വിവരം പറഞ്ഞു. "പന്ത്രണ്ടു പറ മലരും നൂറ്റെട്ടു കൊട്ടത്തേങ്ങയും മൂന്നു തുലാം ശർക്കരയും ആയിരത്തെട്ടു കദളിപ്പഴവും അവിടെ ശേഖരിച്ചുവയ്ക്കണം. ഒരു രാത്രി അവിടെനിന്ന് എല്ലാവരും എവിടെയെങ്കിലും മാറിത്താമസിക്കണം. ആ രാത്രിയിൽ അവിടെ മനുഷ്യരാരും ഉണ്ടായിരിക്കാൻ പാടില്ല. ഇത്രയുമൊക്കെ തയ്യാറു ചെയ്തിട്ട് എന്നോടു വിവരം പറയുക. വല്ലതും നിവൃത്തിയുണ്ടാക്കാമോ എന്നു നോക്കാം" എന്ന് എഴുത്തച്ഛൻ പറയുകയാൽ മേനോൻ അപ്രകാരമെല്ലാം തയ്യാറുചെയ്തുകൊണ്ട് വിവരം എഴുത്തച്ഛനെ അറിയിച്ചു. അന്നു പതിനെട്ടുനാഴിക ഇരുട്ടിയപ്പോൾ അവിടെനിന്നു മൂന്നു നാഴിക ദൂരെ ഭാരതപ്പുഴയിൽ എന്തോ വീണതു പോലെ ഒരു ശബ്ദം കേട്ടു. നേരം വെളുത്തപ്പോൾ ചെള്ളാപ്പുള്ളി മേനോന്റെ നടുമുറ്റത്തുനിന്നിരുന്ന തൂണ് അവിടെ കാണ്മാൻ ഇല്ലായിരുന്നു. അതു ഭാരതപ്പുഴയിൽ കിടക്കുന്നതായി കാണുകയും ചെയ്തു. മേനോന്റെ പുരയ്ക്കു യാതൊരു കേടും പറ്റാതെ ആ തൂണെടുത്തു കൊണ്ടുപോയി ഭാരതപ്പുഴയിലിട്ടത് എഴുത്തച്ഛന്റെ സേവാമൂർത്തിയായ ഗണപതിയാണെന്നുള്ളത് വിശേഷിച്ചു പറയണമെന്നില്ലല്ലോ.

എഴുത്തച്ഛന്റെ പറമ്പിൽ കറിസ്സാമാനങ്ങൾ ധാരാളമായി കൃഷിചെയ്യിക്കുക പതിവായിരുന്നു. അവിടെ കള്ളന്മാർ കയറി ചിലപ്പോൾ ചില സാമാനങ്ങൾ മോഷ്ടിച്ചുകൊണ്ടുപോയിത്തുടങ്ങിയതിനാൽ വേലക്കാർ ഒരു ദിവസം ആ വിവരം മാക്കു എഴുത്തച്ഛനെ ഗ്രഹിപ്പിച്ചു. "ആട്ടെ, അതിനു സമാധാനം ഉണ്ടാക്കിക്കൊള്ളാം" എന്ന് എഴുത്തച്ഛൻ മറുപടി പറയുകയും ചെയ്തു. അന്നു രാത്രിയിലും കള്ളന്മാർ അവിടെ കയറി ചില സാമാനങ്ങൾ മോഷ്ടിച്ചു. അവർ സാമാനങ്ങളെല്ലാം എഴുത്തച്ഛൻ കിടന്നിരുന്ന കട്ടിലിന്റെ അടുക്കൽ കൊണ്ടുചെന്നു വച്ചിട്ട് എഴുത്തച്ഛനെ കട്ടിലിനോടുകൂടി എടുത്തുകൊണ്ടു പുരയ്ക്ക് പ്രദക്ഷിണം വച്ചുതുടങ്ങി. അങ്ങനെ നേരം വെളുത്തു. അപ്പോൾ എഴുത്തച്ഛൻ ഉണരുകയും കള്ളന്മാർ പരമാർത്ഥമെല്ലാം പറയുകയും എഴുത്തച്ഛനോടു മാപ്പു ചോദിക്കുകയും ഇനി ഒരിക്കലും തങ്ങൾ അവിടെക്കയറി യാതൊന്നും മോഷ്ടിക്കയില്ലെന്നു സത്യം ചെയ്യുകയും ചെയ്തു. ഉടനെ എഴുത്തച്ഛൻ "അയൽവാസികളായ നിങ്ങൾ എന്തെങ്കിലും വേണമെങ്കിൽ ഇവിടെ വന്നു ചോദിച്ചാൽ തരുന്നതിന് എനിക്ക് യാതൊരു വിരോധവുമില്ലല്ലോ. പിന്നെ നിങ്ങൾ രാത്രിയിൽ ഇങ്ങനെ കഷ്ടപ്പെടുന്നതെന്തിനാണ്? ആട്ടെ, ഇനി ഇങ്ങനെ ചെയ്യരുതെന്നേയുള്ളൂ. ഇപ്പോൾ നിങ്ങൾ മോഷ്ടിച്ചതു നിങ്ങൾതന്നെ കൊണ്ടുപോയിക്കൊൾവിൻ'' എന്നു പറഞ്ഞ് ആ സാമാനങ്ങൾ അവർക്കുതന്നെ കൊടുത്തയച്ചു. അതിൽപ്പിന്നെ അവിടെ കള്ളന്മാരുടെ ഉപദ്രവം ഒരിക്കലും ഉണ്ടായിട്ടില്ല.

പാടത്തവീട്ടിൽ കേളുമേനോൻ എന്നൊരു ധനികൻ മാക്കു എഴുത്തച്ഛന്റെ പ്രാണസ്നേഹിതനായിരുന്നു. അയാൾ മിക്കസമയവും എഴുത്തച്ഛന്റെ അടുക്കൽത്തന്നെയായിരിക്കും. രാത്രിയിൽ കിടപ്പും അയാൾക്ക് എഴുത്തച്ഛന്റെ അടുക്കൽത്തന്നെയാണ് പതിവ്. അങ്ങനെയിരുന്ന കേളുമേനോനെ ഒടിവിദ്യ പ്രയോഗിച്ചുകൊല്ലുവാൻ അയാളുടെ ചില വിരോധികൾ ചില ഒടിയന്മാരെ ചട്ടംകെട്ടി ഏതാനും പണവും കൊടുത്ത് ഏർപ്പാടുചെയ്തു.

ഒരു കോലോ ഈർക്കിലിയോ എടുത്ത് ഒരു മനുഷ്യന്റെ നേരെ കാണിച്ച് ഒരു മന്ത്രം ജപിച്ച് ഒടിച്ചാൽ ആ മനുഷ്യനും ഒടിഞ്ഞു നിലത്തു വീണു മരിക്കും. ഇങ്ങനെ ചെയ്യുന്നതിന് ഒടിവിദ്യ എന്നും ഈ വിദ്യ പ്രയോഗിക്കുന്നവരെ ഒടിയന്മാർ എന്നുമാണു പറയുക പതിവ്. മുൻകാലങ്ങളിൽ ബ്രിട്ടീഷ് മലബാറിൽ ഒടിയന്മാർ ധാരാളമുണ്ടായിരുന്നു. ബ്രിട്ടീഷുഗവൺമെന്റ് ഒടിയന്മാരെപ്പിടിച്ചു ശിക്ഷിച്ചു തുടങ്ങിയതിനാൽ ഇപ്പോൾ അവിടെ ഒടിയന്മാർ വളരെ കുറഞ്ഞിട്ടുണ്ട്. ഒടിയന്മാർക്ക് ഒടിക്കുകയെന്നും മാട്ടുകയെന്നും രണ്ടുതരം വിദ്യകളുണ്ട്. ഒടിവിദ്യയെക്കുറിച്ച് മുൻപ് പറഞ്ഞുവല്ലോ. ഒടിയന്മാർ കാളയുടെയും കുതിരയുടെയും പട്ടിയുടെയും മറ്റും രൂപം ധരിച്ചും കടമ്പയായിട്ടും രാത്രികാലങ്ങളിൽ വഴിയിൽപ്പോയി നിൽക്കും. വിരോധികൾ ആ വഴിയെ വന്നാൽ പലവിധത്തിലുള്ള ഉപദ്രവങ്ങൾ ഏൽപ്പിക്കും. ഇതിനാണ് മാട്ടുക എന്നു പറയുന്നത്. തെക്കൻ ദിക്കുകളിൽ ഈവക വിദ്യകൾ നടപ്പില്ലാത്തതിനാലാണ് ഇതിനെക്കുറിച്ച് ഇത്രയും വിവരിച്ചത്.

തന്റെ വിരോധികൾ തന്നെ കൊല്ലാനായി ഒടിയന്മാരെ ചട്ടംകെട്ടീട്ടുണ്ടെന്നുള്ള സംഗതി കേളുമേനോൻ എങ്ങനെയോ മനസ്സിലാക്കി. എന്നു മാത്രമല്ല, അയാൾ ഒരു ദിവസം രാത്രിയിൽ അത്താഴം കഴിഞ്ഞു കിടക്കാനായിട്ടു എഴുത്തച്ഛന്റെ വീട്ടിലേക്കു പോയ സമയം വഴിയിൽ വെച്ച് ഒരു വലിയ കാളയെ കാണുകയും അതു തന്നെ അകപ്പെടുത്താനായി ഒരൊടിയൻ വേഷംമാറി നിൽക്കുന്നതാണെന്നു മനസ്സിലാക്കുകയും ചെയ്തു. അതിനാൽ അയാൾ ആ കാളയുടെ അടുക്കലേക്കു പോകാതെ സഭയം വഴിമാറി ഓടി എഴുത്തച്ഛന്റെ വീട്ടിലേക്കു പോയി. അവിടെച്ചെന്ന് എഴുത്തച്ഛനെ കണ്ടപ്പോൾ "നിങ്ങൾ വലിയ മന്ത്രവാദിയും ഞാൻ നിങ്ങളുടെ ഇഷ്ടനുമായിരുന്നിട്ടും രാത്രികാലങ്ങളിൽ ഒടിയന്മാരെ ഭയപ്പെട്ടു നടക്കേണ്ടതായി വന്നിരിക്കുന്നുവല്ലോ" എന്നു മേനോനും "ഇനി അങ്ങനെ വേണ്ടിവരികയില്ല" എന്ന് എഴുത്തച്ഛനും പറഞ്ഞു. എഴുത്തച്ഛൻ ഉടനെ എന്തോ ഒരു വിദ്യ പ്രയോഗിച്ചു. കേളുമേനോനെ കൊല്ലാൻ സന്നദ്ധനായിരുന്ന ഒടിയന്മാർ നാലുപേരും തൽക്ഷണം എഴുത്തച്ഛന്റെ പടിക്കലെത്തുകയും അവർനേരം വെളുക്കുന്നതുവരെ പരസ്പരം അടിച്ചുകൊണ്ടു നിൽക്കുകയും ചെയ്തു. അവരിൽ ഒരാൾ

ഒരു പാണനും ശേഷം മൂന്നുപേർ അവന്റെ കൂട്ടുകാരായ പറയരുമായിരുന്നു. നേരം വെളുത്തപ്പോഴേക്കും അടികൊണ്ടു നാലുപേരും ഏറ്റവും അവശരായിത്തീർന്നു. അപ്പോഴേക്കും എഴുത്തച്ഛൻ പടിക്കൽ ചെന്നു. അപ്പോഴും അവർ പരസ്പരം അടിച്ചുകൊണ്ട് നിൽക്കുകയായിരുന്നു. എഴുത്തച്ഛൻ അവരോട് "എന്താ ഒട്ടു മതിയായോ" എന്നു ചോദിച്ചു. അപ്പോൾ ഒടിയന്മാർ "പൊന്നുതിരുമേനീ, രക്ഷിക്കണം. അടിയങ്ങൾ വല്ല തെറ്റും ചെയ്തിട്ടുണ്ടെങ്കിൽ ക്ഷമിക്കണം" എന്നു പറഞ്ഞു. ഉടനെ എഴുത്തച്ഛൻ "ഇനി നിങ്ങൾ ഈ ദേശത്ത് ഒരിക്കലും ഒടിവിദ്യ പ്രയോഗിക്കുകയില്ലെന്ന് സത്യം ചെയ്താൽ നിങ്ങളെ വിട്ടയയ്ക്കാം" എന്നു പറയുകയും ആ ഒടിയന്മാർ അപ്രകാരം സത്യം ചെയ്യുകയും എഴുത്തച്ഛൻ ഉടനെ അവരെ അവിടെനിന്നു പറഞ്ഞയയ്ക്കുകയും അപ്പോൾ അവർ അടി മതിയാക്കി യഥാപൂർവം പരസ്പര സ്നേഹാകുലന്മാരായി പോവുകയും ചെയ്തു.

മാക്കു എഴുത്തച്ഛൻ ഒരിക്കൽ മുതുതല പനമ്പറ്റക്കളത്തിൽ നായരുടെ വീട്ടിൽ ഒരു മന്ത്രവാദത്തിനായി പോയപ്പോൾ രാത്രി സമയത്ത് വഴിമധ്യേ മുമ്പു കണ്ടിട്ടില്ലാത്ത ഒരു കടമ്പ കണ്ടു. ആ സ്ഥലത്ത് അതിനുമുമ്പ് ഒരിക്കലും കടമ്പ കണ്ടിട്ടില്ലാത്തതിനാൽ എഴുത്തച്ഛന് സംശയം തോന്നി. അദ്ദേഹം അടുത്തുചെന്നു കയ്യിലുണ്ടായിരുന്ന പിശ്ശാങ്കത്തികൊണ്ട് കടമ്പയുടെ ഒരു പടി മുറിച്ചു. അപ്പോൾ ആ കടമ്പ ഒരു മനുഷ്യനായിത്തീർന്നു. അവൻ വാസ്തവത്തിൽ ഒടിയനായ ഒരു പറയനായിരുന്നു. അവൻ എഴുത്തച്ഛനെ കണ്ടയുടനെ താണു തൊഴുതുകൊണ്ട് "തമ്പുരാനെ, ക്ഷമിക്കണം. അവിടുന്ന് ഇതിലേ എഴുന്നള്ളുമെന്ന് അറിഞ്ഞിരുന്നില്ല. ഇതറിഞ്ഞിരുന്നുവെങ്കിൽ ഇങ്ങനെ ചെയ്യുകയില്ലായിരുന്നു. മറ്റൊരാളെ അപായപ്പെടുത്താനാണ് ഈ വിദ്യ ചെയ്തത്. തമ്പുരാൻ ഈ ദിക്കിൽ സഞ്ചാരമുള്ളതുകൊണ്ട് അടിയങ്ങൾ ഇനി ഒരിക്കലും ഈ പ്രദേശത്ത് ഒടിവിദ്യ പ്രയോഗിക്കുകയില്ല" എന്നു പറഞ്ഞ് അപ്രകാരം സത്യംചെയ്ത് അവിടെനിന്നു പോയി.

എഴുത്തച്ഛന്റെ അമ്പലത്തിലെ ഗണപതിയുടെ വിഗ്രഹം 'അൻപൊന്നു'കൊണ്ടുള്ളതാണ്. ആ ബിംബവും അവിടെയുള്ള മറ്റു സാധനങ്ങളുമെല്ലാം മോഷ്ടിച്ചുകൊണ്ടുപോകുന്നതിനായി ഒരു നവരാത്രി കാലത്തു ചില കള്ളന്മാർ അവിടെ ചെന്നു കയറി. അവിടെ ഒരു ഭൃത്യൻ കാവൽ കിടക്കുന്നുണ്ടായിരുന്നു. അവൻ കൂർക്കംവലിക്കുന്നതു കേട്ടിട്ട് നല്ല ഉറക്കമാണെന്ന് അറിഞ്ഞാണ് അകത്തു കള്ളന്മാർ കടന്നത്. അകത്തു കയറിയ സമയം ആ ഭൃത്യന് തന്നെ ആരോ ചൂരൽവടി കൊണ്ട് അടിക്കുന്നതായി തോന്നുകയാൽ അവൻ പെട്ടെന്നെഴുന്നേറ്റു. അതു കണ്ടു കള്ളന്മാർ പേടിച്ച് ഓടിപ്പോവുകയും ചെയ്തു. അവർക്ക് ഒന്നും മോഷ്ടിച്ചുകൊണ്ടു പോകുവാൻ സാധിച്ചില്ല.

മാക്കു എഴുത്തച്ഛന്റെ സ്നേഹിതനായ കൊച്ചിയിൽക്കാരൻ എരോമ മേനോൻ എന്നു പ്രസിദ്ധനായിട്ട് ഒരു വിഷവൈദ്യനുണ്ടായിരുന്നു. ആ മനുഷ്യന്റെ സ്ഥിരവാസം ചെമ്പ്രയ്ക്കു സമീപം ഒരു സ്ഥലത്തായിരുന്നു. ഒരു ദിവസം ഉച്ചതിരിഞ്ഞ സമയം ഈ വിഷവൈദ്യനും വേറെ ചില രസികന്മാരുംകൂടി എഴുത്തച്ഛന്റെ മാളികയിൽ വെടിപറഞ്ഞു രസിച്ചുകൊണ്ടിരുന്നപ്പോൾ ചില സ്ത്രീകൾ അവിടെ അടുത്തുള്ള വഴിയിലൂടെ പോകുന്നതു കണ്ടു. അന്നു തൃത്താല ക്ഷേത്രത്തിൽ ഉത്സവമായിരുന്നതിനാൽ ആ സ്ത്രീകൾ കാഴ്ചശ്ശീവേലി കാണാൻ പോവുകയായിരുന്നു. അവരെക്കണ്ടപ്പോൾ വിഷ വൈദ്യൻ മേനോൻ "വിഷവൈദ്യന്മാർ മന്ത്രശക്തികൊണ്ടു പാമ്പുകളെ വരുത്തി വിഷമെടുപ്പിക്കാറുണ്ട്. അതുപോലെ എഴുത്തച്ഛന് മന്ത്രശക്തികൊണ്ട് ആ സ്ത്രീകളെ എല്ലാം ഇവിടെ വരുത്താമോ?" എന്നു ചോദിച്ചു. അതിനു മറുപടിയായി എഴുത്തച്ഛൻ "എന്താഭാസത്തരമാണ് മേനോൻ പറയുന്നത്? ഒരു കാര്യവും കൂടാതെ അന്യസ്ത്രീകളെ ഇങ്ങോട്ടു വരുത്തുന്നത് മര്യാദയാണോ?" എന്നു ചോദിച്ചു. "അവരെ ഇവിടെ വരുത്തുകയെന്നുള്ളത് അസാധ്യമാകയാലല്ലേ ഈ തത്ത്വജ്ഞാനം പറയുന്നത്"എന്നു മേനോൻ വീണ്ടുംചോദിച്ചു. എഴുത്തച്ഛൻ അവിടെയിരുന്നുകൊണ്ട് ആ സ്ത്രീകളുടെ നേരെ ഒന്നു നോക്കി. സ്ത്രീകളെല്ലാം വഴിതെറ്റി എഴുത്തച്ഛന്റെ പടിക്കലേക്കു നടന്നു തുടങ്ങി. അടുത്തുവന്നപ്പോൾ ആ സ്ത്രീകൾ മേനോന്റെ വീട്ടിലുള്ളവർ തന്നെയാണെന്നു മനസ്സിലാവുകയും അവരെ യഥായോഗ്യം സൽക്കരിച്ചയയ്ക്കുന്നതിന് എഴുത്തച്ഛൻ സ്വഗൃഹത്തിലുള്ള സ്ത്രീകളെ വിളിച്ചു പറയുകയും വന്ന സ്ത്രീകൾ യാത്രയായപ്പോൾ "ഘോഷങ്ങൾ കണ്ട് അമ്പലത്തിൽ അധികം താമസിക്കരുത്. നേരം ഇരുട്ടുന്നതിനു മുമ്പു വീട്ടിലേക്കു പോകണം" എന്നു പറഞ്ഞയയ്ക്കുകയും ചെയ്തു. അവിടെ കൂടിയിരുന്നവരെല്ലാം മേനോനെ പരിഹസിക്കുകയാൽ മേനോൻ ഏറ്റവും ഇളിഭ്യനായി ത്തീർന്നു.

തിരുവിതാംകൂർ മഹാരാജവംശത്തെ നശിപ്പിക്കുന്നതിനായി ഒരിക്കൽ ചില ശത്രുക്കൾ ആഭിചാരക്കാരെക്കൊണ്ടു ചില മാരണദേവതകളെ വിടുവിച്ചു. ആ ബാധകളുടെ ഉപദ്രവം അവിടെ ദുസ്സഹമായിത്തീരുകയാൽ പലരെക്കൊണ്ടും പല മന്ത്രവാദങ്ങൾ ചെയ്യിച്ചിട്ട് ഒരു ഫലവുമുണ്ടായില്ല. ഒടുക്കം കല്പനപ്രകാരം മാക്കു എഴുത്തച്ഛനെ തിരുവനന്തപുരത്തു കൊണ്ടുപോയി. എഴുത്തച്ഛൻ ചുരുക്കത്തിൽ മൂന്നു ദിവസത്തെ മന്ത്രവാദംകൊണ്ട് ആ ബാധകളെ ഒഴിപ്പിച്ചു. പിണിയാളിരുത്തിത്തള്ളിച്ചു സത്യം ചെയ്യിച്ചാണ് എഴുത്തച്ഛൻ ആ ദേവതകളെ ഒഴിപ്പിച്ചുവിട്ടത്. മഹാരാജാവു തിരുമനസ്സുകൊണ്ടു വളരെ സന്തോഷിച്ച് എഴുത്തച്ഛന്റെ രണ്ടു കൈയ്ക്കും വീരശൃംഖലയും മറ്റും കൊടുത്തു

സബഹുമാനം പറഞ്ഞയച്ചു. ഇങ്ങനെ മാക്കു എഴുത്തച്ഛന്റെ അദ്ഭുത കർമങ്ങൾ പറഞ്ഞുതുടങ്ങിയാൽ അവസാനമില്ലാതെയുണ്ട്. മുഴുവനും പറഞ്ഞുതീർക്കുന്ന കാര്യം അസാധ്യമാകയാൽ അതിനായിത്തുനിയുന്നില്ല.

മാക്കുഎഴുത്തച്ഛന്റെ ശിഷ്യനായി കുഞ്ഞുണ്ണി എഴുത്തച്ഛൻ എന്നൊരാളുണ്ടായിരുന്നു. അദ്ദേഹം വലിയ മന്ത്രവാദിയും അനേകം അദ്ഭുത കർമങ്ങൾ ചെയ്തിട്ടുള്ള ആളുമായിരുന്നു. അദ്ദേഹത്തിന്റെ അദ്ഭുത കർമങ്ങൾ കണ്ടറിഞ്ഞിട്ടുള്ളവർ ഇപ്പോൾ പലരുള്ളതിനാൽ അവയെപ്പറ്റി അധികം വിസ്തരിക്കുന്നില്ല.

കുഞ്ഞുണ്ണിയെഴുത്തച്ഛൻ ഒരിക്കൽ ഒരു കിണറുകെട്ടിച്ചപ്പോൾ അതിനു പാലംവയ്ക്കുന്നതിനായി ഒരു കരിങ്കല്ല് എടുത്തു കൊണ്ടുവരുവാൻ സ്വന്തംഭൃത്യന്മാരായ രണ്ടുപേരെയും അഞ്ചെട്ടു കൂലിക്കാരെയും കൂടി പറഞ്ഞയച്ചു. കല്ലു രണ്ടുമൂന്നു പറമ്പിട അകലെയാണ് കിടന്നിരുന്നത്. അതിനു വളരെ നീളവും വീതിയും കനവുമുണ്ടായിരുന്നു. അയയ്ക്കപ്പെട്ടവർ ചെന്നു പിടിച്ചുനോക്കീട്ടു കല്ലൊന്നിളക്കാൻ പോലും സാധിച്ചില്ല. ആ വിവരം ഭൃത്യന്മാർ എഴുത്തച്ഛന്റെ അടുക്കൽച്ചെന്നു പറഞ്ഞു. "എന്നാൽ ഞാൻ വരാം. നിങ്ങൾ രണ്ടുപേരു മാത്രം എന്റെ കൂടെ വന്നാൽ മതി" എന്നു പറഞ്ഞ് എഴുത്തച്ഛൻ ഒരു മുളവടിയെടുത്തുകൊണ്ട് ആ ഭൃത്യന്മാരോടുകൂടെ പോയി. കല്ലു കിടന്ന സ്ഥലത്തു ചെന്ന് എഴുത്തച്ഛൻ മുളവടികൊണ്ടു കല്ലിന്മേലൊന്നുതൊട്ടു. "ഇനി കല്ലെടുത്തു നോക്കുവിൻ" എന്ന് ഭൃത്യന്മാരോട് പറഞ്ഞു. അവർ രണ്ടുപേരുംകൂടി ആ കല്ല് നിഷ്പ്രയാസമെടുക്കുകയും എഴുത്തച്ഛൻ മുളവടികൊണ്ട് കല്ലിന്മേൽ തൊട്ടുകൊണ്ടിരിക്കുകയും അങ്ങനെ കല്ല് അനായാസേന എഴുത്തച്ഛൻ വീട്ടിൽ കൊണ്ടുവരികയും ചെയ്തു. ഈ എഴുത്തച്ഛനും ഗണപതിയെസ്സേവിച്ചു പ്രത്യക്ഷപ്പെടുത്തീട്ടുള്ള ആളായിരുന്നു (*ഈ കുഞ്ഞുണ്ണിയെഴുത്തച്ഛൻ മരിച്ചിട്ട് ഇപ്പോൾ അല്പകാലമേ ആയിട്ടുള്ളൂ*)

കുഞ്ഞുണ്ണിയെഴുത്തച്ഛന്റെ മകനായി കൃഷ്ണനെഴുത്തച്ഛൻ എന്നൊരാളുണ്ടായിരുന്നു അദ്ദേഹവും വലിയ മന്ത്രവാദിയായിരുന്നു.

എഴുത്തച്ഛന്റെ വീട്ടിനു സമീപം ഒരു മനയ്ക്കൽ ഒരു കുടിവയ്പടിയന്തിരത്തിനു ക്ഷണിച്ചിരുന്നതിനാൽ കൃഷ്ണനെഴുത്തച്ഛനും അവിടെപ്പോയിരുന്നു. അതൊരു കടുത്ത വേനൽക്കാലത്തായിരുന്നതിനാൽ മഴയുണ്ടാവുകയില്ലെന്നു വിചാരിച്ച് സദ്യയ്ക്കിലവയ്ക്കുന്നതിന് മുറ്റത്തു പന്തലാണിട്ടിരുന്നത്.സദ്യയ്ക്കിലവയ്ക്കാറായപ്പോൾ ഇടിയും മിന്നലും മഴക്കാറും കലശലാവുകയും ഉടനെ മഴ തുടങ്ങുന്നതിനുള്ള ലക്ഷണങ്ങളെല്ലാം കണ്ടുതുടങ്ങുകയും ചെയ്തു. അപ്പോൾ അവിടെ കൂടിയിരുന്നവരും ഇല്ലത്തുള്ളവരുമെല്ലാം ഏറ്റവും വിഷണ്ണരായിത്തീർന്നു. ഗൃ

ഹസ്ഥൻ നമ്പൂരി എഴുത്തച്ഛന്റെ അടുക്കൽച്ചെന്ന് "കാര്യം വലിയ വിഷമത്തിലായല്ലോ. ഇതിന് എഴുത്തച്ഛൻ എന്തെങ്കിലും നിവൃത്തിയുണ്ടാക്കണം" എന്നു പറഞ്ഞു. ഉടനെ എഴുത്തച്ഛന്റെ സ്വഗൃഹത്തിൽപ്പോയി ഒരു ഗ്രന്ഥമെടുത്തു കൊണ്ടുവന്നഴിച്ചു രണ്ടായിപ്പകുത്തു പന്തലിന്റെ മുകളിൽവെച്ചു. ആ ഇല്ലപ്പറമ്പിന്റെ അതിരുവരെ നാലു വശങ്ങളിലും അതികലശലായി മഴ പെയ്തു. അവിടെ മാത്രം പെയ്തില്ല. എല്ലാവരും വളരെ വിസ്മയിച്ചു. നമ്പൂരി എഴുത്തച്ഛനെ യഥേഷ്ടം ഊണുകഴിപ്പിച്ച് ചില സമ്മാനങ്ങളും കൊടുത്തു സന്തോഷിപ്പിച്ചയച്ചു.

വിദ്വാൻ മാനവിക്രമൻ ഏട്ടൻ തമ്പുരാൻ എന്നു പ്രസിദ്ധനായിരുന്ന തീപ്പെട്ടുപോയ സാമൂതിരിപ്പാടു തിരുമനസ്സിലേക്കുണ്ടായിരുന്ന കാസരോഗം ഇദ്ദേഹമാണ് ഭേദപ്പെടുത്തിയത്. ഇദ്ദേഹത്തിന് വൈദ്യവുമുണ്ടായിരുന്നു.

ഒരു സ്വജനഗൃഹത്തിൽ കല്യാണത്തിനു കിണ്ടി പോരാതെയിരുന്നതിനാൽ ആ വീട്ടുകാർ അഞ്ചെട്ടു കിണ്ടിക്കായി കൃഷ്ണനെഴുത്തച്ഛന്റെ അടുക്കൽ ആളയച്ചു. ആ ചെന്ന ആളോട് എഴുത്തച്ഛൻ "കിണ്ടി അവിടെയുള്ളതുകൊണ്ടു മതിയാകും; പോരെങ്കിൽ ഞാനവിടെ വരുമ്പോൾ ഉണ്ടാക്കിക്കൊള്ളാം" എന്നു പറഞ്ഞ് ആളെ മടക്കിയയച്ചു. എഴുത്തച്ഛൻ കല്യാണവീട്ടിൽ ചെന്നപ്പോൾ എങ്ങനെയോ എന്തോ അവിടെ വേണ്ടതിലധികം കിണ്ടി കാണപ്പെട്ടു.

ഈ എഴുത്തച്ഛൻ വലിയ കാളഭ്രാന്തനായിരുന്നു. നല്ല കാള എവിടെയുണ്ടെന്നു കേട്ടാലും എന്തു വില കൊടുത്തും അദ്ദേഹം വാങ്ങും.

ഒരിക്കൽ അദ്ദേഹം വില കൊടുത്തു രണ്ടു കാളകളെ വാങ്ങി. കണ്ടത്തിൽ പൂട്ടാനായി അവയെ കൊണ്ടുപോയി നുകം വച്ചു കെട്ടിയപ്പോൾ രണ്ടു കാളകളും കിടന്നു. പൂട്ടുകാർ പഠിച്ച വിദ്യകളൊക്കെ പ്രയോഗിച്ചുനോക്കീട്ടും കാളകളെ എണീപ്പിക്കാൻ കഴിഞ്ഞില്ല. "ഈ ശവങ്ങൾക്ക് ഇത്ര വളരെ വിലകൊടുത്ത് ഇദ്ദേഹം വാങ്ങിയല്ലോ. ഇതു മഹാ കഷ്ടമായിപ്പോയി" എന്നു പറഞ്ഞു കണ്ടുനിന്നവരെല്ലാം പരിഹസിച്ചു ചിരിച്ചു. അപ്പോൾ എഴുത്തച്ഛൻ ഒരു പുല്ലു പറിച്ചെടുത്തുകൊണ്ട് അങ്ങോട്ടു ചെന്ന് അതുകൊണ്ട് രണ്ടു കാളകൾക്കും ഓരോ അടിവെച്ചുകൊടുത്തു. കാളകൾ എണീറ്റു നടന്നുതുടങ്ങുകയും ചെയ്തു. അതിൽപ്പിന്നെ ആ കാളകൾ പൂട്ടാൻ കൊണ്ടുചെന്നു കെട്ടിയാൽ ഒരിക്കലും കിടന്നിരുന്നില്ല.

ചെമ്പ്രദേശത്തുതന്നെയുള്ള ഒരു വാര്യരുടെ ബ്രഹ്മരക്ഷസ്സിനെ ഒഴിക്കാൻ വേണ്ടുന്ന ഉപകരണങ്ങൾക്ക് എഴുത്തച്ഛൻ ചാർത്തു കൊടുക്കുകയും വാര്യത്തുള്ളവർ സാമാനങ്ങളെല്ലാം ശേഖരിച്ചുവയ്ക്കുകയും ചെയ്തു. അതിന്റെശേഷം കൃഷ്ണനെഴുത്തച്ഛൻ അവിടെച്ചെന്നു ചില പൂജകളും ഹോമങ്ങളും മറ്റും ആരംഭിച്ചു. ഒരു ചക്രംവരച്ച് അതിൽ

ഒരു തൂശനിലവച്ചിട്ടു രക്ഷസ്സു ബാധിച്ചിട്ടുള്ള വാര്യരെക്കൊണ്ടുവന്ന് ആ ഇലയിലിരുത്താൻ പറഞ്ഞു. അവിടെയുണ്ടായിരുന്നവരെല്ലാം ഇണങ്ങിയും പിണങ്ങിയും പല വിധത്തിൽ പറഞ്ഞുനോക്കിയിട്ടും വാര്യർ ആ ഇലയിൽ ചെന്നിരുന്നില്ല. ബലാൽ പിടിച്ചുകൊണ്ടുപോകാനായി ശ്രമിച്ചപ്പോൾ വാര്യർ ശവംപോലെ നിശ്ചേഷ്ടനായിക്കിടന്നുകളഞ്ഞു. ഒരു നിവൃത്തിയുമില്ലെന്നായപ്പോൾ പൂജ കഴിച്ചുകൊണ്ടിരുന്ന എഴുത്തച്ഛന്റെ അടുക്കൽ ചെന്നു വിവരം പറഞ്ഞു. എഴുത്തച്ഛൻ ഉടനെ ഒരു പിടി അരിയും പൂവും വാരിയെടുത്തു ജപിച്ചു കൊടുത്ത് അത് ആ വാര്യരുടെ ശിരസ്സിൽ കൊണ്ടുചെന്നിടാൻ പറഞ്ഞു. അരിയും പൂവും ശിരസ്സിലിട്ട ക്ഷണത്തിൽ വാര്യരെണീറ്റ് ആ തൂശനിലയിൽ ചെന്നിരുന്നു. എഴുത്തച്ഛൻ ഭസ്മം ജപിച്ചിട്ട് തുള്ളിക്കയും രക്ഷസ്സു സത്യംചെയ്ത് ഒഴിഞ്ഞുപോവുകയും ചെയ്തു.

ഈ കൃഷ്ണനെഴുത്തച്ഛൻ മരിച്ചിട്ട് ഇപ്പോൾ 9 കൊല്ലമേ ആയിട്ടുള്ളൂ. ഇദ്ദേഹത്തിന്റെ മകനാണ് ഇപ്പോൾ തറവാട്ടിൽ കാരണവരായിരിക്കുന്ന കുഞ്ചുവെഴുത്തച്ഛൻ. അദ്ദേഹവും നല്ല മന്ത്രവാദിയാണ്.

ചെമ്പ്രത്തെഴുത്തച്ഛന്മാർ മന്ത്രവാദം ചെയ്യണമെങ്കിൽ ആദ്യം തന്നെ അവരുടെ പരദേവതകൾക്ക് വഴിപാടിനായി ആറണ അവിടെക്കൊടുക്കണം. ഇതു മുൻപിനാലെ ഉള്ള പതിവാണ്. പിന്നെ വല്ലതും കൊടുത്താലും ഒന്നും കൊടുത്തില്ലെങ്കിലും യാതൊരു വിരോധവുമില്ല.

മാക്കുവെഴുത്തച്ഛന്റെ കാലത്ത് അദ്ദേഹത്തിന്റെ പടിപ്പുരമാളികയിൽ ദിവസംപ്രതി അനേകം യോഗ്യന്മാർ വന്നുകൂടുകയും മൃദംഗവായന, വീണവായന, പാട്ട് മുതലായവയും ചതുരംഗംക്കളി, ചെപ്പടിവിദ്യ മുതലായവയും പതിവായിരുന്നു. ഇതു കൂടാതെ എഴുത്തച്ഛൻ ശ്രീകൃഷ്ണന്റെ ഒരു ചിത്രംവെച്ച് അതിന്റെ മുൻപിലിരുന്ന് പതിവായി ഭാഗവതം വായിക്കുകയും ചെയ്തിരുന്നു. ആ ചിത്രം ഇപ്പോഴും അവിടെ ഇരിക്കുന്നുണ്ട്. ഭാഗവതപാരായണം ഇപ്പോഴും അവിടെ പതിവായി നടത്തിവരുന്നുണ്ട്. കാലക്രമംകൊണ്ട് ആ ചിത്രത്തിന് ഭഗവൽ സാന്നിദ്ധ്യമുണ്ടായിത്തീരുകയാൽ ആ മാളികയിൽ രാത്രികാലങ്ങളിൽ ചില ദിവ്യന്മാർ വന്നു പോകുന്നുണ്ടെന്നാണ് വിശ്വാസം. അതിനാൽ ആ പടിപ്പുര മാളികയിൽ രാത്രിയിൽ മനുഷ്യരാരും കിടക്കാറില്ല. അവിടെ കിടന്നുറങ്ങുന്നവരെ ആരോ ഉരുട്ടിത്താഴെയിടുമെന്നുള്ളത് തീർച്ചയാണ്. രാത്രിയിൽ ചിലപ്പോൾ ആ മാളികയിൽ പാട്ടും വീണവായനയും മറ്റും കേൾക്കാറുണ്ടായിരുന്നുവെന്നല്ല, ഇപ്പോഴും ചിലപ്പോൾ കേൾക്കാം. അതു ഞായർ, ചൊവ്വ, വെള്ളി ഈ ആഴ്ചകളിലാണ്.

■

www.ingramcontent.com/pod-product-compliance
Lightning Source LLC
LaVergne TN
LVHW060408051026
849518LV00007B/2493
* 9 7 8 8 1 8 4 2 3 3 2 9 2 *